AF747085

விக்கிரமாதித்தன் கதைகள்

விக்கிரமாதித்தன் கதைகள்

உமா சம்பத்

கிழக்கு

விக்கிரமாதித்தன் கதைகள்

Vikramadiththan Kathaigal

Uma Sampath ©

First Edition: December 2023

176 Pages

Printed in India.

ISBN: 978-81-967790-9-2

Kizhakku - 1331

Kizhakku Pathippagam

177/103, First Floor, Ambal's Building, Lloyds Road,
Royapettah, Chennai - 600 014. Ph: +91-44-4200-9603
Email : support@nhm.in Website : www.nhm.in

kizhakkupathippagam kizhakku_nhm

Kizhakku Pathippagam is an imprint of New Horizon Media Private Limited

எனது துணைவியார் உமாவுக்கு...

உள்ளே

அத்தியாயம் 1

காட்டில் கிடைத்த சிம்மாசனம்!

மனிதர்கள் எல்லோருடைய வாழ்க்கையிலும் ஏதாகிலும் சில தருணங்கள் மறக்க முடியாதவையாக அமைந்து போவதுண்டு! ஆச்சரியங்களாலும், சுவாரஸ்யங்களாலும் நிரம்பி வழிந்து மூச்சு திணறச் செய்வதுண்டு!

உஜ்ஜயினி பட்டணத்தின் மன்னனான போஜராஜனுக்கு அன்றைய நாள் அப்படித்தான் அமைந்தது! அவன் ஸ்தம்பித்துப் போயிருந்தான்.

உலகின் தலை சிறந்த உன்னதமான ராஜ்ஜியங்களுள் ஒன்றாக பிரசித்தி பெற்றிருந்தது உஜ்ஜயினி ராஜ்ஜியம். புராண காலம் தொட்டு ராமாயண, மகாபாரத இதிகாசங்களில் இடம் பெற்ற, புராதனமான புகழ் வாய்ந்த ராஜ்ஜியம் உஜ்ஜயினி பட்டணம். கிருஷ்ணர், பலராமர், சுதாமர் ஆகியோர் உஜ்ஜயினியில்தான் சாந்தீப முனிவரிடம் கல்வி பயின்றதாக பாகவதம் சொல்கிறது.

இத்தனை கீர்த்தி மிக்க உஜ்ஜயினி பட்டணத்துக்கு அரசனாக இருப்பதில் போஜராஜனுக்கு மிகுந்த பெருமிதம் உண்டு. நேர்மை தவறாத நல்லரசு நடத்தி வந்த போஜராஜன் தனது குடி மக்களை உயிர் போல பாவித்தான். அவர்களுக்கு எந்த ஒரு குறையும், தீங்கும் நேராமல் கண்ணும் கருத்துமாக ஆட்சி புரிந்தான்.

அவன் தற்போது உஜ்ஜயினியின் எல்லைப்பகுதியில் இருந்த அடர்ந்த காட்டுக்குள் நுழைந்ததுகூட தனது குடிமக்களின் துயரம் ஒன்றைத் தீர்ப்பதற்காகத்தான்!

கடந்த சில நாள்களுக்கு முன்னதாக ஓர்நாள், உஜ்ஜயினியின் எல்லைப்புற குடிமக்கள் பெருங்கூட்டமாக அலறியடித்துக்கொண்டு அரசவைக்குள் வந்து குவிந்தனர். பலரும் பலவிதமாகக் கதறி முறையிட்டனர்.

'மன்னவா! காப்பாற்றுங்கள்! காப்பாற்றுங்கள்! எங்களையும், எங்களது குடும்பத்தினரையும் தாங்கள்தான் காப்பாற்றி அருள வேண்டும்.'

'தினம் தினம் செத்து மடிகிறோம் அரசே.'

'ஆமாம்! ஆமாம்! நாளும் நாளும் உயிர்கள் தொடர்ந்து பலியாகிக் கொண்டிருக்கின்றன. துயரத்திலிருந்து எங்களைக் காப்பாற்றுங்கள் அரசே!'

எல்லோரும் ஆளாளுக்கு அழுது புலம்பி ஒருசேரப் பேசியதில் மன்னன் போஜராஜனுக்கு ஒன்றும் விளங்கவில்லை.

'என் ஆருயிர் குடிமக்களே, பதட்டப்படாதீர்கள். பயப்படாதீர்கள். உங்களுடைய பிரச்னை எதுவானாலும் நான் தீர்த்து வைக்கிறேன்! மனம் கலங்காதீர்கள்!' என்று ஆறுதல் கூறினார்.

மன்னரின் அருகில் இருந்த நீதிவாக்கிய மந்திரி, அந்தப் பரிதாபத்துக்குரிய மக்களைப் பார்த்துக் கேட்டார்:

'பிரஜைகளே! அமைதி! அமைதி! நீங்கள் அனைவரும் எந்தப் பகுதியைச் சேர்ந்தவர்கள்? என்ன உங்களின் பிரச்னை? எல்லோரும் ஆளுக்கு ஆள் குரல் கொடுக்காமல் யாராவது ஒருவர் மட்டும் முன்வந்து புரியும்படியாகச் சொல்லுங்கள்' என்றார்.

கூட்டத்தில் தலைவன் போல் தென்பட்ட ஒருவன் முன்வந்து, 'அரசே, நாங்கள் அனைவரும் நமது உஜ்ஜயனி நாட்டின் எல்லைப்புறக் கிராமங்களில் வசிப்பவர்கள். பக்கத்திலேயே அடர்த்தியான வனப்பகுதி என்பதால், அந்தக் காட்டுப் பகுதியில் இருந்து புலி, கரடி, நரி போன்ற கொடிய மிருகங்கள் இரவு வேளைகளில் அடிக்கடி எங்கள் இருப்பிடத்துக்குள் புகுந்து மனிதர்களைத் தாக்குவதுடன், கொட்டிலில் வளர்க்கும் ஆடு, மாடுகளையும் அடித்து இழுத்துச் சென்று விடுகின்றன. சில

நேரங்களில் தொட்டிலில் உறங்கும் குழந்தைகளையும்கூட பலியாக்கிக்கொள்கின்றன. இதனால் நாங்கள் மிகவும் துன்பப் படுகிறோம். இதிலிருந்து தாங்கள்தான் எங்களைக் காக்கவேண்டும்,' என்று முறையிட்டான்.

மன்னன் போஜராஜன் நீதிவாக்கிய மந்திரியுடன் கலந்தாலோசித்து விட்டு, மக்களிடம் சொன்னான்: 'என் அன்பான பிரஜைகளே! கலங்காதீர்கள். காட்டு மிருகங்களால் இனி உங்களுக்கு எந்தத் துன்பம் நேராமல் நான் பார்த்துக் கொள்கிறேன். நாளை, நானே நமது வீரர்களுடன் நேரில் காட்டுக்குச் சென்று மிருகங்களை வேட்டையாடத் தீர்மானித்து விட்டேன். இனி அந்தக் காட்டு மிருகங்களால் உங்களுக்குத் துன்பம் ஏதும் நேராது. அனைவரும் தைரியமாகப் புறப்பட்டுச் செல்லுங்கள்' என்று கூறி வழியனுப்பி வைத்தான்.

மக்கள் மிகுந்த மனமகிழ்ச்சியுடன் மன்னரைப் போற்றி வணங்கி விட்டுச் சென்றனர்.

மறுநாள் உஜ்ஜயினியின் காட்டுப் பகுதி திமிலோகப்பட்டது. ஒரு சிறு சேனையுடனும், மந்திரி பிரதானிகளுடனும் வனத்துக்குள் நுழைந்த போஜ மன்னன் கானகத்தை நாலாபுறமும் சூழ்ந்து உள் நுழைந்து புலி, சிங்கம், கரடி, நரி போன்ற அபாய மிருகங்களை வளைத்து வளைத்து வேட்டையாடினான்.

ஏராளமான மிருகங்கள் எதிர்பட்டதால் அரைநாளுக்கும் மேலாக வேட்டை தொடர்ந்தது. சூரியன் உச்சிக்கு வந்து வெய்யில் தகித்துக் கொளுத்தியது. மன்னனும் ஏனைய படைவீரர்களும் களைத்துப் போனார்கள். நா வறண்டது. வியர்வை பெருக்கெடுத்து உடைகளைத் தொப்பலாக நனைத்தது. பசி வயிற்றைக் கிள்ளியது.

மன்னன் போஜராஜன் சற்றே களைப்பாற நினைத்தான். தாகசாந்திக்கு நீரும், சிரமப்பரிகாரம் செய்ய சாதகமான இடமும் எங்காவது இருக்கிறதாவென்று தேடி அவனும் படை வீரர்களும் கானகத்துக்குள் அலைந்தனர்.

தேடி அலைந்ததில் ஒரு காத தூரத்திலேயே வனத்தின் கிழக்குப் பகுதியில் கம்பங்கொல்லை ஒன்று அவர்கள் கண்ணில் தட்டுப் பட்டது.

நான்குபுறமும் அடர்ந்த நிழல் தரும் பழ மரங்களும் நடுவே கம்பங் கொல்லையும், பெரிய ஆழ் கிணறும், பிஞ்சு வெள்ளரிக்காய் விளைந்தத் தோட்டமுமாக அப்பகுதி அவர்களை வசீகரித்தது.

அந்தக் கம்பங்கொல்லைக்கு உரிமையாளன் சரவணப்பட்டன் என்னும் அந்தணன்.

சரவணப்பட்டன் அப்போது முற்றிய கதிர்களைப் பறவை களிடமிருந்து காப்பதற்காக உயர்ந்த பரண் ஒன்று அமைத்து அதன்மீது அமர்ந்து கவண் கல்லில் கற்களைப் பூட்டி வீசி பறவைகளை விரட்டிக் கொண்டிருந்தான்.

மன்னனும் மந்திரிகளும் படை வீரர்களும் கம்பங்கொல்லையை நெருங்கும்போதே சரவணபட்டன் அவர்களை இனம் கண்டு கொண்டான். வேட்டையாடிக் களைத்துத் தள்ளாடியபடி வந்த அவர்களது நிலையை உணர்ந்து இரக்கம் கொண்டான்.

சரவணபட்டன் பரண் மீது இருந்தபடியே அவர்களை வரவேற்றான். 'வாருங்கள். அனைவரும் வாருங்கள். உங்களை அன்புடன் வரவேற்கிறேன். புவியாளும் மாமன்னர் இந்த எளியேனின் இருப்பிடத்துக்கு வருகை தந்ததை எனது பூர்வ ஜென்ம புண்ணியமாகக் கருதி மகிழ்கிறேன். எல்லோரும் வேட்டையாடி மிகவும் களைத்துப் போயிருக்கிறீர்கள். இதோ எனது இந்தக் கிணற்றில் சுவையான குளிர்ந்த நீர் தளும்பிக் கிடக்கிறது. முகம் கை கால்களைச் சுத்தம் செய்து கொண்டு நீர் அருந்துங்கள். கம்பங் கொல்லையில் முதிர்ந்த கதிர்கள் உள்ளன. எடுத்துச் சாப்பிடுங்கள். மரங்களில் இனிப்பான பழங்கள் கிடைக்கும். தோட்டத்துப் பிஞ்சு வெள்ளரிக்காய் உங்கள் தாகம் தீர்ப்பதுடன் பசியையும் போக்கும். எல்லோரும் தயங்காமல் நிறைவாக எடுத்துச் சாப்பிடுங்கள். உங்களது குதிரைகளுக்கும் உண்ணவும், அருந்தவும் கொடுங்கள்' என்று கனிவுடன் கூறினான்.

சரவணப்பட்டனின் வரவேற்பில் மகிழ்ந்த போஜராஜன் தனது படையினருடன் கம்பங்கொல்லைக்குள் நுழைந்தான்.

அவ்வளவுதான் அடுத்த நொடி அந்த தோப்பும், கம்மங் கொல்லையும் துவம்சமாகியது. மன்னனும் அவனது மந்திரி பிரதானிகளும், வீரர்களும் பசியின் காரணமாகக் கதிர்களை ஒடித்தும், பழ மரங்களை உலுக்கிப் பழங்கள் பறித்தும், வெள்ளரிப் பிஞ்சுகளை பிய்த்தும் பசி தீரச் சாப்பிடத் தொடங்கினார்கள்.

பரணில் இருந்து இதை சந்தோஷமாகப் பார்த்துக் கொண்டிருந்த சரவணப்பட்டன், சற்று நேரத்தில் கம்மங்கொல்லைக்குள் நுழைய முயன்ற பன்றி ஒன்றைத் துரத்துவதற்காக பரணை விட்டுக் கீழிறங்கினான்.

அவனது பாதங்கள் தரையில் பட்டதும், சரவணப்பட்டனின் பார்வை மாறிப் போனது. முகம் விகாரமானது. கம்பங்கதிர்களை வீரர்கள் ஒடிப்பதையும், பழ மரங்களை உலுக்கி நாசம் செய்வதையும், விளைந்த வெள்ளரிப் பிஞ்சுகள் எல்லாவற்றையும் ஆளாளுக்குப் பிய்த்துச் சாப்பிடுவதையும் கண்டு மனம் பதறினான். மிகுந்த கோபத்துடன் இரைந்து கத்தினான்.

‘ஐயையோ! இந்த அநியாயத்தைக் கேட்பாரில்லையா! போஜ மன்னரே நீங்களே இப்படி அக்கிரமம் செய்யலாமா? இந்த ஏழை அந்தணனின் கம்பங்கொல்லையை இப்படி அழித்து நாசம் செய்து விட்டீர்களே? இது உங்களுக்கே தகுமா? எனது மொத்த விளைச்சலையும் உண்டு தீர்த்து எனது குடும்பத்துக்கு வருமானம் இல்லாமல் செய்து விட்டீர்களே! ஏழை பிராமணனின் வயிற்றில் அடித்து விட்டீர்களே. இதுவா நீதி? மதம் பிடித்த யானையையும், அகங்காரத்தால் நீதி நெறி தவறி நடக்கும் மன்னையும் யாரால்தான் கட்டுப்படுத்த முடியும்? நான் மோசம் போய்விட்டேன், நாசமாகி விட்டேன்,’ என்று புலம்பினான். தலையில் அடித்துக் கொண்டான்.

மன்னன் போஜராஜனும் வீரர்களும் இதைக் கண்டு அதிர்ந்து போனார்கள். ‘இதென்ன கொடுமை! வரவேற்று உபசரித்தவனே இப்படி தூற்றிப் பேசினால் என்னதான் செய்வது?’

மன்னனும் அவனைச் சார்ந்தவர்களும் ஏதும் மறுமொழி பேசாமல் கம்பங்கொல்லையை விட்டு வெளியேறத் தொடங்கினார்கள்.

இதைப் பார்த்தபடியே வெறுப்பு ததும்ப சரவணப்பட்டன் மீண்டும் நடந்து பரண் மீது ஏறி நின்றான்.

பரண் மீது கால் வைத்ததுமே அதுவரையில் அவன் முகத்தில் பரவியிருந்த கசப்பும் வெறுப்பும் நீங்கி, பூரண சாந்தம் நிலவியது. மீண்டும் புன்சிரிப்பு தவழ்ந்தது.

தனது கம்மங்கொல்லையிலிருந்து மன்னரும் மற்றவர்களும் வெளியேறுவதைப் பார்த்தவன், குழப்பத்துடன் அவர்களை நோக்கிச் சத்தமாக, ‘அரசே, நில்லுங்கள்! இதென்ன வந்த காரியம் முடியாமல் ஏன் எல்லோரும் பாதியிலேயே வெளியேறுகிறீர்கள்? இப்போதுதானே கம்மங்கதிர்களையும், பழங்களையும் சாப்பிடத் தொடங்கினீர்கள். இன்னும் ஒருவர் முகத்திலும் பசிக் களைப்பு நீங்கியதாகவே தெரியவில்லையே? அதற்குள்ளாக ஏன் புறப்பட்டுச் செல்கிறீர்கள்? இப்படி அரைகுறையாக தாங்களும் தங்களது

பரிவாரங்களும் புறப்பட்டு விட்டால் விருந்தாளிகளைச் சரியாக உபசரிக்கவில்லையே என்று என் மனது வருத்தப்படாதா? தயவுசெய்து மீண்டும் உள்ளே வாருங்கள். வயிறாரச் சாப்பிட்டு, களைப்பு தீர மர நிழலில் தங்கி ஓய்வெடுங்கள். சூரியன் அஸ்தமித்ததும் மாலையில் எல்லோரும் புறப்பட்டுச் செல்லுங்கள். அப்போதுதான் என் மனாம் திருப்தியாகும்!' என்றான்.

மன்னன் போஜராஜனும், மற்றவர்களும் திகைத்துப் போனார்கள். அவர்களுக்கு ஒன்றும் புரியவில்லை.

போஜராஜன், நீதிவாக்கிய மந்திரியிடம், 'மந்திரியாரே இதென்ன ஆச்சரியமாக இருக்கிறதே. இந்த அந்தணன் அந்தப் பரண் மீது இருந்தபோது மிகுந்த மனித நேயத்துடன் காணப்பட்டான். பசியும், களைப்புமாகக் கிடந்த நமது நிலைமையைப் புரிந்துகொண்டு கொல்லையில் அவனுக்குச் சொந்தமான அனைத்தையும் எடுத்துக்கொள்ளச் சொல்லி தாராள மனத்துடன் உபசரித்தான். ஆனால் சிறிது நேரத்துக்கெல்லாம் பரண் மீதிருந்து கீழிறங்கியவன் ஒரு சாமான்யனுக்கே உரித்தான சுயநலத்துடன் கொல்லை நாசமானதற்காகக் கோபத்தில் கொதித்து நம்மை விரட்டியடித்தான். இப்போதோ மீண்டும் பரண் மீது ஏறியதும் நாம் பசிக்களைப்பு தீராமல் திரும்புவதைக் கண்டு வருத்தப்பட்டு அதே பழைய நற்குணத்துடன் உபசரிக்கிறான். இது மிகவும் விசித்திரமாகவும் புதிராகவும் இருக்கிறது. என்னக்கென்னவோ இந்தப் புதிருக்கான விடை அந்தப் பரண்மீதுதான் உள்ளதென்று தோன்றுகிறது,' என்றான்.

'ஆம் மன்னவா! எனக்கும் அப்படித்தான் தோன்றுகிறது. இவன் நடத்தையே எனக்கு மிகவும் அதிசயமாயிருக்கிறது!' என்றார் மந்திரி.

'இருங்கள். நான் அந்த பரண் மீது ஏறிப்பார்த்து விட்டு வருகிறேன்' - மன்னன் போஜராஜன் விறுவிறுவென நடந்து சென்று சரவணப்பட்டன் நின்றிருந்த பரண் மீது ஏறினான்.

அடடா! அடடா! என்ன உணர்விது! மன்னன் பரண் மீது ஏறி நின்றதுமே தனக்குள் பெறும் மாறுதலை உணர்ந்தான். பிறவியெடுத்தது முதல் இதுநாள்வரை உணர்ந்திராத ஒரு பேரமைதி அவனுக்குள் நிலவியது. பிரபஞ்சத்தின் மீதான அத்தனை ஜீவன்களின் மீதும் பேரன்பு பொங்கித் ததும்பியது. ஒரு பெரும் ஞானநிலை; உத்தம குணங்களின் ஒட்டுமொத்தப் பெட்டகமாக அவனது இதயம் நிறைந்து வழிந்தது. போஜராஜனிடம் அந்தச் சமயத்தில் யார் என்ன கேட்டாலும், அவனது ராஜ்ஜியத்தையே

கேட்டாலும், ஏன் அவனது உயிரையே கேட்டாலும் தந்து விடுவான் போன்ற மனநிலையில் இருந்தான்!

போஜராஜன் ஆனந்தமும் ஆச்சர்யமும் கொண்டான். 'என்ன இது அதிசயம்! அழகான இந்தக் கம்மங்கொல்லைக்குள், அதுவும் இந்தப் பரண் மீது ஏறியதுமே அப்போதுதான் பிறந்த குழந்தையின் நிர்மலமான இதயம் போல உள்ளம் எந்தக் களங்கமும் இல்லாமல் புனிதமாகத் திகழ்கிறதே. என்ன காரணமாக இருக்கும்? எப்படி இதைக் கண்டுபிடிப்பது?'

போஜன் ஒரு முடிவுக்கு வந்தான். அவன் சரவணப்பட்டனிடம், 'அந்தணரே, இந்தக் கொல்லையின் மூலம் வரும் வருமானத்தைக் கொண்டுதான் தங்கள் குடும்பம் வருடம் முழுவதும் ஜீவிக்க வேண்டும் என்பதை நானறிவேன். ஆனால் இன்று நானும் எனது பரிவாரத்தினரும் எங்கள் பசிக்காக இந்தக் கம்மங்கொல்லையின் மொத்த விளைச்சலையும் உண்டு தீர்த்து விட்டோம். இதனால் தாங்களும், தங்களது குடும்பத்தினரும் வருடம் முழுவதும் சிரமப்பட நேரிடும் என்பதால் நான் ஒரு முடிவுக்கு வந்துவிட்டேன். நானே இந்தக் கம்மங்கொல்லையை வாங்கிக் கொள்கிறேன். இதற்கு ஈடாக பொன்னோ, பொருளோ, பல நூறு மடங்கு நிலமோ நீங்கள் எது கேட்டாலும் விலையாகத் தருகிறேன். என்ன வேண்டுமோ கேட்டுப் பெற்றுக் கொள்ளுங்கள். இதில் தங்களுக்குச் சம்மதம்தானே?' என்று கேட்டான்.

சந்தோஷத்தின் உச்சத்தில் மிதந்த சரவணப்பட்டன் மிகுந்த பணிவுடன் , 'அரசே, தாங்களே எனது வரம் தரும் கடவுள். பகவானின் கடைக்கண் பார்வையில் பக்தனின் துயரங்கள் தொலைந்து போகும் என்பது போல எனது இந்தக் கம்மங் கொல்லையைத் தாங்கள் பெற்றுக் கொள்வதில் நான் பெரும் மகிழ்ச்சியடைகிறேன். தங்களது இந்த அநுக்கிரகத்தால் நான் பெரும் பாக்கியசாலியும், தன்வந்தனாகவும் ஆவேன் என்பதில் எந்தச் சந்தேகமுமில்லை. எனக்கு இதில் முழு சம்மதம். தாங்கள் இதற்கு விலையாக எதைத் தந்தாலும் பெற்றுக்கொள்கிறேன்,' என்று வணங்கினான்.

மன்னன் போஜ ராஜன் அடுத்தநாளே சரவணப்பட்டனை அரசவைக்கு வரவழைத்து ஏராளமான பொன்னும், மணிகளும், பட்டாடைகளும், தங்க ஆபரணங்களும் பரிசளித்து, கம்மங் கொல்லைக்கு ஈடாக ஒரு பெரும் கிராமத்தையே எழுதித்தந்து அவனை மகிழ்ச்சியுடன் அனுப்பி வைத்தான்.

உடனே காலம் தாழ்த்தாமல் அரண்மனை வேலையாட்களை காட்டுக்கு அனுப்பி, கம்மங்கொல்லையின் பரணுக்குக் கீழ் பூமியைத் தோண்டும்படியாகக் கட்டளையிட்டான்.

மன்னனின் ஆணைப்படி வேலையாட்கள் பரணை அகற்றிவிட்டு, பூமியைத் தோண்டத் தொடங்கினார்கள். கிட்டத்தட்ட ஆறடிக்குக் கீழ் பள்ளம் வெட்டி மேலும் தோண்ட முற்படும்போது மண்வெட்டி ஏதோ உலோகத்தில் பட்டு 'டிங்' என்ற சத்தம் எதிரொலித்தது.

அதன்பின் ஆட்கள் சர்வ ஜாக்கிரதையாகக் கொஞ்சம் கொஞ்சமாகத் தோண்டத் தொடங்க, பூமிக்குள்ளிருந்து வெளிப்பட்ட வஸ்துவைக் கண்டு ஸ்தம்பித்துப் போனான் போஜராஜன்.

அழகிய கலை நுணுக்கத்துடன் வைர வைடூரியங்கள் ஒளிர ஒரு நவரத்தின சிம்மாசனத்தின் மேற் பகுதி மெல்ல வெளிப்பட்டது. அதைக் கண்டதுமே போஜ மன்னன் கட்டுக்கடங்காத ஆனந்தமும் ஆச்சரியமும் கொண்டான். முழு சிம்மாசனத்தையும் மெல்ல மெல்ல ஒரு சிறு சிதைவும் நேராமல் எடுக்கச் சொன்னான்.

அதுபோலவே ஆட்கள் நாலாபுறமும் மிகுந்த ஜாக்கிரதையாக மண்ணை அகழ்ந்து போட சிறு சேதாரமும் இன்றி முழு சிம்மாசனமும் காணக் கிடைத்தது.

ஆஹா! என்ன அற்புதம்! முழுக்க முழுக்கப் பசும் பொன்னால் செய்யப்பட்டு, நவரத்தினங்களால் இழைக்கப்பட்டு ஜொலித்த அந்த சிம்மாசனம், முப்பத்திரண்டு படிகளுடன், ஒவ்வொரு படிக்கும் ஒரு பதுமையாக முப்பத்திரண்டு பதுமைகள் கொண்டதாக அமைந்திருந்தது. சிம்மாசனத்தைப் பார்க்கப் பார்க்கப் பரவசம் கொண்ட போஜராஜனின் மனம் துள்ளிக் குதித்தது.

இந்த சிம்மாசனம் புதையுண்டு கிடந்த இடத்தின் மீது நின்றபோதே மனத்தில் உயர்ந்த நற்குணங்கள் உண்டாகின என்றால், இந்த சிம்மாசனத்தில் அமர்ந்து ராஜ்ஜியத்தை ஆட்சி செய்தால் எத்தனை உயரிய ஆட்சியைத் தரமுடியும்; இதனால் தனக்கு எத்தனை பெயரும், புகழும் உண்டாகும் என்று நினைத்துப் பார்த்தான். உலகமே போற்றும் கீர்த்தி மிக்க அரசனாக சரித்திரத்தில் இடம் பெறுவேன்.

போஜன் சிறகடிக்கும் மனத்துடன் சிம்மாசனத்தை சர்வ ஜாக்கிரதையாக பள்ளத்திலிருந்து மேலே கொண்டு வரச் சொன்னான்.

ஆட்கள் அனைவரும் ஒன்று சேர்ந்து சிம்மாசனத்தை உயரே தூக்க முயற்சித்தனர். கிட்டத்தட்ட ஐம்பது பேர். ஆனால் சிம்மாசனத்தை கொஞ்சம் கூட அசைக்க முடியவில்லை.

அனைவருக்குமே இது அதிர்ச்சியாக இருந்தது. போஜராஜன் நீதிவாக்கிய மந்திரியிடம் திரும்பி, 'அமைச்சர் பெருமானே, சிம்மாசனம் இந்த இடத்தை விட்டு நகர மறுக்கிறதே! என்ன காரணமாக இருக்கும்?' என்று துயரத்துடன் வினவினான்.

'மன்னவா, வருத்தப்படாதீர்கள். எல்லாவற்றுக்கும் காரண காரியம் இருக்கும்! இந்தச் சிம்மாசனம் யாருடையதென்று நமக்குத் தெரியாது. எத்தனை யுகங்களுக்கு முற்பட்டதென்றும் தெரியாது. இதில் அமர்ந்து ஆட்சி செய்தவர்கள் தேவலோகத்தின் தேவாதி தேவர்களாக இருக்கலாம். கந்தர்வ, கின்னரர்களாக இருக்கலாம். அதனாலேயே இந்த சிம்மாசனம், தெய்வாம்சம் கொண்டதாகத் திகழ்கிறது. அப்படியிருக்க இதை சாமான்யர்களாகிய நாம் அத்தனை சுலபமாக அடைந்துவிட முடியுமா என்ன? சாதாரண ஒரு புதையலை எடுக்கவே முறைப்படி பூஜை புனஸ்காரங்கள் செய்விக்கும்போது, இந்த சிம்மாசனத்தை தாங்கள் அடையும் முன்பாக அதற்கென பரிகார பூஜைகள் செய்து பிராமணர்களுக்குத் தான தர்மங்கள் செய்வித்துப் பிறகு சிம்மாசனத்தை அணுகினால் எல்லாம் நன்மையாகவே முடியும் என்பது என் எண்ணம்!' என்றார்.

போஜராஜன் நீதிவாக்கிய மந்திரியின் ஆலோசனைப்படியே அரண்மனைப் புரோகிதர்களை வரவழைத்து அவ்விடத்திலேயே சிம்மாசனத்துக்குச் சகல சம்பிரதாயங்களோடு, சாஸ்திர முறைப்படிப் பூஜை செய்வித்தான். பூஜையின் முடிவில் அந்தணர் களுக்கும், ஏழை எளியோர்க்கும் தான தர்மம் செய்வித்து, சிம்மாசனத்தைப் பக்தியுடன் வணங்கி நிறைவு செய்தான். அதன் பிறகு காவலர்கள் சிம்மாசனத்தைத் தூக்க முயற்சிக்க, அந்த அதிசயம் நிகழ்ந்தது! சிம்மாசனம் அசைந்து கொடுத்தது.

போஜராஜன் மகிழ்ந்து போனான். நீதிவாக்கிய மந்திரியின் சமயோசித ஆலோசனைதான் இந்த அற்புதத்துக்குக் காரணம் என்று எண்ணியபோது, ஒரு நாட்டுக்கு மதியூகியான நல்ல மந்திரி எத்தனை அவசியம் என்பதை தீர்மானமாக உணர்ந்தான். அதைச் சொல்லவும் செய்தான்.

'மந்திரியாரே தங்களது அறிவுரையும் ஆலோசனையும் இல்லா திருந்தால் இந்த அதிசயம் நிகழ்ந்திருக்காது! அறிவாளிகளுடன் நட்பு

கொள்வதென்பது எத்தனை சிறந்தது என்பதை நான் இப்போது உணர்கிறேன்' என்றான்.

நீதிவாக்கிய மந்திரி, 'மன்னா, தங்களது பாராட்டுக்கு மிக்க நன்றி. இந்த நல்ல நிகழ்வுக்குக் காரணம் நான் மட்டும் அல்ல; நான் கூறிய ஆலோசனையை, 'இவனென்ன சொல்வது? நாமென்ன கேட்பது?' என்றில்லாமல் அதை மதித்து ஏற்றுக் கொண்டீர்கள் அல்லவா, அதுதான் முக்கியம். ஒருவன் எத்தனை சிறந்த அறிவாளியாக இருந்தாலும் மற்றவர்களின் கருத்துக்களையும் காது கொடுத்துக் கேட்டு ஏற்றுக் கொள்பவனே புத்திசாலி. அப்படியில்லாதவன் அழிவையே எதிர்கொள்வான்.

'அதுபோலவே மந்திரியும் தனது கருத்தையும் யோசனைகளையும் வலுக்கட்டாயமாக மன்னனின் மேல் திணிக்கக்கூடாது என்பதும் முக்கியம். அரசனின் எண்ணப் போக்கை உணர்ந்து, அதற்கேற்ப பக்குவமாக நடந்து மன்னனுக்கு நன்மையே உண்டாகும்படியாக நடந்து கொள்ளவேண்டும். அதாவது, நந்தமன்னனை அவனது அமைச்சர் காசிபனார் என்பவர் பிரும்மஹத்தி தோஷத்திலிருந்து காப்பாற்றியது போல!' என்றார்.

'அடடா! அது என்ன கதை அமைச்சரே? எனக்குச் சொல்லுங்கள்' ஆவலுடன் கேட்டான் போஜ ராஜன் . நீதிவாக்கிய மந்திரி சொல்லத் தொடங்கினார்.

அத்தியாயம் 2

மந்திரி காசிபனார் கதை

அழகாபுரி என்கிற அழகிய தேசத்தை ஆண்டுவந்த மன்னன் சித்ரசேனன் என்பவன் மிகவும் திறமையானவன். நற்குணங்கள் கொண்டவன். மதுராபுரி நாட்டைச் சுற்றியுள்ள அத்தனை மன்னர்களையும் தனது வீரத்தினால் வென்று பகைவர்களே இல்லாமல் செய்து, ராஜ்ஜியத்தை மிக நல்லமுறையில் அரசாட்சி செய்து வந்தான்.

சித்ரசேனனின் மனைவி, பட்டத்து ராணி நந்தினி தேவி. இவர்களது ஒரே மகன் மணிமாறன்.

பராக்கிரமசாலியான மன்னன் சித்ரசேனனுக்குப் பக்க பலமாக நின்று வழிநடத்தியவர் அமைச்சர் காசிபனார். ஆட்சி அதிகாரத்தின் எல்லாத் தருணங்களிலும் மந்திரியின் ஆலோசனையைத் தவறாமல் கேட்டுக்கொள்வது மன்னனின் வழக்கம்.

இதுநாள்வரையில் அமைச்சர் காசிபனார் வழிகாட்டலில், அவரது ஆலோசனையில் மன்னனுக்கும் தேசத்துக்கும் நல்லதுதான் நடந்திருக்கிறதே தவிர எந்தக் கெடுதலும் நேர்ந்ததில்லை.

ஆனால் இப்போதோ... அவர் சொன்ன ஒரு சிறிய ஆலோசனை; அதன்படி வரையப்பட்ட ஓர் ஓவியம் அப்பாவி ராஜகுருவுக்கு மரணத்தையே கொண்டு வந்துவிட்டது!

ராஜகுருவுக்கு மரணதண்டனை விதித்தவன் மன்னன் சித்ரசேனன். இத்தனைக்கும் மன்னன் சித்ரசேனன் கொடுங்கோலனோ, சர்வாதிகாரியோ அல்ல! மிக நல்லவன்தான்! அவனிடம் ஒரேயொரு சிறிய பலவீனம் உண்டு. அந்தப் பலவீனம் காரணமாக மந்திரி காசிபனார் எடுத்த நடவடிக்கைதான் இப்படியோர் சிக்கலில் வந்து முடிந்துவிட்டது.

அது என்னவென்றால், சித்ரசேனனின் மனைவி நந்தினி மிக மிக அழகானவள்! தேவலோகத்துப் பெண்களுக்கு நிகராக வனப்பும், வசீகரமும் கொண்டவள். இதுதான்... இந்த அழகுதான் மன்னன் சித்ரசேனனின் மிகப் பெரிய பலவீனம்!

அழகின் அரசியான நந்தினியை விட்டுச் சிறிது நேரமும் பிரிந்திருக்கச் சம்மதிக்க மாட்டான் சித்ரசேனன். நந்தினி எப்போதும் சதா சர்வ காலமும் அவன் அருகிலேயே இருக்க வேண்டும்.

தினப்படி ராஜ சபைக்குக்கூட நந்தினியை உடன் அழைத்துக் கொண்டுதான் வருவான். சிம்மாசனத்தில் தனக்குப் பக்கத்திலேயே அமர்த்திக் கொள்வான். (அந்தக் கால கட்டத்தில் மகாராணிகள், இளவரசிகள் போன்ற அரண்மனைப் பெண்கள் யார் கண்களுக்கும் படாமல் அந்தப்புரத்திலேயே இருப்பதுதான் வழக்கமாக இருந்தது. வெளியில் செல்லும்போதும் மூடு பல்லக்குதான்.)

மன்னன் சித்ரசேனனின் இந்தப் பலவீனம்தான் மந்திரி காசிபனாருக்குப் பிடிக்கவேயில்லை.

'நாளெல்லாம் ராஜ சபைக்கு எவன் எவனோ வந்துபோகிறான். எல்லோர் பார்வையும் ஒன்று போலவே இருக்கும் என்பது என்ன நிச்சயம்? இதில் கள்ளப்பயலும் இருப்பான், காமாந்திரனும் இருப்பான். பார்வையிலேயே அழகை அள்ளி விழுங்கி மனத்திலேயே படுக்கை போட்டு விடுவார்களே' என்று புலம்பித் தவித்தார். மகாராணி நந்தினிக்கும் இது பிடிக்கவில்லை என்பதையும் உணர்ந்தார்.

எத்தனைநாள்தான் மனத்துக்குள்ளேயே வைத்திருந்து புலம்பித் தவிப்பது? மன்னனிடம் இது சரியல்லவென்று சொல்லிவிடத் தீர்மானித்தார்.

ஒருநாள், அரசே! நான் தங்களிடம் ஒரு முக்கிய விஷயம் பற்றிப் பேச வேண்டும்!' என்று தொடங்கினார். 'நான் சொல்லப் போகும் விஷயம் தங்களுக்குப் பிடிக்காமல் போகலாம். ஆனாலும் சொல்ல

வேண்டியது எனது கடமை என்பதால், அதை எப்படிச் சொல்வது என்றுதான்...' மந்திரி இழுக்க...

'அமைச்சரே, தயங்க வேண்டாம்; நீங்கள் எதைச் சொன்னாலும், அது நாட்டுக்கும், எனக்கும் நன்மை அளிக்கக்கூடியதாகத்தான் இருக்கும். தைரியமாகச் சொல்லுங்கள்' ஊக்கமளித்தான் சித்ரசேனன்.

'நன்றி மன்னவா. ராஜ குடும்பத்தின் நற்பெயர் காரணமாகவே இதை நான் தங்களுக்குச் சொல்கிறேன். மகாராணியின் மீது தாங்கள் வைத்திருக்கும் அன்பு நான் அறியாததல்ல. ஆனாலும் தாங்கள் ராஜ சபையிலும் மகாராணியைக் கூடவே அழைத்துவந்து சிம்மாசனத்தில் அமர்த்திக்கொள்வது அவ்வளவு நல்லதென்று எனக்குப்படவில்லை. சபைக்கு வரும் நபர்களில் சில பேர் மகாராணியின் அழகை விழுங்கும் விதத்தில் பார்ப்பதும், அதன் காரணமாக மகாராணியார் நந்தினி சங்கடத்தில் தவிப்பதும், மிகவும் கொடுமை அரசே!' என்று சொல்லி முடித்தார்.

'மந்திரியாரே, தாங்கள் சொல்ல வருவது எனக்கும் புரிகிறது. ஆனால் நான் என்ன செய்வேன்? நந்தினியைப் பார்க்காமல் என்னால் கணநேரம்கூட இருக்கமுடியவில்லையே. ராஜ சபையில் நாளெல்லாம் அவளைக் காணாமல் நான் தவித்துப் போய்விடுவேன் மந்திரியாரே!' பரிதாபமாகச் சொன்னான் சித்ரசேனன்.

மந்திரி காசிபனார் சிந்தித்தார். சட்டென்று ஒரு யோசனை பளிச்சிட்டது.

'சரி, அப்படியானால் ஒன்று செய்வோம் மன்னா! ஒரு நல்ல ஓவியனை அழைத்து மகாராணியார் நந்தினியாரை ஆளுயரத்துக்கு உயிரோவியமாகத் தீட்டச் சொல்வோம். அதை ராஜ சபையில் உங்கள் கண் முன்பாகத் தொங்கவிடலாம். இதனால் தங்கள் எண்ணமும் ஈடேறும். மகாராணியின் தர்மசங்கடமும் தீரும்!' என்றார்.

மன்னன் சித்ரசேனனுக்கு இந்த யோசனை பிடித்துப் போனது. உடனேயே சிறந்த ஓவியனைத் தேடி அழைத்துவரக் கட்டளை இட்டான். அரண்மனை ஆட்கள் அலசி ஆராய்ந்து ஓவியன் ஒருவனை அழைத்துவந்து மன்னன் முன் நிறுத்தினார்கள்.

மன்னன் அவனிடம், 'ஓவியரே, நமது மகாராணியை மிகத் தத்ரூபமாக ஆளுயரத்தில் தாங்கள் வரைந்து தர வேண்டும். முடியுமா?' என்று கேட்டான்.

‘மகாராஜா! நான் மலர் ஒன்று வரைந்தால் பட்டாம்பூச்சிகள் நிஜமென்று ஏமாந்து போய் அம்மலரினுள் தேன் உண்ண வந்துவிடும். அத்தனை தத்ரூபமாக இருக்கும் எனது படைப்பு. மகாராணியை ஒருமுறை பார்த்தால் போதும். அச்சு அசலாக அவரை அப்படியே வரைந்து கொடுத்து விடுவேன்,’ என்றான்.

மன்னன் அவனை அந்தப்புரத்துக்கு அனுப்பி வைத்தான்.

மகாராணி நந்தினியைப் பார்த்ததுமே, முதல் பார்வையிலேயே அவள் சாமுத்திரிகா லட்சண சாஸ்த்திரத்தின்படி, நால்வகைப் பெண்களான பத்தினி, சித்தினி, சங்கனி, அத்தினியில் முதல் தரமான பத்தினி வகையைச் சேர்ந்தவள் என்பதை ஓவியன் உணர்ந்து கொண்டான். அந்த அங்க சாஸ்திர சாமுத்திரிகா லட்சணங்களின் படியே நந்தினியை வரைந்தெடுத்துக்கொண்டு மன்னனிடம் கொடுத்தான் ஓவியன்.

ஓவியத்தைப் பார்த்த மன்னன் சித்ரசேனன் பிரமித்துப் போனான். ‘ஆஹா! அற்புதம்! பிரமாதம்!! ஓவியனே, இந்தத் தத்ரூபமான ஓவியத்தால் என்னை மிகவும் ஆச்சரியத்தில் ஆழ்த்திவிட்டாய்! பரிசாக உனக்கு என்ன வேண்டும் கேள்!’ என்று மனம் திறந்து பாராட்டிச் சொன்னான்.

இதனால் கர்வம் கொண்ட ஓவியன், ‘அரசே நான் தங்கள் அரண்மனைக்கு வந்ததே தங்களது அதிர்ஷ்டம்தான். ஏனெனில் என்னை நாலாதிசைகளிலும் பல மன்னர்களும் வேண்டி அழைத்துக் கொண்டே இருக்கிறார்கள். காரணம், ஓவியத் திறமையில் என்னைப் போல இந்த உலகில் வேறு யாருமே கிடையாது!’ என்று தம்பட்டம் அடித்துக் கொண்டான்.

அப்போது இதைக் கேட்டுக்கொண்டே மன்னனின் குருநாதரான ராஜகுரு பிரபுபாதர் ஒரு புன்முறுவலுடன் உள்ளே வந்தார்.

ஓவியன் வரைந்திருந்த மகாராணி நந்தினியின் ஓவியத்தை நிதானமாகப் பார்த்தவர், ஓவியனிடம் திரும்பி, ‘ஓவியனே, நிஜமாகவே நீ திறமைசாலிதான். அரசியாரின் ஓவியத்தை மிகத் தத்ரூபமாக வரைந்திருக்கிறாய் என்பது உண்மைதான் என்றாலும் மகாராணியின் தோற்றத்தில் ஒரு முக்கிய அம்சத்தை நீ குறிப்பிடத் தவறிவிட்டாயே!’ என்றார்.

‘இருக்காதே! மிகத் துல்லியமாகவே நான் வரைந்திருக்கிறேன். அப்படி எந்த அம்சத்தை நான் வரையத் தவறி விட்டேன் என்பதைத் தாங்கள் எனக்குச் சொல்ல முடியுமா?’

‘மகாராணியாரின் இடது தோள்பட்டையில் எள் அளவு மச்சம் உண்டு. அந்த மச்சத்தை நீ குறிப்பிடத் தவறிவிட்டாய்!’ என்று ராஜகுரு சொல்ல ஓவியன் தலை குனிந்தான்.

ராஜகுரு பிரபுபாதர் இவ்வாறு கூறியதுமே மன்னன் சித்ரசேனனுக்கு தூக்கிவாரிப் போட்டது. மகாராணியின் இடது தோள்பட்டையில் உள்ள எள் அளவு மச்சத்தை மிகவும் நெருங்கி நின்று பார்த்தால்தான் தெரியும். இது ராஜகுருவுக்கு எப்படித் தெரிய வந்தது.

பிறகு அங்கு ஓவியனுக்குச் சன்மானம் அளித்து அனுப்பியதோ, ராஜகுரு விடைபெற்றுக் கொண்டதோ எதுவுமே நினைவில் தங்காமல், அந்தப்புரம் சென்றான்.

அன்றெல்லாம் அவன் மனது கொந்தளித்தது. மகாராணியின் மச்சத்தை ராஜகுரு எப்படி அறிந்திருக்க முடியும்? அப்படியானால் அவருக்கும், மகாராணிக்கும் இடையில் ஏதோ ரகசியத் தொடர்பு இருந்திருக்க வேண்டும். இல்லாவிட்டால் மச்ச சமாச்சாரம் அவருக்குத் தெரிந்திருக்கச் சாத்தியமில்லை! நினைக்க நினைக்க அவன் நெஞ்சு கொதித்தது.

மன்னன் சித்ரசேனன் உடனடியாக மந்திரி காசிபனாரை வரவழைத்து நடந்தது அனைத்தையும் தெரிவித்தான்.

மன்னன் என்ன நினைக்கிறான் என்பது மந்திரிக்குப் புரிந்து போனது.

‘நிச்சயமாகத் தவறு நடந்திருக்கிறது மந்திரி. நான் அப்படித்தான் சந்தேகப்படுகிறேன். யாரையும் நான் நம்பத் தயாராயில்லை. காமத்திலும், மோகத்திலும் இந்த உலகில் யாரும் உத்தமர் இல்லை. நந்தினியின் மேல் நான் அளவு கடந்த பாசம் வைத்துவிட்டேன். அவளை என்னால் தண்டிக்க முடியாது. ஆனால் இந்த ராஜகுருவைக் கண்டிப்பாகத் தண்டித்தே தீரவேண்டும். அவனுக்கு மரண தண்டனை அளித்து விடுங்கள்.’

அவ்வளவுதான், மன்னன் விநாடி நேரத்தில் தீர்ப்பெழுதி விட்டான். மந்திரி காசிபனாருக்கும் வேறு வழியிருக்கவில்லை! அரசன் இப்போது ஆத்திரத்தில் அறிவிழந்திருக்கும்போதுதான் என்ன சொன்னாலும் அது தவறாகத்தான் தோன்றும் என்பதால் மன்னன் கட்டளைப்படியே ராஜகுருவைக் கைது செய்ய, தானே வீரர்களுடன் புறப்பட்டார்.

ராஜகுருவின் வீட்டை அடைந்து அவரிடம் மன்னனின் கட்டளையைத் தெரிவித்தார் காசிபனார்.

இதைக் கேட்ட ராஜகுரு மனம் உடைந்து போனார். 'ராஜ்ஜியத்தை ஆளும் அரசனுக்கு நட்பு, நன்றி, அன்பு, பாசம், உறவு ஏதும் கிடையாது என்பது எத்தனை உண்மை' என்று எண்ணினார்.

கைது செய்யப்பட்டு வீரர்களுடன் புறப்பட முனையும்போது ராஜகுரு பிரபுபாதர், மந்திரியிடம், 'மந்திரியாரே, ஒரு நல்ல மனிதன் என்பவன் எத்தனைச் சிக்கல்களில் சிக்கினாலும், துன்பங்களில் வதைபட்டாலும், சாகும் தறுவாயிலும்கூட, அவனவன் செய்த நற்காரியங்களின் பலாபலன்களாலேயே காப்பாற்றப்படுகிறான்! நான் எந்தத் தவறும் செய்யாத உத்தமன் என்பது உண்மையானால் நானும் காப்பாற்றப்படுவேன்!' என்று சூசகமாகக் கூறினார்.

மந்திரி காசிபனார் ஒரு கணம் யோசித்தார். ராஜகுருவின் மேல் தவறு இருக்குமென்று அவருக்குத் தோன்றவில்லை. எது ஒன்றையும் ஆராயாமல் கண்மூடித்தனமாக மன்னன் விதித்த தண்டனையில் இருந்து, ராஜகுருவைக் காப்பாற்றத் தீர்மானித்தார்.

இரவோடு இரவாக யாருக்கும் தெரியாமல் ராஜகுருவை தனது மாளிகைக்கே அழைத்துச்சென்று ஓர் அறையில் பதுக்கி வைத்தார். காலம் கனியும்போது வெளிப்படலாம் என்று ராஜகுருவுக்கு ஆறுதல் கூறி எல்லா வசதிகளையும் செய்து கொடுத்தார்.

காலம் உருண்டது. மாதங்கள் கடந்தன.

ஒருநாள், மன்னன் சித்ரசேனனின் மகனான மணிமாறன் வேட்டையாடுவதற்காகப் படை, பரிவாரங்களுடன் காட்டுக்குப் புறப்படத் தயாரானான். அவனுடைய நெருங்கிய நண்பனான ராஜசேகரன் வழியனுப்புவதற்காக வந்திருந்தான். மந்திரி காசிபனாரின் மகன்தான் இந்த ராஜசேகரன்.

அரசகுமாரன் கிளம்ப எத்தனிக்கும்போது, சில கெட்ட சகுனங்கள் தென்பட்டன. கறுப்புப் பூனை ஒன்று குறுக்கே போனது. ஒற்றை பிராமணர் ஒருவர் எதிரே வந்தார். காலம் கெட்ட காலத்தில் ஆந்தையின் அலறல் சப்தம் கேட்டது. ஒருவன் தலை மீது விறகுக்கட்டைகளைச் சுமந்துகொண்டு போனான். திடீரென்று மேகங்கள் திரண்டு மூடி வானம் இருண்டு போனது.

ராஜசேகரனின் மனதில் சஞ்சலம் மிகுந்தது. அவன் மணிமாறனிடம், 'நண்பா, அரசகுமாரா, நீ இன்று வேட்டைக்குச் செல்ல வேண்டாம். புறப்படும்போதே துர்ச்சகுனங்கள் தென்படுகின்றன. இதனால் ஏதாவது கேடு விளையுமோ என்று தோன்றுகிறது. இன்னொரு நாள் செல்லலாம்,' என்றான்.

ஆனால் மணிமாறனுக்கு இதிலெல்லாம் நம்பிக்கையுமில்லை. உடன்பாடும் இல்லை. அவன் ராஜசேகரனிடம், 'நண்பா, முடிவெடுத்த பிறகு எதையுமே தள்ளிப் போடுவது எனக்குப் பிடிக்காது. அப்படியே ஆனாலும், இந்தச் சகுனத்தடைகளால் என்னதான் நேருகிறதென்று அதையும்தான் பார்த்து விடுகிறேனே!' என்றான்.

'எதைத்தான் சோதிப்பது என்று வரைமுறை கிடையாதா மணிமாறா? விஷம் குடித்தால் என்னவாகும் என்று குடித்துப் பார்த்தா சோதனை செய்வது? எந்த ஒரு புத்திசாலியும் இது போன்ற விஷயங்களைப் பரீட்சை செய்து பார்க்க முன்வரமாட்டான். வேண்டாம் இந்த விபரீத விளையாட்டு!' என்றான்.

ஆனாலும் மணிமாறன் அவன் பேச்சை மறுத்து விடாப்பிடியாக வேட்டைக்குப் புறப்பட்டான்.

வேட்டையில் பலவிதமான மிருகங்களையும் கொன்று விட்டு, குதிரையில், ஒரு மானைத் துரத்திச் சென்றபோது மணிமாறன் தனது படை, பரிவாரத்தை விட்டுவிட்டு வெகு தொலைவு சென்று விட்டான். மானும் இவனுக்குப் போக்குக் காட்டிவிட்டு மறைந்து விட, மணிமாறன் நடுக்காட்டில் சிக்கிக் கொண்டான். திக்குத் திசை தெரியவில்லை. எங்கிருக்கிறோம் என்றோ, எந்தப் பக்கம் போவது என்றோ வழி புலப்படவில்லை. தாகத்தால் தொண்டை வறண்டது.

அரசகுமாரன் குதிரையை அங்கும் இங்குமாகச் செலுத்தி தண்ணீரைத் தேடினான். சற்று தூரத்தில் தண்ணீர் கரை புரண்டு ஓடிக் கொண்டிருந்த காட்டாற்றைக் கண்டான். மனம் குதூகலித்தான். குதிரையை விட்டுக் குதித்து மிகுந்த ஆவலுடன் ஓடோடிச்சென்று கை, கால் முகம் கழுவி ஆசுவாசப்படுத்திக் கொண்டு, ஆற்று நீரை அள்ளி அள்ளிப் பருகி தாகம் தணிந்தான்.

பின் குதிரையைத் தண்ணீர் பருக விட்டு விட்டு சற்றுத் தள்ளி ஓங்கி வளர்ந்திருந்த மரத்தின் நிழலில் போய் அமர்ந்து கொண்டான்.

அப்போதுதான் அரசகுமாரனை நோக்கி அந்த ஆபத்து பாய்ந்து வந்தது!

அத்தியாயம் 3

ஸஸேமிரா

ஆற்றில் நீர் பருகிக் கொண்டிருந்த குதிரை திடீரென்று பயந்து போய் கால் உயர்த்தி பயங்கரமாகக் கனைத்தது. அரசகுமாரன் மணிமாறன் குழம்பிப் போய் சுற்று முற்றும் பார்த்தான். திடுக்கிட்டான்! குதிரையின் பயத்துக்கான காரணம் புரிந்தது.

அவன் அமர்ந்திருந்த மரத்தின் நேரெதிரே இருந்த அடர்ந்த புதரிலிருந்து புலி ஒன்று பயங்கர உறுமலுடன் வெளிப்பட்டது. பாய்ச்சலுக்குத் தயாரானது. குதிரை அதைப் பார்த்த கணமே சிட்டாகப் பாய்ந்தோடிவிட, புலியின் பார்வை அரசகுமாரன் மேல் திரும்பியது.

மணிமாறன் பயமும் திகைப்புமாக புலியிடமிருந்து தப்பிக்க வழி தேடினான். எந்தப் பக்கம் ஓடினாலும் புலியின் பாய்ச்சலுக்குத் தான் இரையாகி விடுவோம் என்று தோன்ற, சட்டென்று பொறி தட்டியது. அதுவரை, தான் அமர்ந்திருந்த அடர்ந்த மரத்தின் மீது மளமளவென்று ஏறினான்.

அடக் கடவுளே! அங்கே அவன் எதிர்பாராத இன்னொரு அபாயம் காத்திருந்தது!

மரத்தின் மேற்புறக் கிளையொன்றில் ஒரு பெரும் கரடி அமர்ந்திருந்தது!

அரசகுமாரன் வெலவெலத்துப் போனான். இதென்ன சோதனை? வாணலிக்குத் தப்பிய மீன் தீயில் விழுந்ததுபோல, புலிக்குப் பயந்து மேலே ஏறினால் கரடி! கரடிக்குப் பயந்து கீழே இறங்கினால் புலிக்குப் பலியாகிப் போவது நிச்சயம். அவனுக்கு என்ன செய்வது என்றே புரியவில்லை. திகிலில் மூர்ச்சையாகிப் போய் விடுவோம் என்று தோன்றியது.

அப்போது அரசகுமாரனைப் பார்த்து அந்தக் கரடி பேசியது:

'ராஜகுமாரா, பயப்படாதே. இந்த மரம் நான் வசிக்கும் வீடு. புலிக்குப் பயந்து என் வீட்டுக்குள் நுழைந்த நீ என் விருந்தாளி. எனவே நான் உனக்கு அபயம் அளித்துக் காப்பாற்றுகிறேன். புலியைக் கண்டு கவலை கொள்ளாதே! அது போகும்வரை நீ இங்கேயே இருக்கலாம்!' என்றது.

அரசகுமாரன் நிம்மதியடைந்தான். கரடியின் கீழே இன்னொரு அடர்ந்த கிளையின் மீது அமர்ந்தபடி, 'கரடியே, மிக்க நன்றி. ஓர் உயிரைக் காப்பதென்பது தர்மத்திலேயே மிகப் பெரிய தர்மமாகும். இதனால் உனக்கு ஏழு பிறப்புக்கும் புண்ணியம் கிட்டும்,' என்றான்.

அதற்கும் மேல் புலி அவ்விடத்தை விட்டுச் செல்வதற்காக அரசகுமாரனும், கரடியும் காத்திருந்தார்கள். ஆனால் புலி அங்கிருந்து கொஞ்சமும் நகர்வதாயில்லை. சூரியன் மறைந்து நிலவு வந்த பிறகும் புலி அங்கேயே காத்திருந்தது.

நேரம் கரைந்து கொண்டேயிருக்க, நிலவு உச்சிக்குவந்து நடு இரவாகியது. பசியும், களைப்புமாக மணிமாறன் சோர்வடைந்து போனான். தூக்கம் அவன் கண்களைச் சுழற்றியது. உட்கார்ந்தபடியே தூங்கி வழியத் தொடங்கினான்.

இதைப் பார்த்த கரடி, 'ராஜகுமாரா, உனக்குத் தூக்கம் வந்துவிட்டது. ஆனால் நீ இப்படி உட்கார்ந்தவாறு தூங்குவது சரியல்ல. ஆழ்ந்த தூக்கத்தில் நீ கிளையிலிருந்து சரிந்து கீழே விழுந்து விட்டால் சரியாகப் புலியின் வாயில் சிக்கிக் கொள்வாய். பயப்படாதே, இங்கே வா. என் மடியில் படுத்துக் கொண்டு பயமில்லாமல் நிம்மதியாக உறங்கு!' என்றது.

அரசகுமாரனும் கரடியின் மடியில் படுத்துக்கொண்டு நிம்மதியாக உறங்கத் தொடங்கினான்.

அவன் ஆழ்ந்த தூக்கத்துக்குப் போனதும் கீழிருந்த புலி, மரத்திலிருந்த கரடியிடம் சமத்காரமாகப் பேசத் தொடங்கியது.

‘கரடியே, உனக்கென்ன பைத்தியமா? நாமெல்லாம் ஒரே இனம். மிருக இனம். வன விலங்குகள் நாம். மனிதன் என்பவன் நமது இனத்துக்கு எதிரியாவான். அதுவும் இவன் நமது இனத்தை, மிருகங்களை வேட்டையாட வந்தவன். அப்படிப்பட்ட பாதகனுக்குப் போய் உதவி செய்கிறாயே, இது தகுமா? நான் சொல்வதைக் கேள்; உன் மடியிலிருக்கும் ராஜகுமாரனைக் கீழே தள்ளி விடு. நான் இன்னும் ஏதும் சாப்பிடாமல் பட்டினியாகக் கிடக்கிறேன். எனக்கு உணவிட்ட புண்ணியம் உனக்குச் சேரட்டும்!’ என்றது.

‘புலியே, உன் சாமர்த்தியமான பேச்சு என்னிடம் எடுபடாது. இந்த அரசகுமாரன் எதிரியோ, நண்பனோ; நான் இவனுக்கு வாக்களித்திருக்கிறேன். அதை நம்பித்தான் இவன் என் மடியில் படுத்திருக்கிறான். எனவே நான் கண்டிப்பாக நம்பிக்கைத் துரோகம் செய்யமாட்டேன். அப்படிச் செய்பவன் ஏழு பிறப்பிலும் நரகத்தில் உழலுவான் என்பார்கள் பெரியோர். அந்தப் பாவம் எனக்கு வேண்டாம்! வீணாகக் காத்திருக்காதே. வேறெங்காவதுசென்று உன் உணவுக்கு வழி பார்த்துக்கொள்’ என்றது கரடி.

இதனால் ஏமாற்றமடைந்த புலி, பிறகும் அவ்விடத்தை விட்டுப் போகாமல் அங்கேயே இருந்தது.

ஒரு ஜாமத்துக்குப் பின் அரசகுமாரன் விழித்துக் கொண்டான். அப்போது கரடி அவனிடம், ‘ராஜகுமாரா, இப்போது நான் சற்று நேரம் உறங்குகிறேன். எச்சரிக்கையாகப் பார்த்துக் கொள்கிறாயா?’ என்று கேட்டது.

‘ஓ! பத்திரமாகப் பார்த்துக் கொள்கிறேன். கவலையில்லாமல் உறங்கு’ என்றான் அரசகுமாரன்.

கரடி நன்றாக உறங்கியதும், புலி, ராஜகுமாரனிடம் தனது நைச்சியமான பேச்சைத் தொடங்கியது.

‘ராஜகுமாரா, நான் சொல்வதைக் கவனமாகக் கேள். நீ இந்தக் கரடியை நம்பாதே. கொண்ட பிடியை விடாதது கரடி. அதன் கூரிய நகங்களைக் கவனி. நிச்சயமாக அது உன்னை விடாது. நான் இங்கிருந்து போனதும், சற்று நேரத்தில் இதன் மனைவி கரடி வந்துவிடும். இரண்டுமாகச் சேர்ந்து கண்டிப்பாக உன்னைக் கொன்று தின்று விடும். அதற்காகத்தான் இது காத்திருக்கிறது. பாவம் அப்பாவியான உனக்கு இது தெரியவில்லை. ஆபத்தின் அருகிலேயே உட்கார்ந்து கொண்டிருக்கிறாய்!’ என்றது.

அரசகுமாரன் புலியின் பேச்சைக் கேட்டுக் குழம்பினான்.

புலி மேலும் சொன்னது: இப்போதும் காலம் கடந்து விடவில்லை. உன் அருகில் தூங்கிக் கொண்டிருக்கும் கரடியைச் சத்தமில்லாமல் கீழே தள்ளி விடு. அதைக் கொன்று தின்று என் பசியைத் தீர்த்துக் கொள்கிறேன். உனக்கும் ஆபத்து நீங்கி விடும். அதன் பின் நானும் போய் விடுவேன். நீயும் சந்தோஷமாக உன் அரண்மனைக்குச் சென்றுவிடலாம். ' என்றது.

அரசகுமாரன் கொஞ்சமும் யோசிக்காமல் அதன் பேச்சை நம்பி, தூங்கிக் கொண்டிருந்த கரடியைக் கீழே தள்ளி விட்டான்.

கீழே விழுந்த கரடி பாதி வழியில் உறக்கம் கலைந்து சுதாரித்துக் கொண்டு, அதிர்ஷ்டவசமாக அருகிலிருந்த கிளையைக் கெட்டியாகப் பிடித்துக்கொண்டு தப்பியது.

அது, கோபத்துடன் அரசகுமாரனைப் பார்த்து, 'நம்பிக்கை மோசம் செய்த துரோகியே, ஒரு பைத்தியம் கூடச் செய்யாது இந்தத் தவறை! இதற்கான தண்டனையை நீ அனுபவித்தே ஆகவேண்டும். திரும்பத் திரும்பச் சொன்னதையே சொல்லிக்கொண்டு இந்தக் காட்டில் பைத்தியமாகச் சுற்றித் திரிந்து வா,' என்று சாபமிட்டது.

கரடியின் கோபத்தைப் பார்த்துப் பயந்து போன புலி, அது தன்னை எங்கே சபித்து விடப் போகிறதோ என்று மிரண்டு ஓடிப் போனது.

அரசகுமாரன் மரத்திலிருந்து இறங்கி பைத்தியம் பிடித்தவனாகி, 'ஸஸேமிரா' 'ஸஸேமிரா' 'ஸஸேமிரா' என்று திரும்பத் திரும்ப ஒரே வார்த்தையைச் சொன்னபடி காட்டுக்குள் அலைந்து திரியத் தொடங்கினான்.

●

அழகாபுரி நகரத்திலோ அரண்மனை அல்லோகலப்பட்டது. காட்டுக்கு வேட்டைக்குப் போன அரசகுமாரனின் குதிரை மட்டும் தனியே அரண்மனைக்குத் திரும்பி வர, ராஜகுமாரனுக்கு என்ன நேர்ந்ததோ என்று மன்னனும், மகாராணியும் பதறிப் போயினர்.

மந்திரி காசிபனார் உடனடியாக ராஜகுமாரன் மணிமாறனைத் தேடுவதற்காக ஒரு பெரும் குழுவைக் காட்டுக்கு அனுப்பி வைத்தார்.

ஆட்கள் நாலாபுறமும் தேடித் திரிந்து கடைசியாக மணிமாறனைக் கண்டுபிடித்தார்கள். 'பித்துப் பிடித்த நிலையில் 'ஸஸேமிரா'

‘ஸஸேமிரா’ என்று புலம்பியபடியே காட்டுக்குள் திரிந்து கொண்டிருந்தவனை கட்டித் தூக்கி அரண்மனைக்குக் கொண்டுவந்து சேர்த்தார்கள்.

மன்னன் சித்ரசேனனும் மகாராணி நந்தினியும் தங்களது ஒரே மகனின் நிலைமையைக் கண்டு பதை பதைத்துப் போனார்கள். என்னாயிற்று? இவன் ஏன் இப்படி ஆனான்? என்று புரியாமல் துயரத்தில் தவித்தார்கள்.

மந்திரி காசிபனார் உடனடியாக நாட்டிலேயே மிகச் சிறந்த வைத்தியர்கள், வைதிகர்கள், மந்திரவாதிகள், பேய் ஓட்டுபவர்கள் என சகலவிதமானவர்களையும் அரண்மனைக்கு வரவழைத்தார்.

எல்லோரும் அவரவர் திறமையைக் காட்டி அரசகுமாரனைக் குணப்படுத்த முயற்சித்தார்கள். ம்ஹூம்! எந்த வைத்தியமும், மந்திர தந்திரமும், பூஜை புனஸ்காரங்களும் அவனிடத்தில் பிரயோஜனப்படவில்லை.

மணிமாறன் எந்த மாற்றமும் இல்லாமல் அதே பைத்திய நிலையில் ‘ஸஸேமிரா’ எனப் பிதற்றிக் கொண்டிருந்தான். மன்னன் சித்ரசேனன் நிலை குலைந்து போனான். மந்திரி காசிபனார் முன்பு தலையில் அடித்துக் கொண்டு அழுதான்.

‘அமைச்சரே, இந்த இக்கட்டான சூழ்நிலையில் ராஜகுரு பிரபுபாதர் மட்டும் இருந்திருந்தால் வெகு சுலபமாக என் மகனைக் குணப்படுத்தியிருப்பார். நான் ஒரு முட்டாள். சந்தேகத்திலும், கோபத்திலும் அவசரப்பட்டுத் தீர விசாரிக்காமலும்கூட அவரைத் தண்டித்து விட்டேன். எந்தவொரு காரியத்தையும் செய்யும் முன்பு எவனொருவன் தீர ஆலோசிக்காமல் செயல்படுகிறானோ அவன் கண்டிப்பாகப் பின்னாளில் வருந்தத்தான் வேண்டும் என்பார்கள். எனக்கு இந்தத் தண்டனை வேண்டியதுதான்!’ என்று கதறினான்.

மந்திரி காசிபனார் அவனுக்கு ஆறுதல் கூறும்படியாக, ‘அரசே! விதி மிக வலிமையானது. எது ஒன்று நடைபெற வேண்டும் என்று இருக்கிறதோ அது நடந்தே தீரும். அதற்கேற்பவே விதி மனிதனை நகர்த்துகிறது. எனவே கடந்து போனவைகளுக்காக வருத்தப்படுவது வீண். இனி நடக்க வேண்டியதைப் பார்ப்போம்,’ என்றார்.

மந்திரியின் வார்த்தைகளால் ஆறுதலடைந்த சித்ரசேனன், ‘ஆம்! அதுவே சரி! மந்திரியாரே உடனே, நாடெங்கும் பறை சாற்றுங்கள்.

எனது மகனைக் குணப்படுத்துபவர்க்கு ராஜ்ஜியத்தில் பாதியைப் பரிசாகத் தருவதாக மூலை முடுக்கெல்லாம் அறிவிக்கச் சொல்லுங்கள்!' என்றான்.

•

மந்திரி காசிபனார் அன்று வீட்டுக்குப் போனதுமே ராஜகுரு பிரபுபாதரிடம் அரண்மனையில் நடந்த அனைத்தையும் சொல்லி வருத்தப்பட்டார்.

'பாவம் மன்னர்! தனது மகனுக்காகப் பாதி ராஜ்ஜியத்தைத் துறக்கவும் தயாராகி விட்டார்' என்று பெருமூச்சு விட்டார்.

எல்லாவற்றையும் கேட்ட ராஜகுரு பிரபுபாதர், மந்திரியாரே, நாளை மன்னரிடம் போய், 'என் வீட்டில் உறவுக்கார இளம் பெண் ஒருத்தி இருக்கிறாள். அந்தப் பெண் மிகுந்த திறமைசாலி. அவள் அரசகுமாரனை நேரில் பார்த்தால் நிச்சயமாகக் குணப்படுத்தி விடுவாள்!' என்று சொல்லி ராஜகுமாரனை இங்கே அழைத்து வாருங்கள். மற்றதை நான் பார்த்துக் கொள்கிறேன்!' என்றார்.

மறுநாள் அரண்மனைக்குச் சென்ற மந்திரி காசிபனார், ராஜகுரு சொன்னபடியே மன்னரிடம் சொல்ல, எத்தைத் தின்றால் பித்தம் தீரும் என்றிருந்த சித்ரசேனன் தனது மகன் மணிமாறனை அழைத்துக் கொண்டு மந்திரியின் மாளிகைக்கு விரைந்து வந்தான்.

மந்திரியின் மாளிகையில் ஒரு பெரிய அறையொன்றின் நடுவே ஒரு திரையைத் தொங்கவிட்டு அதன் முன்பாக ராஜகுமாரன் அமர வைக்கப்பட்டான். திரைக்கு மறுபுறம் ராஜகுரு அமர்ந்திருந்தார். ராஜகுமாரன் இடைவிடாமல் 'ஸஸேமிரா' 'ஸஸேமிரா' 'ஸஸேமிரா' என்று பிதற்றிக் கொண்டேயிருந்தான்.

ராஜகுரு பிரபுபாதர் கண்மூடி கடவுளைத் தியானித்தார். பின் ஸ, ஸே, மி, ரா, என்கிற எழுத்தில் தொடங்கும் நான்கு ஸ்லோகங்களைப் பெண்ணின் குரலில் ஒன்றன் பின் ஒன்றாகக் கூறினார்.

முதல் சுலோகமான 'ஸ' என்கிற எழுத்தில் தொடங்கிய சுலோகத்தின் அர்த்தமானது நட்பையும், நம்பிக்கையையும் எத்தனை உயர்வாகப் போற்ற வேண்டும் என்பதைக் குறித்துச் சொல்லப் பட்டது. அந்தச் சுலோகத்தைச் சொன்னதுமே அரசகுமாரன் 'ஸ' என்கிற எழுத்தைச் சொல்வதை விட்டு விட்டான். 'ஸேமிரா' என்று மட்டும் சொன்னான்.

பின் ராஜகுரு மற்ற ஸே, மி, ரா எழுத்துக்களுக்கு உண்டான சுலோகங்களைக் கூறினார். அந்தச் சுலோகங்களும், துரோகத்தையும் கடமையையும் சத்திய மீறலையும் குறித்துச் சொல்லப் பட்டவைதான்.

ஒவ்வொரு சுலோகங்கள் சொல்லி முடித்த பிறகும், அந்தந்த எழுத்துகளைச் சொல்வதை நிறுத்திய அரசகுமாரன், நான்கு சுலோகங்களும் சொல்லி முடித்ததும் ஏதும் பேசாமல் சிலை போல் அமர்ந்திருந்தான்.

ராஜகுரு கடைசியாகக் காட்டில் நடந்த புலி, கரடி, மனிதனுக்கிடையில் நடந்த முழுக் கதையையும் சுருக்கமாகக் கூற அரச குமாரன் திடுக்கிட்டு, பித்தம் தெளிந்து சுயநிலைக்கு மீண்டான்.

மன்னன் சித்ரசேனன் சந்தோஷத்தின் உச்சத்துக்குப் போனான்.

திரையின் பின்னால் இருப்பது ஓர் இளம்பெண் என்று நினைத்துக்கொண்டு, மிகுந்த பரவசத்துடன், 'பெண்ணே, உனக்கு எப்படி நன்றி சொல்வதென்றே தெரியவில்லை. நான் சொன்னபடியே உனக்கு என் ராஜ்ஜியத்தில் பாதியைத் தந்து விடுகிறேன்' என்று தழுதழுத்தான்.

'மன்னவா, நான் தங்களுடைய பாதி ராஜ்ஜியத்தை எதிர்பார்த்து இதைச் செய்யவில்லை. தேசத்தின் உண்மையான பிரஜை என்கிற முறையில் எனது கடமையென்றே இதைச் செய்தேன்,' என்றதும், மன்னன் தொடர்ந்து கேட்டான்.

'சரி, அது போகட்டும் பெண்ணே! நீயோ இங்கு நகரத்தில் இருக்கிறாய்; ஆனால் எங்கோ காட்டில் நடந்த சம்பவத்தை நேரில் பார்த்ததுபோலச் சொல்கிறாயே! எப்படி?' என்றான் ஆச்சரியத்துடன்.

'எனது தேவ குரு பிரஜாபதியின் அருளால் சரஸ்வதி தேவி எனது இதயக் கமலத்தில் வீற்றிருக்கிறாள். அவளைத் துதித்து மகாராணியார் நந்தினியின் மச்சத்தை ஞானதிருஷ்டியினால் அறிந்தது போலவே, காட்டில் நடந்த நிகழ்வையும் அறிந்து கொண்டேன்!' என்றபடி ராஜகுரு பிரபுபாதர் வெளிப்பட்டார்.

மன்னன் சித்ரசேனன் திகைத்துப் போனான். ஆச்சரியப்பட்டான். கண்ணீர் மல்கினான். பின் சுதாரித்துக் கொண்டவன், 'குருநாதரே! தாங்கள் என்னை மன்னிக்க வேண்டும்' என்றபடி அவர் பாதம் தொட்டு வணங்கினான்.

மந்திரி காசிபனார் நடந்தவற்றை முழுதும் மன்னனிடம் தெரிவித்து விட்டு, அவரது கட்டளையை மீறியதற்காக மன்னிப்பு கேட்டுக் கொண்டார்.

ஆனால் மன்னனோ, மந்திரியின் கையைப் பற்றிக்கொண்டு, மிகுந்த நெகிழ்ந்த குரலில், 'அமைச்சரே, தாங்கள் மன்னிப்புக் கேட்க வேண்டிய அவசியமேயில்லை. நான் மிகப் பெரும் தவற்றைச் செய்யவிருந்தேன். நீங்கள் மட்டும் அதைத் திருத்தி ராஜகுருவைத் தப்பிக்க வைக்காமல் இருந்திருந்தால் நான் பெரும் பழிக்கு ஆளாகியிருப்பேன். ராஜகுருவைக் கொன்று, ஓர் அந்தணரைக் கொன்றதனால் ஏற்படும் பிரம்மஹத்தி தோஷத்துக்கு ஆளாகி பிரம்மராட்சஸாக மாறி அலைந்து கொண்டிருந்திருப்பேன்,' என்று தழுதழுத்தவன் மேலும் தொடர்ந்து, 'அதுமட்டுமல்ல, உங்களால்தான் எனது மகன் மிகப் பெரிய ஆபத்திலிருந்து ராஜகுருவின் மூலமாகத் தப்பிக்க முடிந்தது. எனவே எல்லோருக்கும் நன்றி தெரிவிக்க வேண்டியது நான்தான்,' என்று பலவிதமாகப் புகழ்ந்து மந்திரி பிரபுபாதருக்குப் பரிசுகளை அள்ளித் தந்து கௌரவித்தான்.

•

மேற்கண்ட காசிபனார் கதையை நீதிவாக்கிய மந்திரி சொல்லி முடிக்க, போஜராஜனும் கதையில் மகிழ்ந்து போய் மந்திரிக்குப் பலவிதமான சன்மானங்கள் தந்து சிறப்பித்தான். பின் எல்லோரும் சிம்மாசனத்துடன் அரண்மனைக்குப் புறப்பட்டார்கள்.

அத்தியாயம் 4

முதலாம் பதுமை சொன்ன விக்கிரமாதித்தன் சரித்திரம்

காட்டிலிருந்து அகழ்ந்தெடுத்த நவரத்தினச் சிம்மாசனத்தை தனது நாட்டுக்கு எடுத்து வந்த போஜராஜன் அதற்கென்றே அரண்மனையில் ஒரு பெரிய ஆயிரங்கால் மண்டபத்தைக் கட்டினான். அதைப் பூக்களாலும், பொன்னாரங்களாலும், வெள்ளிச் சரிகைகளாலும், தோரணங்களாலும் அலங்கரித்து மண்டபத்தின் நடுவில் கம்பீரமாகச் சிம்மாசனத்தை அமர்த்தினான்.

வேத விற்பன்னர்கள் காசி, ராமேஸ்வரம் முதலான பலப்பல திவ்யக்ஷேத்திரங்களில் இருந்தும் கொண்டு வரப்பட்ட புனிதத் தீர்த்தங்களால் அந்தச் சிங்காதனத்தை அபிஷேகித்து, யாகம் வளர்த்து வேத மந்திரங்கள் முழங்கப் பூஜைகள் செய்து புனிதப்படுத்தினார்கள். எல்லாம் முடிந்ததும் ஒரு நல்ல முகூர்த்த நேரத்தில் போஜ மன்னன் முப்பத்திரண்டு படிகள் கொண்ட சிம்மாசனத்தின் மீது ஏறி அமரப் போனான்.

அப்போது சிம்மாசனத்தின் முப்பத்திரண்டு படிகளிலும் உள்ள முப்பத்திரண்டு பதுமைகளும் ஏக காலத்தில் கலகலவெனச் சிரித்தன.

இதைக் கண்டு திகைத்துப்போன போஜ மன்னன், பதுமைகளைப் பார்த்து, ‘சிம்மாசனத்தின் விநோதப் பதுமைகளே, நான்

சிம்மாசனம் ஏறப் போகும் சமயத்தில் எதற்காகச் சிரித்தீர்கள்? எனக்கொன்றும் விளங்கவில்லையே!' என்று கேட்டான்.

உடனே முதல் படிக்குக் காவலாக நின்றிருந்த சுகேசி என்கிற வினோதப் பதுமை தனது இனிமையான பெண் குரலில், 'போஜ ராஜனே, எங்களது சக்ரவர்த்திக்குள்ள வீரம், வேகம், தைரியம், நற்பண்பு, உயர்குடிப் பெருமை, நுண்கல்வி, மனதிட்பம் போன்ற குணங்கள் உனக்கிருக்கிறது என்று நினைத்தால் நீ இந்தச் சிம்மாசனத்தில் ஏறலாம்,' என்றது.

இதைக் கேட்டுத் திடுக்கிட்ட போஜராஜன் அந்தப் பதுமையிடம், 'ஏன் இப்படிச் சொல்கிறாய்? நீ கூறிய எல்லாக் குணங்களும் என்னிடமும் உள்ளன. தவிர ஈகையில் என்னைப் போல எவரும் இந்தப் பூவுலகில் இல்லை. யாசிப்பவர் எவராயினும் இல்லையென்று மறுத்துக் கூறாமல் அள்ளி அள்ளித் தருபவன் நான்!' என்று தம்பட்டம் அடித்துக் கொண்டான்.

சுகேசி மேலும் சிரித்தபடி, 'இதோ இந்தச் சொல்லிக் காட்டும் தன்மையே உனது கீழ்மையான குணத்தைக் காட்டுகிறது. நற்குணம் கொண்ட ஒருவன், தான் செய்த உதவிகளைப் பெரிதுபடுத்திப் பேசவும் மாட்டான்; மற்றவர்களது தவறுகளை உரக்கச் சொல்லித் திரியவும் மாட்டான். அது கீழானவர்களின் செயலாகும். எவனொருவன் தன்னைப் பற்றி உயர்வாகப் பேசிக் கொள்ளாமலும், மற்றவர் களுடைய குறைகளைப் பற்றி தண்டோரா போடாமலும் இருக்கிறானோ அவனே மனிதர்களில் சிறந்தவன் ஆவான்!' என்றது.

சுகேசியின் சொற்களால் வெட்கமடைந்த போஜமகாராஜன், 'ஆம்! நீ சொன்னது மிகவும் சரிதான். வலது கை கொடுப்பது இடது கைக்குக்கூடத் தெரியக்கூடாது என்பார்கள் பெரியோர். நான் என்னைப் பற்றி உயர்வாகப் பேசிக் கொண்டது முட்டாள் தனம்தான்!' என்று ஒப்புக் கொண்டான்.

சுகேசி மேலும் சொன்னது: 'கேள்! போஜராஜனே! எங்கள் சக்கரவர்த்தி விக்கிரமாதித்த மகாராஜா ஐம்பத்தாறு தேசத்து மன்னர்களும் பணிந்து வணங்கி கப்பம் கட்டும்படியாகத் திகழ்ந்தவர். அவரது சகோதரரும், அறிவாளியுமான பட்டி என்கிற மதியூக மந்திரியுடன் இந்தப் பூலோகத்தைத் தேவலோக இந்திரனுக்கு நிகராக ஆட்சி செய்து ராஜ்ஜியப் பரிபாலனம் செய்தவர். அவரைப்போல வீரதீர மகாராஜனல்லவோ இந்தச் சிம்மாசனத்தில் ஏறவேண்டும்!' என்றது.

'பதுமையே இந்தச் சிம்மாசனத்துக்குச் சொந்தக்காரனான அந்த மகா வீரர் விக்கிரமாதித்த பூபதியைப் பற்றித் தெரிந்து கொள்ளவேண்டும் என மிகுந்த ஆவலாக இருக்கிறேன். அவரது வரலாற்றைச் சொல்வாயா?' என்று கேட்டான் போஜராஜன்.

'ஆஹா! அதற்கென்ன? அவரது பூர்வீகத்திலிருந்து சொல்கிறேன், கேளுங்கள் மகாராஜனே!' சுகேசி பதுமை சொல்லத் தொடங்கியது.

•

ராஜமகேந்திரபுரம் அழகான ஊர். அந்த நகரத்தில் சூரியசேனன் என்னும் பிராமணன் வாழ்ந்து வந்தான்.

சூரியசேனன் மிகச் சிறந்த பண்டிதன். வேத விற்பன்னன். சகல சாஸ்திரப் புராணங்களைக் கரைத்துக் குடித்தவன். அறுபத்து நான்கு கலைகளிலும் வல்லவன். ஆனாலும், தான் கற்ற வித்தைகளில் அவனுக்குத் திருப்தியில்லை. இன்னும் கற்றுக்கொள்ள வேண்டியவை, தெரிந்துகொள்ள வேண்டியவை அநேகம் உள்ளதாகக் கருதினான். அதையெல்லாம் கற்றுத் தருவதற்குத் தகுந்த குருவைத் தேடிப் புறப்பட்டான்.

நாடோடியாக ஊர் ஊராகக் குருவைத் தேடித் திரிந்த சூரியசேனன் ஒருநாள், கிராமம் ஒன்றைக் கடந்து காட்டு வழி செல்லும்போது, அங்கிருந்த குளம் ஒன்றில் முகம் கை கால்களைக் கழுவிக் கொண்டு தாகம் தீர தண்ணீர் அருந்தினான். பின் மிகுந்த களைப்பின் காரணமாக அந்தக் குளத்தின் கரையில் இருந்த ஆலமரத்தின் அடியிலேயே படுத்துத் தூங்கிப் போனான்.

சூரியசேனன் படுத்து ஓய்வெடுத்த அந்த ஆலமரத்தில்தான் ஒரு பிரம்மராட்சஸன் வசித்து வந்தான். ரிஷியாக இருந்து சாபத்தினால் பிரம்மராட்சஸனாக மாறிப் போனவன் அவன். சாபவிமோசனம் வேண்டி, அந்த ஆலமரத்தில் தங்கித் தவம் செய்து கொண்டிருந்தான். அன்றைய தவத்துக்குப் பிறகு கண் விழித்த பிரம்ம ராட்சஸன், மரத்தினடியில் உறங்கிக் கொண்டிருந்தவனைப் பார்த்து வியந்தான். அவன் யார் என்று தெரிந்துகொள்வதற்காக, ஓர் அந்தணனைப் போல் தனது உருவத்தை மாற்றிக்கொண்டுவந்து சூரியசேனனை எழுப்பினான்.

'ஐயா! பிராமணரே! யார் நீங்கள்? கள்வர்களும், கொடிய விலங்குகளும் நடமாடும் இந்தக் காட்டுப் பிரதேசத்துக்கு எதற்காக வந்திருக்கிறீர்கள்?' என்று கேட்டான்.

சூரியசேனன் அவனை வணங்கி, 'ஸ்வாமி! நான் ராஜமகேந்திரபுரம் என்கிற ஊரிலிருந்து வருகிறேன். வேத, சாஸ்திரப் புராணங்களில் மிகுந்த பாண்டித்யம் பெற்றவன் நான். ஆனாலும் கற்றுக் கொள்ள வேண்டிய சாஸ்திரங்கள், வித்தைகள் இன்னும் ஏராளம் உள்ளதால் அதற்கான தகுந்த குருவைத் தேடியே புறப்பட்டேன். தங்களைப் பார்த்தால் மாபெரும் பண்டித விற்பன்னர் என்று தோன்றுகிறது. என்னைத் தங்கள் சீடனாக ஏற்றுக் கொண்டு மேலும் பல வித்தைகளையும் சொல்லித் தர வேண்டும்' என்று வேண்டினான்.

பிரம்மராட்சஸனாகிய ரிஷி, புன்னகையுடன், 'சூரியசேனா, உன்னை என் சீடனாக ஏற்றுக்கொள்வதில் ஒன்றும் ஆட்சேபணையில்லை. ஆனால் ஒரு சின்ன நிபந்தனை. ஆறு மாதக் காலம், உணவு, உறக்கம் இரண்டையும் துறந்து நீ விரதம் இருக்கவேண்டும். நான் இந்த ஆலமரத்தின் மீதிருந்தபடியே அனைத்து வித்தைகளையும் உனக்குக் கற்பிக்கிறேன்!' என்றார். முதல் காரியமாக, ஆறு மாதக் காலத்துக்குப் பசி, தூக்கம் இரண்டும் சூரியசேனனை பாதிக்காமல் இருக்க மந்திரம் ஒன்றை உபதேசித்தார். பின் வித்தை போதிக்கத் தொடங்கினார்.

பிரம்ம ராட்சஸன், மரத்தின் மீது அமர்ந்தபடியே ஆலமர இலைகளில் பாடங்களை எழுதிப் போட அவைகளைச் சேகரித்துக் கொண்டு, சூரியசேனன் பசி, தூக்கம் முற்றும் துறந்து சகல வித்தைகளையும் கற்றுத் தேர்ந்தான்.

ஆறு மாதக் காலம் விரைந்தோடிப் போனது. பிரம்ம ராட்சஸன், சூரியசேனனுக்குக் கல்வி கற்பித்தபடியே தனது தவத்தையும் முடிக்க, அவரது சாபம் நீங்கியது. தேவலோகத்திலிருந்து இந்திர விமானம் இறங்கி வந்தது. சாப விமோசனம் பெற்ற ரிஷி விமானத்தில் ஏறும் முன்பாக சூரியசேனனிடம், 'குருவுக்குப் பெருமை சேர்க்கும் சிஷ்யன் நீ. இந்த உலகத்தில் உன்னளவுக்கு அறிஞர் வேறு யாருமில்லை. இனி நீ நகரம் திரும்பி ஒரு நல்ல பெண்ணாகப் பார்த்து திருமணம் செய்து கொண்டு, இல் வாழ்க்கையைத் தொடங்கு!' என்று வாழ்த்திச் சென்றார்.

சூரியசேனன் தனது ஊரான ராஜமகேந்திரபுரத்துக்கே புறப்பட்டான். வழியில் உத்கலம் என்னும் நகரத்தை நெருங்கும்போது மாலைப் பொழுது முடிந்து இரவுப் பொழுது தொடங்கியது. நீண்ட தூரம் நடந்து வந்ததில் மிகவும் களைப்படைந்து அங்கே கண்ணில்பட்ட ஒரு வீட்டின் திண்ணையில் அமர்ந்தான். சிறிது நேரத்திலேயே நினைவு தப்பி விழுந்தான். ஆறு மாதக் காலமாகப் பசி, தூக்கம்

இல்லாமல் கிடந்ததன் காரணமாக அவனது உடல் கட்டை போல் ஆகிப்போனது.

சூரியசேனன் விழுந்த கிடந்த வீடானது தேவயானி என்னும் தாசியினுடையது. ராக்காலப் பூஜை முடிந்து கோயிலிருந்து திரும்பி வந்த தேவயானி திண்ணையில் கிடந்த சூரியசேனனைப் பார்த்து ஏதோ வழிப் போக்கன் என்று நினைத்து அவனுக்கு உணவிட்டு உபசரிப்பதற்காக எழுப்பினாள். திடுக்கிட்டாள்.

சூரியசேனன் பிணம் போலக் கிடந்தான். மூச்சுக் காற்று மட்டும் வந்துகொண்டிருந்ததே தவிர உடலில் சிறிதும் அசைவில்லை. பதறிப் போன தேவயானி உடனடியாக வைத்தியரை வரவழைத்தாள்.

அவர் சூரியசேனனைப் பரிசோதித்து விட்டு, தேவயானியிடம், 'அம்மா! இந்த அந்தணன் நீண்ட காலங்களாக உணவும், உறக்கமும் இல்லாமல் கிடந்திருக்கிறான். அதன் காரணமாகவே இவன் இப்படி மூச்சு விடும் பிணம் போலாகி விட்டான். நான் ஒரு தைலம் காய்ச்சித் தருகிறேன். அதை இவன் உடல் முழுக்க நாளுக்கு மூன்று முறை தடவி வாருங்கள். உடலின் ரத்தநாளங்களில் உணர்வு வந்துவிடும். தவிர நான் தரும் இன்னொரு மருந்தை இவனுக்குப் புகட்டுங்கள். அது இவனுக்கு ஜீவ சக்தியைத் தந்து சுய நிலைக்கு மீட்டு விடும்!' என்றார்.

தேவயானி, வைத்தியர் சொன்னது போலவே தைலம் தேய்த்து, மருந்து புகட்டி வர, ஐந்தாம் நாள், சூரியசேனன் பிரக்ஞை மீண்டான். நடந்தவற்றை அறிந்து தேவயானிக்கு நன்றி சொல்லி விட்டு ஊருக்குப் புறப்படத் தயாரானான்.

அப்போது தேவயானி, 'ஸ்வாமி! நீங்கள் செய்வது நியாயமா? எனது வீட்டின் திண்ணையில் கிடந்த தங்களை எனது கணவனாகவே பாவித்துத்தான் வீட்டுக்குள் வைத்து இந்த ஐந்து நாட்களாகப் பணி விடை செய்து வந்தேன். இப்போது உடல் குணமானதும் என்னை விட்டுப் போகிறேன் என்கிறீர்களே! நான், உங்களை விடவே மாட்டேன். தயவுசெய்து என்னை மணந்து உங்கள் மனைவியாக ஏற்றுக்கொள்ளுங்கள்,' என்று வேண்டினாள்.

சூரியசேனன் அதிர்ந்து போனான். 'அடடா! என்னது இது! இது எப்படி நடக்கும்? பெண்ணே! நானோ அந்தணன்; நீயோ தாசி குலத்தவள். எப்படி உன்னை மணந்துகொள்வேன்? என்னால் முடியாது! சாஸ்திரம் இதை அனுமதிக்காது!' என்று மறுத்தான்.

தேவயானி கேட்பதாயில்லை. அவள் சூரியசேனனை அழைத்துக்கொண்டு அந்த நகரத்து மன்னனிடம் சென்று தன் வழக்கைக் கூறினாள். நீதி வழங்குமாறு கேட்டாள்.

மன்னன் ரவிமாறவர்மன் இருதரப்பு நியாயங்களையும் கேட்டான். பின் அவன் மந்திரியிடமும் ராஜ பிரதானிகளிடமும் கலந்தாலோசிக்க, ராஜகுரு எழுந்து,

'அரசே! அந்தணன் ஒருவன், தாசி குலத்துப் பெண்ணை மணந்து கொள்வதைச் சாஸ்திரம் ஒப்புக் கொள்ளாது என்பது உண்மைதான். ஆனால் அப்படி ஓர் அந்தணன் தனது குலத்தைத் தவிர வேறு குலத்துப் பெண்ணை மணந்துகொள்ள வேண்டும் என்கிற கட்டாயம் நேர்ந்தால் அப்போது அவன் நான்கு வர்ணத்திலுள்ள பெண் களையும் ஒரே சமயத்தில் ஒரே முகூர்த்தத்தில் மணந்துகொள்ள வேண்டும் என்று சாஸ்திரம் வழி சொல்கிறது!' என்று கூறினார்.

வழக்குக்குத் தீர்வு கிடைத்ததென்று மன்னன் மகிழ்ந்து போனான்.

அவன் தனது ராஜகுருவிடம், 'அப்படியானால் சத்ரியக் குலத்தவளான எனது மகள் சித்ராங்கியையும், பிராமணக் குலத்துப் பெண்ணான உமது மகள் காஞ்சனையையும், வைசிய குல சோமசுந்தர செட்டியாரின் மகள் கோமளவல்லியையும், இவர்களுடன் தாசி தேவயானியையும் சேர்த்து நால்வரையும் ஒரே முகூர்த்தத்தில் இந்த அந்தணனுக்குத் திருமணம் செய்து வைத்து விடுவோம்! எல்லோருக்கும் சம்மதம்தானே?' என்று கேட்டான்.

மன்னன் சொல்லை யாரால் மறுக்க முடியும்!

ஒரு சுபமுகூர்த்த நாளில் சூரியசேனன் நால்வரையும் மனைவிகளாக்கிக் கொண்டான். அந்நகரிலேயே தங்கி தனது நான்கு மனைவிகளுடன் சுக போகமாக வாழ்க்கை நடத்தினான். அவனது இனிய இல்வாழ்க்கையின் பயனாகப் பிராமணப் பெண்ணுக்கு வல்லப ரிஷி என்கிற மகனும், அரசகுமாரி சித்ராங்கியின் மூலமாக விக்கிரமாதித்தன் என்னும் புதல்வனும், வைசியப் பெண்ணுக்கு பத்ரி எனும் புத்திரனும், கடைசியாக தாசி தேவயானிக்கு பர்த்ருஹரி என்னும் தனயனுமாக நான்கு குமாரர்கள் பிறந்தார்கள்.

இந்த இடைக்காலத்தில் ராஜா ரவிமாறவர்மன் உடல்நலம் குன்றி இறந்துபோக மருமகனான சூரியசேனனே அந்நகரத்தின் மன்னனாகி நல்லாட்சி நடத்தினான்.

●

வருடங்கள் கடந்தன. சூரியசேனனின் புதல்வர்கள் நால்வரும் வளர்ந்து இளைஞர்கள் ஆனார்கள். பெரும் அறிஞர்களிடம் கல்வி கற்ற அவர்கள் அனைவரும் சிறந்த புத்திமான்களாகவும், இணையில்லா வீரர்களாகவும் திகழ்ந்தார்கள்.

நாளடைவில் சூரியசேனனும் வயோதிகம் அடைந்து உடல்நலம் குன்றினான்.

அவனது முடிவுநாள் நெருங்கும் நேரத்தில் நான்கு மகன்களும் சுற்றிச் சூழ்ந்திருக்க, சூரியசேனன் தனது கடைசி மகனும் தாசி தேவயானியின் புதல்வனுமான பர்த்ருஹரியைப் பார்த்துக் கண்ணீர் சிந்தினான். என்ன காரணமென்று மற்றவர்களுக்குப் புரியா விட்டாலும் பர்த்ருஹரிக்குப் புரிந்து போனது.

'தந்தையே தங்கள் வேதனை எனக்குப் புரிகிறது! தாசியின் மகனான நான் திருமணம் செய்துகொண்டு என் மூலம் சந்ததி ஏற்பட்டால் மேலுலகில் தங்களுக்கு மோட்சம் கிடைக்காது என்று சாஸ்திரம் சொல்கிறது. அதுதானே தங்கள் துன்பத்துக்குக் காரணம்? நான் உங்களுக்குச் சத்தியம் செய்கிறேன். நான் திருமணம் செய்து கொண்டாலும் என் மூலமாக சந்ததி ஏற்படாது என்பது நிச்சயம்!' என்று வாக்களித்தான்.

இதனால் மனத் திருப்தியடைந்த சூரியசேனன், தனது மற்ற மகன்களிடம், 'என் அன்பு குமாரர்களே, எனது மேலுலக நலனுக்காகத் தனது குல விருத்தியையே தியாகம் செய்த பர்த்ருஹரிக்கு நானும் பிரதிபலனாக ஏதாவது செய்ய ஆசைப் படுகிறேன். எனவே நான் இறந்த பிறகு இந்த நாட்டை ஆளும் அரசனாக பர்த்ருஹரிக்கே பட்டம் சூட்ட நினைக்கிறேன். நிறை வேற்றுவீர்களா?' என்று கேட்க மற்ற மூன்று மகன்களும் அதை ஏற்றுக் கொண்டனர்.

சூரியசேனன் மன நிம்மதியுடன் இறந்து சொர்க்கம் போனான்.

தந்தை சொற்படியே பர்த்ருஹரி அந்நாட்டின் மன்னனானான். மற்ற மூன்று மகன்களுள் அந்தண குமாரனான வல்லபரிஷியோ தனது குல வழக்கப்படி தவம் செய்ய விரும்பி, மற்ற இரு சகோதர்களான பட்டி, விக்கிரமாதித்தனை ராஜா பர்த்ருஹரிக்கு பக்க பலமாக இருக்கச் சொல்லி விட்டு, விடை பெற்றுக் கொண்டு தவம் செய்வதற்காகக் காட்டுக்குச் சென்றான்.

●

ராஜா பர்த்ருஹரியின் ஆட்சியில் அவனது ராஜ்ஜியம் மிகுந்த செல்வச் செழிப்போடு திகழ்ந்தது.

பிரதம மந்திரியான பட்டியின் துணையோடு மன்னன் நீதி நெறி வழுவாமல் தருமப் பரிபாலனம் நடத்தினான். இன்னொரு தம்பியான விக்கிரமாதித்தன் தனது வீரத்தால் அண்டை தேசத்து மன்னாதி மன்னர்களையெல்லாம் ஜெயித்து அனைவரையும் ராஜா பர்த்ருஹரியின் ஆட்சியின் கீழ் கப்பம் கட்டி பணிந்து நடக்கச் செய்தான். குடிமக்கள் அனைவரும் நிம்மதியாகவும் சந்தோஷ மாகவும் சுபிட்சமாக வாழ்ந்திருந்தனர்.

இந்தச் சூழ்நிலையில்தான் ராஜா பர்த்ருஹரியின் வாழ்க்கையையே திசை மாற்றிப் போட்ட சம்பவம் ஒன்று நிகழ்ந்தது!

ஓர் இனிப்பான பழத்தின் மூலம் கசப்பான நிகழ்வுக்கு வித்திட்டவன் சோமசர்மன் என்கிற ஓர் அந்தணன்!

அத்தியாயம் 5

அரசன் பர்த்ருஹரியும், அபூர்வப் பழமும்!

அந்தணனாகிய சோமசர்மன், ராஜா பர்த்ருஹரி ஆண்ட உத்கல தேசம் என்னும் ராஜ்ஜியத்தில்தான் வசித்து வந்தான். சகல சாஸ்திரங்களையும் கற்றிருந்த சோமசர்மன் வைதீகக் காரியங்களில் ஈடுபட்டும், உஞ்சவிருத்தி செய்து யாசகம் பெற்றும் வாழ்க்கை நடத்தி வந்தான்.

ஆனால் அவன் முதுமையடைந்த பிறகு எங்கும் செல்வதற்கு முடியாமலும், பொருளீட்ட முடியாமலும் வறுமையில் வாடினான். நாலு இடத்துக்கு போய் யாசகம் கேட்கக்கூட உடலில் வலு இல்லை. பசி பட்டினியாக மிகவும் துன்பப்பட்டான்.

அப்போது சோமசர்மன், வறுமையிலிருந்து மீள்வதற்காக தேவி மகாலக்ஷ்மியை நோக்கித் தவம் செய்யத் தீர்மானித்தான். அதன்படியே மிகுந்த சிரமத்துடன் தட்டுத் தடுமாறி காட்டுக்குச் சென்று, லக்ஷ்மிதேவியை நோக்கித் தவமிருந்தான். மழை, வெயில், காற்று, புயல், மிருகங்கள் போன்ற அத்தனை இடைஞ்சல்களையும் தாண்டி, சோமசர்மன் விடாப்பிடியாக தவமிருந்ததால் மகாலக்ஷ்மி மனம் மகிழ்ந்து போய் அவன் முன் தோன்றினாள். ‘சோமசர்மனே! உனக்கு என்ன வரம் வேண்டும்? தயங்காமல் கேள்’ என்றாள்.

தேவியின் தரிசனம் கண்ட சோமசர்மன் மெய் சிலிர்த்துப் போய் அவளது திருப்பாதங்களில் நெடுஞ்சாண்கிடையாக விழுந்து வணங்கினான்.

'தேவி, மகாலக்ஷ்மி, இந்த வயதான காலத்தில் நான் வறுமையில் மிகவும் துன்பப்படுகிறேன் தாயே! தயவுசெய்து என் மேல் கருணை கொண்டு பொன், பொருள் செல்வச் சுகங்களைத் தந்தருள வேண்டும் தயாபரியே!' என்று வேண்டினான்.

'சோமசர்மா, உனது இந்த விருப்பத்தை என்னால் இப்போது நிறைவேற்றி வைக்கமுடியாது. அதற்கு விதியில் இடமில்லை. செல்வச் சுகங்களை அனுபவிக்கும் பாக்கியம் இந்தப் பிறவியில் உனக்கு இல்லை! வேறு ஏதாவது கேள்' என்று கூறினாள்.

சோமசர்மனுக்கு வருத்தமாக இருந்தாலும் வறுமையிலிருந்து மீள வேறு என்ன வரம் கேட்கலாம் என்று யோசித்தான். மீண்டும் இளமை திரும்பி, பழைய உடல் வலிவு பெற்றால் முன்பு போல வீடு வீடாகச்சென்று யாசகம் செய்தாவது இந்த வறுமையிலிருந்து மீண்டு விடலாம் என்று அவனுக்குத் தோன்றியது.

அதையே வரமாகக் கேட்டான். 'தாயே மகாலக்ஷ்மி! எனது இந்த வயோதிகத் தன்மை போய் நான் மீண்டும் இளமை பெற வேண்டும்!'

'சரி! அப்படியே ஆகட்டும்!' என்று கூறிய பூமாதேவி, ஒரு பெரிய கனிந்த மாதுளம் பழத்தை வரவழைத்து சோமசர்மனிடம் தந்தாள். 'சோமசர்மா! இந்தப் பழம் சாதாரணப் பழமல்ல. என்றுமே மாறாத இளமையைத் தரக்கூடியது. பழத்தைச் சாப்பிடு. நீ விரும்பியது நடக்கும்!' என்று சொல்லி மறைந்தாள்.

சோமசர்மன் மிகுந்த சந்தோஷத்துடன் வீட்டுக்குத் திரும்பினான். மறுநாள் காலையில் எழுந்ததும் குளித்து முடித்து பூஜை புனஸ்காரங்கள் செய்து பய பக்தியுடன் பழத்தைச் சாப்பிடலாம் என்று அமர்ந்தபோது அவனது மனத்தில் ஒரு பொறி தட்டியது. தீர்க்கமாகச் சிந்தித்தான்.

'இந்தப் பழத்தை நான் சாப்பிட்டால் மாறாத இளமை கிடைக்கும். அதன்மூலம் இறப்பைக்கூடத் தள்ளிப் போடலாம். ஆனால் இதன் மூலம் நான் சாதிக்கப் போவதென்ன? இந்த இளமையைச் சுக போகமாக அனுபவிக்கச் செல்வம் இருக்கிறதா என்ன? அல்லது எனது வறுமைதான் தொலைந்துவிடப் போகிறதா? இல்லவேயில்லை! காலமெல்லாம் யாசகம் செய்து மற்றவரிடம்

கையேந்திதான் எனது பிழைப்பு நகரப் போகிறது. அப்படியிருக்க, எதற்கு இந்த அபூர்வப் பழத்தை நான் வீணடிக்க வேண்டும்?' சோமசர்மனுவுக்கு அந்தப் பழத்தை சாப்பிடும் விருப்பமில்லாமல் போனது.

வேறு யாருக்கு இந்தப் பழத்தை அளிப்பது? யோசிக்கும்போது பழத்தை உண்ணத் தகுதியானவன் நாட்டை ஆளும் அரசனே என்ற முடிவுக்கு வந்தான். காலம் தாழ்த்தாமல் உடனே புறப்பட்டு அரண்மனைக்குச் சென்றான். ராஜ தர்பாரில் மன்னனைப் பார்த்து வணங்கினான்.

'தர்மநெறி தவறாத மாமன்னரே நீவிர் நீடுழி வாழ்க!' என்று வாழ்த்தி, 'மன்னா, இந்த அபூர்வக் கனியைத் தங்களுக்கு அளிக்கவே நான் இங்கு வந்தேன்!' என்று சொல்லி மாதுளம் பழத்தைக் கொடுத்தான்.

பழத்தைப் பெற்றுக் கொண்ட மன்னன், 'அந்தணரே! உமக்கு என் நன்றி. அபூர்வமான பழம் என்கிறீரே! அப்படியென்ன சிறப்பு இதில்?' என்று ஆர்வத்துடன் கேட்டான்.

'அரசே, திருமாலின் தேவியான ஸ்ரீமதி மகாலக்ஷ்மியின் திருவருளால் இந்தப் பழம் எனக்குக் கிடைத்தது. இதைச் சாப்பிட்டால் அழியாத இளமையும், அதனால் நீண்ட ஆயுளும் கிட்டும். இந்தப் பழத்தை பரம தரித்திரனான நான் சாப்பிடுவதைவிட, இந்த ராஜ்ஜியத்தை நீதிநெறி தவறாமல் பரிபாலிக்கின்ற தாங்கள் சாப்பிட்டு நீண்ட ஆயுளும், பூரண இளமையும் அடைய வேண்டும் என்பதே எனது விருப்பம்!' என்றான்.

ராஜா பர்த்ருஹரி, சோமசர்மனுக்கு ஏராளமான பொன்னும் பொருளும் திரவியங்களும், நிலபுலன்களும் அளித்து அவனைக் கௌரவித்து அனுப்பி வைத்தான். பின், பழத்துடன் அந்தப்புரத்துக்கு விரைந்தான்.

ராஜா பர்த்ருஹரி ஒரு கலா ரசிகன். அழகை ஆராதனை செய்யும் மன்மதப் பிரியன். அவனது அந்தப்புரம் முன்னூற்றுக்கும் மேலான பேரழகிகளால் அலங்கரிக்கப்பட்டிருந்தது. ராஜா பர்த்ருஹரிக்கு அத்தனை பேருமே பிரியமானவர்கள்தாம் என்றாலும், அவர்களுள் பேரழகியும், பட்ட மகிஷியுமான பிங்கலையின் மேல் தனது உயிரையே வைத்திருந்தான். அவன் மாதுளம் பழத்துடன் அந்தப்புரத்துக்கு விரைந்தது பிங்கலைக்குக் கொடுப்பதற்காகத்தான்.

ராணி பிங்கலையின் அறைக்குச் சென்ற, ராஜா பர்த்ருஹரி அவளிடம் மாதுளம்பழத்தைக் கொடுத்து அதன் அற்புத

மகிமையைப் பற்றி விளக்கிக் கூறினான். 'என் ஆருயிரே, நீ இந்தப் பழத்தைச் சாப்பிட்டு எப்போதும் மாறா இளமையுடன் திகழ வேண்டும். அந்த உனது இளமை அழகை நான் திகட்டத் திகட்ட ருசிக்க வேண்டும். இந்தா சாப்பிடு' என்றான்.

'மன்னவா தங்களின் இந்த அன்பு எனது பாக்கியம்! குளித்து முடித்து நியமத்துடன் நான் இப்பழத்தைச் சாப்பிடுகிறேன்! நிச்சயமாகத் தங்கள் விருப்பத்தை நிறைவேற்றுகிறேன்' என்று சொல்லி வாங்கிக் கொண்ட பிங்கலை, அந்த மாதுளம் பழத்தை அவள் சாப்பிட விரும்பவில்லை.

ராணி பிங்கலைக்கு ஓர் ஆசை நாயகன் இருந்தான். அரண்மனையின் குதிரை லாயத்தைப் பராமரிக்கும் குதிரைப் பாகன் அவன். தனது மோகத்தைத் தணிக்கும் மன்மதன் என்று அவனைத்தான் கருதினாள் பிங்கலை. எனவே தனது கள்ளக் காதலன் இளமை குறையாமல் இருந்தால் காமக் கடலில் ஆசை தீர முங்கிக் குளிக்கலாம் என்று கருதி குதிரைப் பாகனை ரகசியமாகச் சந்தித்து அந்த மாதுளம் கனியைக் கொடுத்து விட்டுப் போனாள்.

குதிரைப்பாகனும் அந்தப் பழத்தைச் சாப்பிடவில்லை. பட்டத்து மகிஷியின் ஆசைநாயகனாக இருந்தபோதும் மகாராணியின் மேல் அவனுக்குப் பெரியளவுக்குப் பிரியமொன்றுமில்லை. அவன் அரண்மனை வேலைக்காரி ஒருத்தியிடம் மோகம் கொண்டிருந்தான். மகாராணி பிங்கலை தனக்கு அளித்த பழத்தை அவன் அந்த வேலைக்காரிக்குக் கொடுத்தான்.

அந்த அரண்மனை வேலைக்காரியும் சாமான்யப்பட்டவளில்லை. அவளுக்கு இடையன் ஒருவனுடன் கள்ளத் தொடர்பிருந்தது. பழத்தை அவனுக்கு அளித்தாள்.

இடையன் அதை வாங்கி, தன்னுடன் மாட்டுக் கொட்டகையில் சாணி அள்ளிப் போட்டு கொட்டகையைச் சுத்தம் செய்துபோகும் தனது ஆசை நாயகியான வேலைக்காரப் பெண்ணுக்கு அந்தப் பழத்தைக் கொடுத்தான்.

வேலைக்காரப் பெண் அந்த மாதுளம் பழத்தை வாங்கி தனது சாணிக் கூடையின் மேலாக வைத்துக்கொண்டு வீட்டுக்குப் போய் சாப்பிடலாம் என்று புறப்பட்டாள்.

அப்போது, அரண்மனையின் மேல் மாடத்தில் நின்று இயற்கையழகை ரசித்துக் கொண்டிருந்த ராஜா பர்த்ருஹரியின்

கண்களில் யதேச்சையாக அந்த வேலைக்காரி தென்பட்டாள். அவளது கூடையின் மேலாக இருந்த பிரகாசம் மிகுந்த மாதுளம் கனியைப் பார்த்ததும் மன்னனுக்குச் சந்தேகம் எழுந்தது. 'அந்தணன் சோமசர்மன் நமக்கு அளித்த கனியைப் போல இருக்கிறதே?'

சேவகனை விட்டு அந்த வேலைக்காரியை அழைத்து வரச் சொல்லி விசாரித்தான். அவள் மாட்டுக் கொட்டகை இடையன் தனக்கு அந்தப் பழத்தைத் தந்ததாகச் சொன்னாள்.

மன்னன் குழப்பமடைந்தான். 'ஒருவேளை இது அந்தணன் அளித்ததைப் போன்ற இன்னொரு அபூர்வக் கனியோ? அப்படியானால் இந்த மற்றொரு அபூர்வக் கனியை, தான் சாப்பிட்டால் பிங்கலையைப்போல் தானும் என்றும் இளமை மாறாமலும், இறவாத்தன்மையுடனும் அவளுடன் சுகித்திருக்கலாமே!' அரசனுக்குள் ஆசை மூண்டது.

'பெண்ணே இந்தக் கனியை எனக்குத் தருவாயா?' என்று கேட்டான்.

கொட்டகை கூட்டும் வேலைக்காரிக்கு அந்த அபூர்வப் பழத்தைப் பற்றி இடையன் சொன்னதில் கொஞ்சமும் நம்பிக்கையில்லை. அவளது சாதாரண வாழ்க்கையில் அற்புதங்களுக்கெல்லாம் இடமும் இல்லை. எனவே மன்னன் கேட்டதுமே மறு பேச்சில்லாமல் பழத்தைத் தந்து விட்டாள். தவிர மன்னன் கேட்டு எதைத்தான் மறுக்க முடியும்!

ராஜா பர்த்ருஹரி வேலைக்காரிக்கு நிறையப் பொன் ஆபரணங் களைக் கொடுத்து அனுப்பி வைத்தான். அவனுக்கு முதலில் இந்த மற்றொரு கனியைப் பற்றிய தனது சந்தேகத்தை நிவர்த்தி செய்து கொள்ள வேண்டுமென்று தோன்றியது.

அரண்மனைச் சேவகர்களை அனுப்பி சோமசர்மனை அழைத்து வரச் செய்தான். 'அந்தணரே, சில நாட்களுக்கு முன்பாக மகாலக்ஷ்மி உமக்கு அளித்ததென்று சொல்லி பழமொன்றைக் கொடுத்துச் சென்றீரல்லவா? இப்போது அதுபோலவே இன்னொரு பிரகாசம் பொருந்திய மாதுளம்பழம் எனக்குக் கிடைத்துள்ளது. அப்படி இன்னொரு பழமும் இருக்க வாய்ப்புள்ளதா?' என்று கேட்டான்.

சோமசர்மன் திட்டவட்டமாக மறுத்தான். 'அரசே! உறுதியாகச் சொல்கிறேன். தேவி மகாலக்ஷ்மி அளித்தது ஒரேயொரு மாதுளம் கனிதான். நீங்கள் என்னை நம்பலாம். கடவுளுக்கு நிகரான தங்களிடம் நான் பொய் சொல்லமாட்டேன்!' என்றான்.

‘அப்படியானால் இந்தக் கனி ஏது?’ என்று அந்த மாதுளம்பழத்தைக் காட்டினான்.

பழத்தை வாங்கிப் பார்த்த சோமசர்மன், ‘இது நான் தந்த கனிதான்!’ என்றவன் தொடர்ந்து, ‘மன்னா, நான் தந்த கனியை நீங்கள் சாப்பீட்டீர்களா?’ என்று கேட்டான்.

‘இல்லை! அதை நான் எனது பட்டமகிஷிக்குத் தந்துவிட்டேன்!’ என்றான்.

‘சரி, மகாராணியார் அந்தப் பழத்தைச் சாப்பிட்டார்களா என்று விசாரியுங்கள்.’

இப்போது ராஜா பர்த்ருஹரியின் மனத்திலேயே சந்தேகம் அழுத்தமாக விழுந்தது. உடனே பிங்கலையை வரவழைத்துக் கேட்டான். ‘மகாராணி பொய் சொல்லாமல் சொல். நான் உனக்குத் தந்த அபூர்வ மாதுளம் பழத்தைச் சாப்பிட்டாயா? இல்லையா? அல்லது வேறு யாருக்கேனும் தந்தாயா? உண்மையை மறைக்காமல் கூறு!’

மகாராணி நடுங்கிப் போனாள். விபரீதம் அவளுக்குப் புரிந்து விட்டது. இனி மன்னனிடம் பொய் சொல்ல முடியாது. அவன் தீர விசாரித்துத் தெரிந்துகொண்டால் மரண தண்டனையிலிருந்து தப்பவே முடியாது.

பிங்கலை தயங்கித் தயங்கிப் பேசினாள்: மன்னவரே, தயவுசெய்து கேளுங்கள். எனக்கு எந்த தண்டனையும் தரமாட்டீர்கள் என்று உறுதியளித்தால் நான் உண்மையைக் கூறுகிறேன்!’ என்று சொல்லி, மன்னனிடம் சத்தியம் பெற்றுக்கொண்டு, ‘நான் அதைக் குதிரைப் பாகனிடம் கொடுத்து விட்டேன்!’ என்று சொல்லி ராஜா பர்த்ருஹரியின் முகத்தைப் பார்க்கத் திராணியின்றித் தலை கவிழ்ந்தாள்.

மன்னனுக்கு நொடி நேரத்தில் எல்லாம் புரிந்து போனது. ராஜ பத்தினி சோரம் போனது அவனுக்குத் தலை குனிவாக இருந்தது. பின் குதிரைப் பாகனை அழைத்து விசாரித்தான். அவன் வேலைக் காரிக்குக் கொடுத்ததும், அந்த வேலைக்காரி இடையனுக்குத் தந்ததும், இடையன் கொட்டகைப் பெண்ணுக்குக் கொடுத்ததுமான சங்கிலித் தொடர் ரகசிய நிகழ்வுகள் முழுதும் அம்பலமாகின.

ராஜா பர்த்ருஹரி மிகுந்த மன வேதனையடைந்தான். ராஜ்ஜியத்தின் பட்டமகிஷி கேவலம் ஒரு குதிரைப் பாகனோடு மோகம்

கொண்டிருந்தது அவனைச் சகிக்க முடியாத துயரத்தில் மூழ்கடித்தது.

பெண்களின் மன ஆழத்தைப் புரிந்துகொள்ள முடியாது என்று பெரியோர்கள் சொன்னதுதான் எத்தனை உண்மையானது! தான் நேசிப்பவர் தன் மீது அன்பு செலுத்த வேண்டும்; நம்பிக்கை கொள்ள வேண்டும் என்று அடம் பிடித்துச் சாதிக்கும் பெண்கள் உண்மையில் அவர்கள் யார் மீதும் பூரண அன்பு செலுத்துவதும் இல்லை; நம்பிக்கைக் கொள்வதும் இல்லை. மோகமும், ஆசையும் நிறைந்த துரோகப் பதுமைகள்தான் இந்தப் பெண்கள்!' என்றெல்லாம் சிந்தித்த பர்த்ருஹரி, பிங்கலையைத் தண்டிப்பதால் மட்டும் ஆகப் போவதென்ன என்று கருதி அவளை விட்டு விலகிப் போகத் தீர்மானித்தான்.

அரண்மனை ஆடம்பர வாழ்வும், உறவுகளின் பொய் நாடகமும் அவனுக்கு வெறுத்துப் போக, பரிபூரணமாக உலகப் பற்று நீக்கி, பந்த பாசங்களை விலக்கி, துறவு மேற்கொள்வதென்ற முடிவுக்கு வந்தான்.

ராஜா பர்த்ருஹரி ராஜ்ஜியத்தைத் தனது சகோதரன் விக்கிர மாதித்தனுக்கு அளித்து பட்டம் சூட்டிவிட்டு, துறவியாகிக் காட்டுக்குச் சென்றான்.

அத்தியாயம் 6

அதிசய சிம்மாசனமும், ஆயிரம் வருட ஆயுளும்...

ராஜா பர்த்ருஹரிக்குப் பிறகு மன்னனான விக்கிரமாதித்தன் தனது அண்ணனைவிடப் பன்மடங்கு நல்லாட்சி நடத்தினான். குடிமக்கள் அவனது ஆட்சியின் கீழ் அமைதியாகவும், சந்தோஷமாகவும் வாழ்ந்தனர். ஆனாலும் விக்கிரமாதித்தனுக்குத் திருப்தியில்லை.

உத்கலம் என்கிற சிறிய ராஜ்ஜியத்துக்குள் கிணற்றுத் தவளைபோல உழலும் வாழ்க்கை அவனுக்குப் பிடிக்கவில்லை. அவனுடைய கனவுகள் பிரம்மாண்டமானவை. அவற்றைச் சாத்தியப்படுத்த அவன் ஒரு முடிவுக்கு வந்தான்.

தனது தம்பியும் ராஜ்ஜியத்தின் மகா மந்திரியுமான பட்டியை அழைத்த விக்கிரமாதித்தன், 'பட்டி, எனது ஆட்சி இந்தச் சிறிய உத்கலம் நகரத்துடன் குறுகிப் போவதில் எனக்கு விருப்பமில்லை. இன்னும் பலப்பல நாடு நகரங்களையும் எனது குடையின் கீழ் கொண்டுவரத் தீர்மானித்துள்ளேன். எனவே அதற்குத் தகுந்தபடி நமது தலைநகரம் இன்னும் விஸ்தாரமாக அமைய வேண்டும் என்று ஆசைப்படுகிறேன்.

உறுதியான கோட்டைக் கொத்தளங்கள், அகழிகள், மாட மாளிகைகள், விஸ்தாரமான வீதிகள், குடிமக்கள் வசிக்க அழகிய வீடுகள், அற்புதமான நந்தவனங்கள், மிகப்பெரிய ஏரிகள், குளங்கள் என்று ஒரு குறையும் இல்லாதபடி அந்தத் தலைநகரம்

அமையவேண்டும். ஆறும் மலையும் வனமும் சூழ்ந்த வளமான பகுதியாக இருக்கவேண்டும். அதுபோலொரு இடத்தை நீ போய் தேர்ந்தெடுத்து வா!' என்று சொல்லி அனுப்பி வைத்தான்.

அண்ணன் சொல்லைத் தட்டாத பட்டி அப்போதே இடம் தேடிப் புறப்பட்டான்.

நாலா திசைகளுக்கும் சென்றான். பலப்பல இடங்களைப் பார்த்தான். எதுவும் அவன் மனத்துக்குத் திருப்தியளிக்கவில்லை. நாட்கள் விரைந்தன. அவனது பயணமும் தொடர்ந்தது. ஒருநாள் விஷாலி மலையடிவாரத்தில் சிப்ரா நதியை ஒட்டி ஒரு பெரும் வனப்பகுதியைக் கண்டான் பட்டி. அந்தக் காட்டுப் பிரதேசமானது மிக மிகப் பரந்து காணப்பட்டது. மலைகளும், அருவிகளும், சுனைகளும், எங்கெங்கும் ஆளுயர மரங்களும், செடி கொடிகளும் படர்ந்து இயற்கை எழில் ததும்பி வழிந்தது. பட்டியின் மனத்தில் மகிழ்ச்சி பிரவாகித்தது.

அங்கேயே சுற்றிச் சுற்றி வந்தான். குதிரையில் இன்னும் சற்றுத் தொலைவு சென்றதும் நட்ட நடுக் காட்டில் ஒரு கோயில் தென்பட்டது. பட்டி ஆச்சரியமானான். 'அட! இதென்ன அதிசயம்? இந்த அடர்ந்த வனத்தில் இப்படியொரு கோயில் எப்படி வந்தது? குதிரையை ஒரு மரத்தில் கட்டிவிட்டு கோயிலை நெருங்கினான்.

அதுவொரு அம்மன் கோயில். பெரும் மலையடிவாரத்தின் கீழ் அழகுற அமைந்திருந்தது. கோயில் கருவறையில் பத்ரகாளியம்மன் கொலுவீற்றிருந்தாள். கோயிலைச் சுற்றிலும் ஆளுயர ஆலமரங்கள் அடர்த்தியாகச் சுற்றிலும் எண்ணற்ற விழுதுகளை ஊன்றி கம்பீரமாக நின்றிருந்தன. கோயிலின் எதிரே அழகான தாமரைக் குளம் நீர் ததும்ப அலையடித்துக் கொண்டிருந்தது. மலையின் பாறை வழியே அருவியொன்று வழிந்தோடி அந்தக் குளத்தில் வந்திறங்கி ததும்பி சலசலத்துக் கொண்டிருந்தது.

அந்த இடமே மிக ரம்மியமாகக் காணப்பட்டாலும் ஓரிரு விசித்திரக் காட்சிகளும் தென்பட்டன. ஓர் ஆலமரத்தின் மீது கிளைகளில் வட்ட வடிவமாக ஏழு உறிகள் கட்டப்பட்டுத் தொங்கிக் கொண்டிருந்தன. அந்த உறிகள் மிகச் சரியாகத் தாமரைக் குளத்துக்கு மேலாகத் தொங்கிக் கொண்டிருந்தன. அதன் நேர் கீழே தாமரைக் குளத்தில் நடுவில் மிகக் கூர்மையான வேல் ஒன்று நடப்பட்டிருந்தது.

பட்டிக்கு ஒன்றும் புரியவில்லை! என்ன அந்த உறிகள்? குளத்தின் நடுவே எதற்கு அந்தக் கூரிய வேல்?

பட்டி கருவறைக்குச்சென்று காளியம்மனை வழிபட்டு, கோயிலைச் சுற்றி வந்தான். அப்படி வந்தபோது ஒரு பெரிய பாறையொன்றில் சில வாசகங்கள் செதுக்கப்பட்டிருந்ததைக் கண்டான். நெருங்கிச் சென்று படித்தான்.

'வீரனோ, சூரனோ, புத்திமானோ, பலவானோ, யாராயிருந்தாலும், எந்தக் குலத்தைச் சேர்ந்தவனாக இருந்தாலும் சரி, எந்தத் தைரியசாலி இந்தத் தாமரைக் குளத்தில் குளித்து அம்மனைத் தொழுது, மேலே ஆலமரத்தின் மீது இருக்கும் ஏழு உறிகளையும் ஒரே வீச்சில் துண்டித்து வீழ்த்தி, அந்த உறிகள் கீழே விழும் முன்பாகவே குளத்தின் நடுவில் இருக்கும் கூரிய வேலின் மீது தனது உடலைத் தயங்காமல் பாய்ச்சுகிறானோ அத்தகைய அபூர்வனுக்கு தேவி காளியம்மனே காட்சியளிப்பாள். அப்படி அவளது தரிசனம் கண்டவன் பெரும் சக்கரவர்த்தியாக ஐம்பத்தாறு தேசத்து மன்னர்களையும் வென்று இந்தப் பூவுலகை அரசாளுவான்! இது உறுதி!

இதைப் படித்த பட்டி பெரும் ஆச்சரியத்துடன் உடனடியாக உத்கலம் நாடு திரும்பி, விக்கிரமாதித்தனிடம் சகலத்தையும் தெரிவித்தான். கூடவே பத்ரகாளியம்மன் வீற்றிருக்கும் அந்தப் பிரதேசமே புதிய தலைநகரம் அமைக்கச் சிறந்த இடமென்றும் கூறினான்.

பட்டி சொன்னதில் மிகுந்த ஆர்வம் கொண்ட விக்கிரமாதித்தன் அதற்குமேல் தாமதிக்காமல் உடனே பட்டியுடன் அந்த இடத்துக்குப் புறப்பட்டு வந்துசேர்ந்தான்.

தாமரைக் குளத்தில் மூழ்கிக் குளித்து மாகாளியம்மனை மனதாரத் தொழுதான். பின் தனது வாளுடன் மரத்தின் மீது ஏறியவன் சக்கர வட்டமாகக் கட்டப்பட்டிருந்த உறிகளை நெருங்கியபோது, பட்டி, விக்கிரமாதித்தனைப் பார்த்து, 'மன்னா, அந்த உறிகளில் ஏதேனும் ஒன்றின் மீது கால் வைத்து ஏறி வட்டமாகச் சுழலுங்கள்' என்றான்.

விக்கிரமாதித்தன் அதுபோலவே சுழல, ஏழு உறிகளின் கட்டப்பட்டிருந்த கயிறுகளும் ஒன்றன் மீது ஒன்றாகப் பின்னிக் கொண்டு ஒரே கயிறாக முறுக்கிக்கொண்டு தொங்கின.

'மன்னா இப்பொழுது அதை ஒரே வெட்டில் வெட்டிவிட்டு, உடனே நீங்கள் வேலின் மீது குதித்து விடுங்கள்' என்றான் பட்டி.

விக்கிரமாதித்தன் அவன் சொன்னது போலவே செய்தான். இதோ வேலின் நுனி மார்பில் துளைத்து முதுகின் புறம் வெளிப்படப்

போகிறது என்று நினைத்தபடியே வீழ, அப்படியேதும் நேரவில்லை.

தேவி மாகாளி அங்கே பிரத்தியக்ஷமாகி விக்கிரமாதித்தனைத் தாங்கிப் பிடித்துக் காப்பாற்றினாள்.

தேவியின் தரிசனம் கண்ட பட்டியும், விக்கிரமாதித்தனும் பரவசமானார்கள். தேவியை நெடுஞ்சாண்கிடையாக வீழ்ந்து வணங்கி அவளைப் பலப்பல தோத்திரங்களால் துதித்துப் போற்றிப் புகழ்ந்தார்கள்.

அவர்களது உன்னதப் பக்தியினால் மனம் மகிழ்ந்த காளி தேவி, அவர்களை வாழ்த்தி, 'விக்கிரமா, உனது பணிவும், பக்தியும், வீரமும் என்னை மகிழச் செய்துவிட்டது. உனக்கு என்ன வரம் வேண்டும் கேள்!' என்றாள்.

'தாயே! பராசக்தி! நீ வீற்றிருந்து அருள்பாலிக்கும் இந்தத் திருக்கோயிலின் பிரதேசத்திலேயே எனது தலைநகரை அமைத்துக் கொண்டு ராஜ்ஜியம் ஆள ஆசைப்படுகிறேன். வரமளிக்க வேண்டும் தாயே!' என்று வேண்டினான்.

'அப்படியே ஆகட்டும்!' என்று வரமளித்த பத்ரகாளியம்மன், தேவலோகக் கலைஞனான விஸ்வகர்மாவை அழைத்தாள்.

'இந்த வனப்பிரதேசத்தை விண்ணுலகின் இந்திரலோகம் போல உருவாக்கிக் கொடு' என்று கட்டளையிட்டாள்.

அதன்படியே அந்த மலையடிவாரக் கானகப் பிராந்தியத்தை ஒரு மாயாலோகம் போல வடிவமைத்தான் விஸ்வகர்மா. அந்தப் பரந்த பிரதேசத்தை நொடி நேரத்தில் ஓர் அதிசயத் தலைநகராக உருவாக்கினான். விக்கிரமாதித்தன் விரும்பியபடியே மிகப்பெரிய ஏரிகள், குளங்கள், அற்புதமான நந்தவனங்கள், உறுதியான கோட்டைக் கொத்தளங்கள், அகழிகள், மாட மாளிகைகள், விஸ்தாரமான வீதிகள், குடிமக்கள் வசிக்க எண்ணற்ற அழகிய வீடுகள், மன்னனுக்கென மாபெரும் அதிசய விசித்திர அரண்மனை என்று ஒரு குறையும் இல்லாதபடி அந்நகரம் சொர்க்கம்போல ஜொலித்தது.

'விக்கிரமா, உனது ராஜ்ஜியத்தைச் சீரும் சிறப்புமாக ஆள இதோ இந்தப் பொக்கிஷத்தையும் வைத்துக்கொள்!' என்று சொல்லி பொன்னும், மணிகளும், வைர வைடூரியங்களும், தங்கக் காசுகளும் நிரம்பி வழிந்த ஏராளமான திரவியக் குவியலைப் பெட்டிப்

பெட்டியாகப் பரிசளித்த மாகாளியம்மன், 'நீண்ட நெடிய காலம் தர்மப் பரிபாலனம் செய்வாயாக!' என்று வாழ்த்தி மறைந்தாள்.

விக்கிரமாதித்தன் அந்த நகருக்கு 'உஜ்ஜயினி மாகாளிப்பட்டணம்' என்று பெயர் சூட்டி, தனது குடிமக்களை அங்கே வரவழைத்துக் குடியமர்த்தி அங்கிருந்தே தனது ராஜ்ஜியத்தை ஆளத் தொடங்கினான். கல்வெட்டில் பொறித்திருந்ததைப் போலவே ஐம்பத்தாறு தேசத்து அரசர்களையும் வென்று, எல்லோரும் தன்னை வணங்கிப் பணிந்திருக்கும்படியாகச் செய்தான்.

அவனது ஆட்சியின்கீழ் குடிமக்கள் மனநிம்மதியுடனும் சந்தோஷத்துடனும் எந்தவிதப் பயமோ கவலையோ இல்லாமல் சுகமாக வாழ்ந்தார்கள். தேசத்தில் நியாயமான வரியை வசூலித்து, மக்களுக்குத் தேவையானவற்றை அளித்து நீதி தவறாமல் விக்கிரமாதித்தன் ஆட்சி புரிந்தான். அவனது புகழ் பூலோகத்தில் மட்டுமல்லாது ஈரேழு உலகங்களிலும் பரவியது.

அதனாலேயே அவன் தேவலோகம் செல்லும்படி நேர்ந்தது!

•

தேவலோகத்தில் இந்திரனுக்கு ஓர் ஆபத்தான சூழல் உருவாகிக் கொண்டிருந்தது!

என்னவென்றால், பூலோகத்தில் அப்போது விசுவாமித்திரர் தவம் செய்து கொண்டிருந்தார். கடுமையான அவரது தவத்தினால் இந்திரனுடைய இந்திர பதவிக்கே ஆபத்து வந்துவிடும் போல் தோன்றியது.

பார்த்துக்கொண்டு சும்மாயிருக்க முடியுமா? விசுவாமித்திரனுடைய தவத்தை உடனடியாகக் கலைத்தே தீரவேண்டும் என்கிற முடிவுக்கு வந்தான் இந்திரன். அதொன்றும் கஷ்டமில்லை! தவத்தைக் கலைக்கத்தான் அட்டகாசமான உத்தி இருக்கிறதே! ஏற்கெனவே மேனகைக்கு மயங்கியவர்தானே முனிவர். இம்முறை ரம்பா, ஊர்வசி யாரையாவது அனுப்ப வேண்டியதுதான்!

சரி, இருவரில் யாரை அனுப்புவது? இதில்தான் சிக்கல் எழுந்தது!

ஆட்டத்தில் சிறந்தவள் எவளோ அந்தப் பேரழகியை விசுவாமித்திரரை மயக்க அனுப்பலாம் என்று எல்லோரும் சொல்ல, 'பரதத்தில் நான்தான் சிறந்தவள்' என்றாள் ரம்பா. 'இல்லையில்லை நான்தான் சிறந்தவள்' என்றாள் ஊர்வசி.

தேவர்கள், கந்தர்வர்கள், கின்னரர்கள் எல்லோரும் அமர்ந்து, ரம்பா, ஊர்வசி இருவரையும் தனித் தனியே ஆடச் சொல்லியும், ஒருசேர ஆடவைத்துப் பார்த்தும்கூட நடனத்தில் யார் சிறந்தவள் என்று யாராலும் தீர்ப்பு சொல்ல முடியவில்லை.

அப்போதுதான் நாரதர் அந்த ஆலோசனையை அளித்தார். 'இந்திரா இங்கிருக்கும் யாராலும் இதைக் கண்டு பிடிக்க முடியாது. பூலோகத்தில் உஜ்ஜயினி மாகாளிப்பட்டணம் என்கிற ராஜ்ஜியத்தை ஆளும் விக்கிரமாதித்தன் என்னும் மன்னவன் சகல சாஸ்திரங்களும் கற்ற விற்பன்னன். பரதக்கலையின் சகல சூட்சுமங்களும் அறிந்தவன். அவனை இங்கு அழைத்து வந்தால் ரம்பா, ஊர்வசி இருவரில் நடனக் கலையில் சிறந்தவர் யார் என்பதை அவன் கண்டுபிடித்துச் சொல்லி விடுவான்!' என்றார்.

இந்திரன் உடனடியாகத் தனது தேரோட்டியான மாதலியைப் பூலோகம் அனுப்பி, விக்கிரமாதித்தனைத் தேவலோகத்துக்கு வரவழைத்தான்.

தேவ விமானத்தில் இந்திரலோகம் வந்திறங்கிய விக்கிர மாதித்தனைப் பூரண கும்ப மரியாதைகளுடன் வரவேற்ற இந்திரன் தனக்கு ஏற்பட்ட சிக்கலைப் பற்றி அவனிடம் விளக்கமாகச் சொல்லி, 'ரம்பா. ஊர்வசி இருவருள் யார் பரதத்தில் சிறந்தவர் என்று எங்கள் யாராலும் கண்டுபிடிக்க முடியவில்லை விக்கிரமாதித்தரே! தாங்கள்தான் இதைக் கண்டுபிடித்துத் தீர்ப்பளிக்க வேண்டும்!' என்று கோரினான்.

அன்றே இந்திர சபையில், விக்கிரமாதித்தன் முன்னிலையில் முதலில் ரம்பையும், அடுத்து ஊர்வசியும் தனித் தனியே நடனமாடினர். இருவர் நடனத்தையும் பார்த்து ரசித்துப் பாராட்டிய விக்கிரமாதித்தன் மறுதினம் இருவரையும் ஒருசேர ஆடவைத்துப் பார்த்துத் தீர்ப்பளிப்பதாகக் கூறினான்.

அதற்கு முன் விக்கிரமாதித்தன் ஒரு சிறு முன்னேற்பாட்டைச் செய்துகொண்டான். யாருக்கும் தெரியாமல் நந்தவனத்துக்குச் சென்ற விக்கிரமாதித்தன் தேவலோகத்து மலர்களைப் பறித்து இரண்டு பூச்செண்டுகள் கட்டினான். பின் அந்தப் பூச்செண்டு களுக்குள் சில வண்டுகளைப் பொதித்து வைத்தான்.

மறுநாள் இந்திர சபையில் ஏழு லோகத்துப் பிரஜைகளும் ஆர்வத்துடன் வந்து குவிந்து விட்டனர். நடனப் போட்டி தொடங்கும் நேரம் நெருங்கியது. ரம்பாவும், ஊர்வசியும் சபையின்

மையத்துக்கு வந்து நடனமாடத் தயாரானார்கள். அப்போது அவர்களிடம் வந்த விக்கிரமாதித்தன் இருவருக்கும் ஆளுக்கொரு பூச்செண்டு அளித்து வாழ்த்தி அந்தப் பூச்செண்டுடனே அவர்களை நடனமாடும்படிக் கேட்டுக் கொண்டான்.

நடனம் தொடங்கியது. இருவரும் தங்கள் முழுத் திறமையையும் காட்டிச் சுழன்றாடினார்கள். கொஞ்சம் கொஞ்சமாக நடனம் வேகமெடுத்து உச்சக்கட்டத்துக்குச் சென்றது. ஒருவரையொருவர் வெல்ல வேண்டும் என்கிற நோக்கில் இருவரும் பம்பரமாகச் சுழன்றாடினார்கள். ஊர்வசியை வென்றுவிட வேண்டும் என்கிற ஆக்ரோஷத்தில் ரம்பா தன் கையிலிருந்த பூச்செண்டைச் சற்று இறுக்கிப் பிடித்துவிட, பூச்செண்டிலிருந்த வண்டுகள் அவளது கையை பதம் பார்த்து விட்டன. வண்டுகள் கொட்டியதால் சுரீர் என்ற வலியில் ரம்பாவின் ஆட்டத்தில் சற்றே ஜதி விலகிப் போனது. ஆனாலும் யாருக்கும் தெரியாமல் சுதாரித்துக் கொண்டு ரம்பா தனது ஆட்டத்தைத் தொடர்ந்தாள். ஆனால் ஊர்வசியோ நடனத்தில் மிகுந்த லாகவமாகப் பூச்செண்டை மிருதுவாகப் பிடித்தபடியே ஆடியதால் கடைசிவரை வண்டுகள் கொட்டாமல் ஆடி முடித்தாள்.

பரதநாட்டியப் போட்டி முடிந்ததுமே தனது ஆசனத்திலிருந்து எழுந்த விக்கிரமாதித்தன் நடனத்தில் சிறந்தவள் ஊர்வசியே எனத் தீர்ப்பளித்தான்.

‘எப்படி? எப்படிக் கண்டுபிடித்தீர்கள்? நீங்கள் எந்தவிதத்தில் இந்தத் தீர்ப்பைச் சொல்கிறீர்கள்?’ சபையோர் அனைவரும் ஒருமித்த குரலில் ஆச்சரியத்துடன் கேட்டனர். ஏனெனில் இருவரது ஆட்டத்திலும் அவர்களால் எந்தக் குறையும் காணமுடியவில்லை.

விக்கிரமாதித்தன் சபையோரிடம் காரணத்தை விவரிக்கத் தொடங்கினான். முதலில் தனது பூச்செண்டுகள் குறித்த ஏற்பாட்டைப் பற்றி விளக்கமாகச் சொல்லிவிட்டு, இந்திரனிடம் திரும்பி, ‘தேவர் கோமானே! நடனத்தில் நளினம் முக்கியம். முகபாவம் முக்கியம். உணர்ச்சிவசப்படுதல் கூடவே கூடாது. இது அனைத்திலும் ரம்பா தவறி விட்டாள். ஊர்வசியை வெல்ல வேண்டும் என்கிற உணர்ச்சி வேகத்தில் நளினமாகப் பற்றிக் கொள்ள வேண்டிய பூச்செண்டை அவள் அழுத்தமாகப் பிடிக்க அதனால் அவளை வண்டுகள் கொட்டியது. அதன் காரணமாக அவளது நடனத்தில் ஜதி தவறிப் போனது. வண்டுகள் துளைத்த வலியின் வேதனையால் நொடி நேரம் அவளது முகபாவமும் மாறிப் போனது. அதனால் ஊர்வசியே ஜெயித்தாள்,’ என்று அறிவித்தான்.

‘ஆஹா! அற்புதம்! மிக அற்புதம்!’ எல்லோரும் வியப்புடன் விக்கிரமாதித்தனைப் புகழ்ந்தார்கள். இத்தனை காலம் யாராலும் தீர்மானிக்க முடியாமல் இருந்ததை விக்கிரமாதித்தன் தெள்ளத் தெளிவாக்கி விட்டான்.

இந்திரன் மிகவும் மகிழ்ந்து போனான். விக்கிரமாதித்தனுக்கு அளவில்லா பரிசுகளை அள்ளிக் கொடுத்த தேவேந்திரன் அதனுடன் விலைமதிப்பில்லாத நவரத்தினச் சிம்மாசனம் ஒன்றையும் பரிசளித்தான்.

அந்த அதிசயச் சிம்மாசனம் முப்பத்திரண்டு படிகள் கொண்டதாக, படிக்கொரு பதுமைகள் அமைந்ததாகப் பொன்னால் செய்யப்பட்டு, வைர வைடூரியங்கள் பதிக்கப்பட்டு, நவரத்தினங்களாலும் அலங்கரிக்கப்பட்டு தகதகத்தது. ‘விக்கிரமாதித்தா! இந்தச் சிம்மாசனம் சிவபெருமான் எனக்குத் தந்தது. அன்பின் மிகுதியால் இதை நான் உனக்குத் தருகிறேன். ஆயிரம் ஆண்டுகள் நீ இந்த அதிசயச் சிம்மாசனத்தில் வீற்றிருந்து ஆட்சி புரிவாயாக!’ என்று வாழ்த்தி வரமளித்தான்.

விக்கிரமாதித்தன் எல்லோரிடமும் விடை பெற்றுக்கொண்டு சகல பரிசுப் பொருள்களுடனும், சிம்மாசனத்துடனும் தேவ விமானத்தில், தனது உஜ்ஜயினி மாகாளி பட்டணம் திரும்பினான்.

அத்தியாயம் 7

விக்கிரமாதித்தனும் வேதாளமும்...

இந்திரன் அளித்த தேவ சிம்மாசனத்தை ஒரு சுபயோக சுப முகூர்த்தத்தில் தனது கொலு மண்டபத்திலே ஸ்தாபித்த விக்கிரமாதித்தன் அதன் மீது வீற்றிருந்து மிகுந்த சந்தோஷத்துடன் ராஜ்ஜியப் பரிபாலனம் செய்தான்.

ஆனால் விக்கிரமாதித்தன் தேவலோகம் சென்றுவந்த நாளிலிருந்து மதிமந்திரி பட்டிதான் சற்று வருத்தத்துடன் காணப்பட்டான். இதைக் கண்டுகொண்ட விக்கிரமாதித்தன், ஒருநாள் தனிமையில் பட்டியிடம் கேட்டான்.

'பட்டி, சற்று நாளாக உன் முகத்தில் வாட்டத்தைக் காண்கிறேன். சொல், என்ன உன் துன்பம்?' என்று கேட்டான்.

'அண்ணா, வாழ்நாள் முழுதும் எப்போதும் தங்களுடனேயே இருக்கப் பேராசைப்பட்டவன் நான். ஆனால் தேவேந்திரனால் ஆயிரம் ஆண்டு காலம் ஆயுள் வரம் பெற்று வந்த தங்களுடன் கடைசிவரை என்னால் எப்படி இருக்கமுடியும்? அதனை நினைத்துத்தான் சஞ்சலப்பட்டேன்!' என்றான்.

இப்போது விக்கிரமாதித்தனையும் துயரம் சூழ்ந்து கொண்டது. 'அடடா எத்தனை சுயநலவாதி நான். உன்னைப் பற்றி யோசிக்காமல் போனேனே. உனக்கும் சேர்த்தல்லவா நான் வரம் பெற்று வந்திருக்க வேண்டும்!' என்று சொல்லி வருந்தினான்.

அண்ணன் விக்கிரமாதித்தனின் துன்பம் கண்டு பொறுக்காத பட்டி உடனடியாகச் சுதாரித்துக் கொண்டு, 'அண்ணா வருத்தப் படாதீர்கள். உங்கள் தம்பி புத்திசாலி என்பது உண்மையானால் ஆயிரம் என்ன, இரண்டாயிரம் ஆண்டுகள் ஆயுள்கூட நான் பெற்று விடுவேன். கவலைப்படாதீர்கள்' என்று கூறி விக்கிரமாதித்தனைக் கலகலப்பாக்கினான்.

அண்ணனிடம் விளையாட்டுக்குச் சொன்னாலும், அதை உண்மையாக்கிக்கொள்ள விரும்பிய பட்டி, நள்ளிரவில் தங்களது குல தெய்வமான மாகாளி அம்மன் கோயிலுக்குச் சென்றான். தேவியை மனமுருகிப் பிரார்த்தித்து அவளைத் தரிசிக்க வேண்டினான்.

தேவி பத்ரகாளியம்மன், பட்டியின் முன்னே பிரசன்னமானாள். 'மகனே பட்டி இந்த நடுநிசி வேளையில் என்னைப் பார்க்க விரும்பிய காரணம் என்ன?' என்று கேட்டாள்.

'தேவி, எனது சகோதரன் விக்கிரமாதித்தனுக்குத் தேவலோக அதிபதியாகிய இந்திரன் ஆயிரம் ஆண்டுகள் வாழ ஆயுள் வரமளித்துள்ளான். எனக்கு வரமருள தாயாகிய உன்னைத் தவிர வேறு யார் இருக்கிறார்கள். உன் பிள்ளை மீது கருணை காட்டு தாயே! எனக்கு இரண்டாயிரம் ஆண்டுகள் வாழ வரம் தரவேண்டும் அன்னையே!' என்று தேவியின் பாதங்களில் நெடுஞ்சாண்கிடையாக வீழ்ந்து வணங்கினான்.

'பட்டி, நீ கேட்கும் வரத்தைப் பெறவேண்டுமானால் அதற்கு ஒரு நிபந்தனை உண்டு. குற்றமே இல்லாத முப்பத்திரண்டு லட்சணங் களும் பொருந்திய ஓர் ஆண் மகன், அதுவும் அவன் சத்ரிய வம்சத்து மன்னனாக இருக்க வேண்டும்; அப்படிப்பட்ட ஒருவனது தலையைத் துண்டித்து நீ எனக்குக் காணிக்கையாகத் தந்தால் நீ விரும்பியது கைகூடும்! செய்கிறாயா?' என்றாள்.

'இதோ இப்போதே கொண்டு வருகிறேன் தாயே!' என்ற பட்டி அரண்மனைக்கு விரைந்தான். ஆம்! பத்ரகாளி கூறிய நிபந்தனைக்கு முழுத் தகுதியாக இருந்தவன் விக்கிரமாதித்தன் மட்டும்தான்!

விக்கிரமாதித்தனின் பள்ளியறைக்குள் வேகமாக நுழைந்த பட்டி, மகாராணியுடன் படுத்திருந்த அவனை எழுப்பி தனியே அழைத்து வந்து, 'அண்ணா! எனக்கு உங்கள் தலை தேவைப்படுகிறது!' என்று கேட்டான்.விக்கிரமாதித்தன் ஏன், எதற்கு என்று எந்தக் கேள்வியும் கேட்காமல், 'அதற்கென்ன எடுத்துக்கொள் பட்டி!' என்று சொல்லி தயாராகத் தலையைக் குனிந்து நின்றான்.

பட்டி ஒரே வீச்சில் விக்கிரமாதித்தனுடைய தலையைத் துண்டித்து எடுத்துக்கொண்டு காளியம்மன் பாதத்தில் வைத்து, 'தாயே இதோ நீங்கள் கேட்டபடியே சர்வ லட்சணங்களும் கொண்ட எனது தமையன் தலை, உனக்குக் காணிக்கை' என்று பணிந்தான்.

'பட்டி, நிபந்தனையைக் குறையில்லாமல் நிறைவேற்றியதால் நீ விரும்பியவாறே, உனக்கு இரண்டாயிரம் வருடங்கள் ஆயுள் வரமளிக்கிறேன். தவிர எப்போதும் செல்வச் சுகத்துடனும், பூரண புத்திசாலித்தனத்துடனும் இறுதிவரை வாழ்வாயாக!' என்று வாழ்த்தினாள்.

அவள் சொல்லி முடித்த மறுகணமே பட்டி கலகலவென்று கேலியாகச் சிரித்தான்.

'பட்டி எதற்காக இந்தக் கேலிச் சிரிப்பு?!' பத்ரகாளி வியப்புடன் கேட்டாள்.

'மன்னியுங்கள் தாயே! தேவர்கள் தலைவனான தேவேந்திரன், எங்கள் விக்கிரமாதித்த மகாராஜாவுக்கு அளித்த வரமே பலிக்காமல் போய், ஆயிரம் ஆண்டு ஆயுள் வாங்கினவன் சிரம் இதோ அறுபட்டுப்போய் தரையில் கிடக்கிறது. இதில் தாங்கள் அளித்த வரத்தை நான் எப்படி நம்புவது தாயே? அதைத்தான் நினைத்தேன்; சிரித்தேன்!'

'பட்டி! நீ மிகச் சிறந்த அறிவாளி என்பதில் சந்தேகமேயில்லை. உன் திறமையான வாதத்தால் என்னை நீ வென்றுவிட்டாய்! கவலைப் படாதே! நான் உனக்கு அளித்த வரம் தப்பாது. தேவேந்திரன் விக்கிரமாதித்தனுக்கு அளித்த வரமும் பிழையாகாது!' என்றவள் பட்டியிடம் எலுமிச்சம் பழமும், திருநீறும், தீர்த்தமும், ஒரு பிரம்பும் தந்து, 'பட்டி! விக்கிரமாதித்தன் தலையை அவனது உடலோடு சேர்த்து வைத்து இந்தத் தீர்த்தத்தைத் தெளித்து, வெட்டுப்பட்ட இடத்தில் இந்தத் திருநீற்றைப் பூசு. பிரம்பால் தடவிக் கொடு. விக்கிரமாதித்தன் உயிர் பெறுவான்!' என்று சொல்லி மறைந்தாள்.

காளியம்மனின் பிரசாதத்தோடும், விக்கிரமாதித்தனின் தலையோடும் அரசனின் பள்ளியறைக்கு விரைந்த பட்டி, தேவி சொன்னது போலவே தலையை உடலோடு வைத்து தீர்த்தம் தெளித்து திருநீற்றைப் பூசினான். பிரம்பால் வருடினான். மறுகணமே விக்கிரமாதித்தன் உயிர் பெற்று எழுந்தான்.

பட்டி நடந்தது அனைத்தையும் அவனிடம் சொல்ல, இப்போது விக்கிரமாதித்தன் முகம் வாட்டமுற்றான்.

‘தம்பி பட்டி, எனது ஆயுளோ ஆயிரம் ஆண்டுகள்தான்; ஆனால் நமது மாகாளியம்மன் உனக்கு இரண்டாயிரம் ஆண்டுகள் ஆயுள் அளித்துள்ளாள். கடைசிவரை நாம் இருவரும் சம ஆயுளுடன் வாழச் சாத்தியமே இல்லையா?’ என்று கூறி வருந்தினான்.

‘அண்ணா தங்களது வருத்தம் நியாயம்தான். ஆனால் நான் இதை எண்ணிப் பார்க்காமலா இருப்பேன். நாம் இருவரும் சம ஆயுளுடன் வாழ வழியிருக்கிறது!’ என்றான் பட்டி.

‘அப்படியா? என்ன வழி அது?’ ஆவலுடன் கேட்டான் விக்கிரமாதித்தன்.

‘அண்ணா, தேவேந்திரன் உங்களுக்கு வரமளித்தபோது, ‘இந்த அதிசயச் சிம்மாசனத்தில் அமர்ந்தபடி ஆயிரம் ஆண்டுகள் ஆட்சி செய்வாய்’ என்றுதானே வரமளித்துள்ளான். எனவே நீங்கள் ஆறு மாத காலம் இந்தச் சிம்மாசனத்தில் அமர்ந்து ஆட்சி செய்யுங்கள். அடுத்த ஆறுமாதம் தேசாந்திரியாக நாடு நகரமெல்லாம் காடு மேடெல்லாம் சுற்றி வாருங்கள். இப்படி நாடாறு மாதமும் காடாறு மாதமுமாகக் காலம் கழித்தால் நீங்களும் இரண்டாயிரம் ஆண்டுகள் நீடூழி வாழலாம்!’ என்று யோசனை தெரிவித்தான்.

விக்கிரமாதித்தனும் மனம் மகிழ்ந்துபோய் பட்டியைப் பாராட்டிக் கட்டித் தழுவிக் கொண்டான். பட்டியின் ஆலோசனைப்படியே காடாறு மாதம் நாடாறு மாதம் என்று ஆட்சி நடத்தத் தொடங்கினான்.

●

இப்படியாக விக்கிரமாதித்தனது தொடக்கக் காலச் சரித்திரத்தைச் சொல்லி முடித்த முதலாம் பதுமையான சுகேசி, ‘போஜராஜனே, எங்களது விக்கிரமாதித்தன் சரித்திரம் கேட்டீர்கள் அல்லவா? இப்போது சொல்லுங்கள். எங்கள் சக்ரவர்த்திக்குள்ள வீரம், விவேகம், தைரியம், புத்திக்கூர்மை இவையெல்லாம் உங்களுக்கு இருக்கிறதென்று நினைத்தால் நீங்கள் தாராளமாக இந்தச் சிம்மாசனத்தில் ஏறி அமரலாம்!’ என்றது.

முதலாம் பதுமை கதை சொல்லி முடிக்கும் தறுவாயில் அன்றைய நாள் முடிந்து சூரியன் அஸ்தமனமாகி விட்டதால், சிம்மாசனத்தில் அமர வேண்டிய முகூர்த்த காலமும் கழிந்துவிட போஜராஜனும், அவனது மந்திரியும் ராஜ சபையைவிட்டு அவரவர் இல்லத்துக்குச் சென்றார்கள்.

●

இரண்டாம் நாள், மீண்டும் ராஜ சபை கூடியது.

அன்றைய தினம் ஒரு நல்ல முகூர்த்த காலத்தில் போஜ மன்னன் முப்பத்திரண்டு படிகள் கொண்ட சிம்மாசனத்தின் முதல்படி ஏறி இரண்டாம் படி மீது கால்வைக்கும் தருணம் அந்தப் படிக்குக் காவலாயிருந்த இரண்டாம் விசித்திரப் பதுமையான திரிலோசனை முன்தினம் போலவே கேலியாகச் சிரித்து, 'போஜராஜனே சற்று நில்லும். பயம் என்பதின் அர்த்தமே அறியாத, எமது சக்ரவர்த்தி விக்கிரமாதித்தனின் சாகசங்கள் பெரும் வியப்புக்குரியது மட்டுமல்ல, போற்றுதலுக்கும் உரியது! அவரது வீரதீரமானது உமக்கு இருக்கிறதென்று உணர்ந்தாலல்லவா நீர் இந்தப் படியை ஏறி சிம்மாசனம் அமர முடியும்?' என்றது.

'இரண்டாம் பதுமையே, உமது விக்கிரமாதித்த பூபதியிடம் கண்டு வியந்த அந்த வீரப் பிரதாபத்தை சாகசச் செயல்களை எனக்கும்தான் சொல்லேன்! கேட்டு மகிழ்கிறேன்' என்றான் போஜராஜன்.

'ஓ! அப்படியே ஆகட்டும்! எத்தனைமுறை கூறினாலும் திகட்டாத எங்களது மன்னனுடைய பெருமையைக் கூறுகிறேன் கேளும் பூபதியே!' என்ற திரிலோசனைப் பதுமை அக்கதையைச் சொல்லத் தொடங்கியது.

•

விக்கிரமாதித்த மன்னன் அரசாளும் உஜ்ஜயினி நகரத்தின் அருகாமையில் ஒரு பெரும் காடு இருந்தது. அந்தக் காட்டின் மையத்தில் ஒரு வன துர்க்கையம்மன் கோயிலும், அந்தக் கோயிலிலிருந்து நான்கு காத தூரத்தில் மயானம் ஒன்றும், அந்த மயானத்தில் நடுவில் ஒரு முருங்கை மரமும் இருந்தன.

அது சாதாரண முருங்கை மரம் இல்லை! பார்க்கவே விசித்திரமான வளைந்து நெளிந்து காணப்பட்ட அந்த முருங்கை மரத்தில்தான் வேதாளம் ஒன்று தலை கீழாகத் தொங்கிக் கொண்டிருந்தது.

அந்த வேதாளமும் சாமானியமானதில்லை. அதை ஒருவன் வசப்படுத்தி விட்டால், அந்த வேதாளத்தின் மூலம் அவன் நினைத்த காரியங்கள் எல்லாவற்றையும் சாதித்துக் கொள்ள முடியும். இந்த உலகையே ஆட்டிப் படைக்க முடியும்!

முனிவர்கள், மந்திரவாதிகள், ஜோதிடர்கள், குறி சொல்பவர்கள் என்று அந்த வேதாளத்தைப் பற்றித் தெரிந்த பலரும் எப்பாடு பட்டாவது அந்த வேதாளத்தை வசப்படுத்திக்கொள்ள

வேண்டுமென்று முயற்சித்து வந்தனர். ஆனால் ஒருவராலும் அதைச் சாதிக்க முடியவில்லை.

வேதாளத்தை வசப்படுத்த முயற்சித்தவர்களுள் சுசர்மன் என்கிற தேவி உபாசகன் முக்கியமானவன். இவன் தனது தீவிரப் பக்தியினால் வன துர்க்கையம்மனையும், வேதாளத்தையும் வசப்படுத்திக்கொண்டு சகல சித்திகளும் பெற்று, இந்தப் பூவுலகையே ஆட்டிப் படைக்க வேண்டும் என்று ஆசைப்பட்டான். அதற்காகவே வன துர்க்கையம்மன் கோயிலில் பெரும் யாக குண்டம் வளர்த்து கடும் தவமிருந்து பூஜை செய்தான். ஒருநாள் தேவி வன துர்க்கையம்மன் அவன் முன் காட்சி தந்தாள்.

'சுசர்மா! பக்தி சிரத்தையுடன் கூடிய உனது கடுமையான தவம் கண்டு மனம் மகிழ்ந்தேன். உனக்கு என்ன வரம் வேண்டும் கேள்!' என்றாள்.

சுசர்மன் பரவசமாக, 'தேவி! எனக்கு இறவா வரம் வேண்டும். தவிர இந்த மண்ணுலகில் அரசாளும் அத்தனை மன்னர்களையும் வென்று மன்னர்களுக்கெல்லாம் மன்னனாக நான் இந்தப் பூவுலகையே அரசாள வேண்டும். மகா சக்ரவர்த்தியாகத் திகழ வேண்டும். அதற்கு நீதான் அருள்புரிய வேண்டும்!' என்று கேட்டான்.

'சுசர்மா, நீ கேட்ட வரங்கள் உனக்குக் கிடைக்க வேண்டும் என்றால் ஆயிரம் அரசர்களைக் கொன்று அவர்களது உடல்களை யாக குண்டத்தில் போட்டு யாகம் செய்ய வேண்டும். தவிர அந்த மன்னர்களது தலைகளை வெட்டி எனது பாதத்தில் காணிக்கையாக வைத்தால் நீ விரும்பியது நடக்கும்!' என்று சொல்லி மறைந்தாள்.

அதற்கு மேல் சுசர்மன் நேரத்தை வீணாக்க விரும்பாமல் நாடு நாடாகப் புறப்பட்டான். பலப்பல யுக்திகளாலும், வஞ்சக சூழ்ச்சிகளாலும், கபட நாடகங்களாலும் அநேக மன்னர்களை ஏமாற்றி தனியே அழைத்துவந்து வன துர்க்கையம்மன் பாதத்தில் வைத்துப் பலியிட்டான். இம்மாதிரி அவன் பலியிட்ட மன்னர்களின் எண்ணிக்கை தொள்ளாயிரத்துத் தொண்ணூற்றொன்பது (999) ஆகி விட்டது. ஆயிரமாவது தலைக்கு விக்கிரமாதித்தனுடைய தலையைத் திட்டமிட்டான் சுசர்மன்.

ஆனால் விக்கிரமாதித்தனைப் பலி கொடுக்கும் முன்னதாக அவன் மூலமாகவே நிறைவேற்றிக் கொள்ள வேண்டிய காரியம் ஒன்று இருந்தது. அது வேதாளத்தை வசப்படுத்தும் திட்டம். அதற்கான முயற்சியில் இறங்கினான் சுசர்மன்.

•

ஒரு பெரும் மகரிஷி போல் சாந்தசொரூபியாக வடிவம் கொண்டு விக்கிரமாதித்தன் சபைக்குச் சென்றான் சுசர்மன். தன்னை அன்புடனும் பணிவுடனும் வரவேற்ற விக்கிரமாதித்தனை ஆசீர்வதித்து ஒரு மாதுளங்கனியை அவனுக்குக் கொடுத்து வாழ்த்திவிட்டு வேறு ஏதும் பேசாமல் விடைபெற்றுக் கொண்டான்.

முனிவர் தந்த மாதுளம் கனியை விக்கிரமாதித்தன் அருகிலிருந்த பட்டியிடம் தர முயற்சிக்க, அப்போது கைதவறி பழம் கீழே விழுந்து உடைந்தது.

அட! என்ன ஆச்சரியம்! பழத்திலிருந்து மாதுளை முத்துகளுக்குப் பதிலாக விலையுயர்ந்த ரத்தினக் கெம்புக் கற்கள் சிதறித் தெறித்தன. வியந்து போனான் விக்கிரமாதித்தன். அந்த ரத்தினக் கற்களை எடுத்துப் பார்த்த மகாமந்திரி பட்டி, அவைகள் விலை மதிப்பில்லாதவை என்று உணர்ந்து கொண்டான். பின் யோசனையுடன் விக்கிரமாதித்தனிடம் சொன்னான்: மீண்டும் அந்த முனிவர் கண்டிப்பாக இங்கு வருவார்!

பட்டி சொன்னதுபோலவே மறுநாள் மீண்டும் ராஜ சபைக்கு விஜயம் செய்தார் முனிவர். அவரை வரவேற்று உபசரித்த விக்கிரமாதித்தன், ‘மகா முனிவரே, நேற்று தாங்கள் அளித்த அதிசய மாதுளம் கனியில் விலை மதிப்பில்லாத ரத்தினக் கற்கள் இருந்ததைக் கண்டேன். பொன் பொருளில் நாட்டமில்லாத துறவியான தாங்கள் எனக்கெதற்காக இத்தனை விலையுயர்ந்த கற்களைப் பரிசளித்தீர்கள்? பதிலுக்கு என்னிடமிருந்து ஏதோ எதிர்பார்க்கிறீர்கள் என்று தெரிகிறது! சொல்லுங்கள் உங்களுக்கு நான் என்ன செய்ய வேண்டும்?’ விக்கிரமாதித்தன் நேரிடையாக விஷயத்துக்கு வந்தான்.

‘ஆம் விக்கிரமா! மிகச் சரியாகக் கணித்து விட்டாய்! எனக்கு உனது உதவி தேவைப்படுவது உண்மைதான்! நான் நமது உஜ்ஜயினியின் கானகப் பிரதேசத்திலுள்ள வன துர்க்கையம்மனைப் பூஜித்து ஒரு யாகம் நடத்த உத்தேசித்திருக்கிறேன். யாகம் பூர்த்தியானால் அதன் மூலம் எனக்கு அஷ்டமாசித்திகளும் கைவசமாகும். ஆனால் அந்த யாகத்தை நடத்தவிடாமல் செய்யச் சில துஷ்ட சக்திகள் காத்திருக்கின்றன. எனவே பத்ரகாளியின் பரம பக்தனான நீ யாகத்தின்போது என்னருகில் இருந்தால் அந்தத் துஷ்ட சக்திகள் தொல்லை தராமல் விலகிப் போய் விடும். இந்த உதவி ஒன்றைத்தான் உன்னிடம் எதிர்பார்க்கிறேன்!’ என்றான்.

'அப்படியே ஆகட்டும் முனிவர் பெருமானே! கண்டிப்பாக உங்கள் விருப்பத்தை நான் நிறைவேற்றி வைக்கிறேன். சொல்லுங்கள், நான் எங்கு எப்போது வரவேண்டும்?'

முனிவன் சுசர்மன் விக்கிரமாதித்தன் வரவேண்டிய இடத்தையும் நாளையும் நேரத்தையும் சொல்லிவிட்டு, 'விக்கிரமா, யாகத்துக்கு நீ தனியாகத்தான் வரவேண்டும். இது மிக முக்கியம்!' என்று சொல்லி விடை பெற்றுக் கொண்டான்

•

முனிவன் சுசர்மன் சொன்னதுபோலவே குறிப்பிட்ட நாளில் நடுஜாமத்தில் வன துர்க்கையம்மன் கோயிலுக்குத் தன்னந்தனியாகச் சென்றான் விக்கிரமாதித்தன். அங்கே பெரும் யாககுண்டம் வளர்த்து அமர்ந்திருந்தான் சுசர்மன். அவனைச் சுற்றிலும் குறளிகளும், சில ஏவல் பேய்களும் கிடந்து கூத்தாடிக்கொண்டிருந்தன.

'முனிசிரேஷ்டரே! தாங்கள் சொன்னபடியே தனியே வந்துவிட்டேன். இப்போது நான் தங்களுக்குச் செய்ய வேண்டிய காரியம் ஏதாவது உள்ளதா?' என்று கேட்டான் விக்கிரமாதித்தன்.

'ஆம், விக்கிரமாதித்தா! ஒரு முக்கிய காரியத்தை நீ செய்ய வேண்டும்! இக் கோயிலின் தென் பகுதியில் நான்கு காத தூரத்தில் மயானம் ஒன்று இருக்கிறதல்லவா? அதன் நடுவே வளைந்து நெளிந்த முருங்கை மரம் ஒன்று உள்ளது. அதன் உச்சாணிக் கிளையில் பிணம் ஒன்று தொங்கிக் கொண்டிருக்கும். அந்தப் பிணத்தை நீ இங்கே கொண்டுவந்து என்னிடம் சேர்த்து விட்டால் போதும்! அதுதான் முதல் காரியம்!' என்றான் சுசர்மன்.

'அவ்வளவுதானே! இதோ, இப்பொழுதே சென்று அப்பிணத்தைக் கட்டித் தூக்கி வருகிறேன்!'

விக்கிரமாதித்தன் மயானத்தை அடைந்தான். முருங்கை மரத்தை தேடிக் கண்டுபிடித்து அதன் உச்சாணிக் கிளையில் தொங்கிய பிணத்தை எடுத்துத் தோளின்மீது போட்டுக் கொண்டு கீழிறங்கினான். அப்போது பிணம் வாய்விட்டு அழுதது.

அதிர்ச்சியடைந்த விக்கிரமாதித்தன் பிணம் உயிரோடு இருப்பதாகப் பதறிப்போய் அதைத் தரையில் கிடத்தினான். மறுநொடியே பிணம் மீண்டும் பறந்துபோய் முருங்கை மரத்தின் உச்சாணிக் கிளையில் தலைகீழாகத் தொங்கியது.

விக்கிரமாதித்தன் ஆச்சரியமடைந்தான். இதென்ன விசித்திரம்? பிணம் பறக்கிறதே! மீண்டும் மரத்தில் ஏறி அந்த சவத்தைச் சுமந்து கொண்டு கீழிறங்கினான்.

அப்போது பிணத்துக்குள் புகுந்திருந்த வேதாளம், 'ஏ விக்கிரமாதித்த மகாராஜாவே! இந்தப் பிணத்துக்குள் புகுந்திருக்கும் வேதாளமாகிய நான், உன்னை நன்கு அறிவேன்! உன்னை அனுப்பி வைத்த அந்த சுசர்மனையும் அறிவேன். என்னை அவனிடம் கொண்டு சேர்ப்பதற்காகத்தானே இம்முயற்சியில் இறங்கியிருக்கிறாய்? போகட்டும். உன்னுடன் நான் வரவேண்டுமானால் ஒரு நிபந்தனை இருக்கிறது. நாம் போய்ச் சேரும்வரை வழி முழுக்க நீ பேசவே கூடாது. பேசினால் நான் மீண்டும் முருங்கை மரத்து உச்சிக்கே போய் விடுவேன். ஆனால், நான் உன்னிடம் வழிநெடுகப் பேசிக்கொண்டு வருவேன். என்னைச் சுமந்து செல்லும் களைப்புத் தெரியாமல் இருக்க வழிப் பயணத்தில் உனக்குச் சுவாரசியமான கதை சொல்லுவேன். கதையின் முடிவில் ஒரு புதிரும் போடுவேன். அந்தப் புதிருக்கான சரியான விடையை நீ சொல்ல வேண்டும். விடை தெரிந்தும் நீ பதில் சொல்லாவிட்டால் உனது தலை சுக்குநூறாகச் சிதறி விடும்,' என்றது.

விக்கிரமாதித்தன் இருதலைக்கொள்ளி எறும்பின் நிலையில் தவித்தான். 'வழியில் பேசக் கூடாது; பேசினால் வேதாளம் மீண்டும் மரத்துக்கே போய் விடும்! ஆனால், வேதாளம் கேட்கும் கேள்விக்குப் பதிலும் சொல்ல வேண்டும். அப்படிக் கதையின் புதிருக்கான விடையைச் சொல்லாவிட்டாலோ தலை வெடித்துச் சிதறிப் போய் விடும்! என்னதான் செய்வது?

சரி! வேறு வழியில்லை. அப்படி வேதாளம் மீண்டும் முருங்கை மரத்துக்கே போய் விட்டால் மறுபடியும் கட்டித் தூக்கி வர வேண்டியதுதான்' என்று நினைத்து மனதைத் தேற்றிக் கொண்டான்.

ஏதும் பதில் பேசாமல் பிணத்தைச் சுமந்துகொண்டு நடக்கத் தொடங்கினான். வேதாளமும் அவனது பதிலை எதிர்பார்க்காமல் கதை சொல்லத் தொடங்கியது.

அத்தியாயம் 8

வேதாளம் சொன்ன 'ரத்னாவதியின் காதல்' கதை

'வருணா நதியும், அசி ஆறும் ஒன்று கூடும் கங்கையாற்றங்கரையில் அமைந்திருக்கிறது வாரணாசி நகரம். அந்நகரைப் பிரதாப சூரியன் என்னும் மன்னன் ஆண்டு வந்தான். அவனுக்கு ஒரு மகன் இருந்தான். அவன் பெயர் வஜ்ரகவசன். பயமறியா இளங்கன்று. அழகில் மன்மதன். கலா ரசிகன்.

இந்த வஜ்ரகவசனின் ஆருயிர் நண்பன் விசாகன். அந்நாட்டு மந்திரியின் மகன். நண்பர்கள் இருவரும் ஒருவர் மேல் ஒருவர் மிகுந்த பிரியம் கொண்டிருந்தார்கள். எங்கும் எப்போதும் இணை பிரியாமல் சுற்றி வந்தார்கள்.

ஒருநாள் இருவரும் வேட்டையாடலாம் என்று காட்டுக்குப் புறப்பட்டுச் சென்றார்கள். ஆசை தீரும் வரை மிருகங்களைத் துரத்தித் துரத்தி வேட்டையாடினார்கள். பின் களைத்துப் போய் தாகம் தீர்த்துக் கொள்ள நீர்நிலை தேடி அலைந்தார்கள். சற்று தூரத்திலேயே அவர்கள் ஒரு பெரும் அருவித் தடாகத்தைக் கண்டார்கள். அதை நெருங்கியவர்கள் திகைத்துப் போனார்கள்.

அங்கே, தடாகத்தில் பூத்திருந்த அழகழகான தாமரைப் பூக்களுக்கு மத்தியில் கலகலவென்று சிரிப்பொலியுடன் அநேகம் இளம்

பெண்கள் நீராடிக் கொண்டிருந்தார்கள். அந்த அழகுப் பெண்களுக்கு மத்தியில் ஈடு இணையற்ற அழகுப் பெட்டகமாக அந்தப் பெண்களின் தலைவி போல் ஒருத்தி தனியே ஜொலித்தாள்.

அவளைப் பார்த்த கணம் இளவரசனான வஜ்ரகவசன் திகைத்துப் போனான். அபாரமான அவளது அழகுக்கு அடிமையாகிப் போனான். தேவலோகப் பெண்களுக்கே சவால் விடுவது போன்ற அவளது வனப்பில் மெய்மறந்து நின்றான்.

அந்தப் பெண்ணும் வஜ்ரகவசனைப் பார்த்தாள். வஜ்ரகவசன் தனது அழகில் மலைத்து நிற்பதைக் கண்டு வெட்கப்பட்டு, மயங்கி நின்றாள். முதல் பார்வையிலேயே அவளுக்கும் வஜ்ரகவசனை மிகவும் பிடித்துப் போனது. அவனைத் தனது இதயத்திலே வைத்துப் பூட்டிக்கொண்டாள்.

அந்தப் பெண்ணின் பெயர் ரத்னாவதி. அவள் வஜ்ரகவசனுக்கு தன்னைப் பற்றிய தகவலைத் தெரிவிக்க நினைத்தாள். குறிப்பால் உணர்த்த முயன்றாள். நீரில் பூத்திருந்த ஒரு தாமரை மலரைப் பறித்து தனது காதில் வைத்துக் காண்பித்தாள். பின் அந்தத் தாமரையைக் காதில் அணிந்துகொள்வதுபோல பாவனை காட்டி, காதணியான தந்தபத்திரம் என்னும் அணிகலனைப் போல அதைச் சுருட்டிக் காண்பித்தாள். பின் தனது கழுத்தில் அணிந்திருந்த ரத்னஹாரத்தைத் தொட்டுக் காண்பித்தாள். அடுத்து தனது மற்றொரு கையை அவளது இதயத்தில் வைத்து வஜ்ரகவசனைப் பார்த்துச் சிரித்து வெட்கத்துடன் தலை குனிந்தாள். இந்தத் தனது குறிப்புச் செயல்களை அந்தப் பெண் விளையாட்டுப் போலச் செய்ததால் அவளது தோழிகள் யாரும் இதைப் பொருட்படுத்தவில்லை. ஆனால் வஜ்ரகவசனின் பக்கத்திலிருந்து விசாகன் அனைத்தையும் கவனித்துப் பதிய வைத்துக் கொண்டான்.

சற்று நேரத்தில் நீராடி முடித்த அந்தப் பெண் தனது தோழிகளுடன் வஜ்ரகவசனைத் திரும்பித் திரும்பிப் பார்த்தவாறே புறப்பட்டுச் சென்றாள். வஜ்ரகவசனோ அவள் செல்வதைப் பார்த்தபடியே தவிப்புடன் நின்றான்.

இயலாமையுடன் தனது நண்பன் மந்திரிகுமாரனிடம் புலம்பினான். 'தோழா, விசாகா! எனது இதயம் அவளுடனேயே சென்றுவிட்டது. ஆனால் அவள் யாரென்றோ, எங்கிருக்கிறாள் என்றோ ஒன்றும் தெரியவில்லை. அவளில்லாமல் இனி என்னால் ஜீவிக்கவே முடியாது. ஆனால் இனி நான் அவளை மீண்டும் எப்படிக் காண்பேன்?' என்று புலம்பினான்.

விசாகன் திகைத்துப் போனான். 'என்ன இப்படிச் சொல்கிறாய் வஜ்ரகவசா! அந்தப் பெண் தன்னைப் பற்றிய தகவல்களைக் குறிப்பால் உணர்த்தினாளே, நீ அதைக் கவனிக்கவில்லையா?' என்று கேட்டான்.

'அப்படியா? இல்லையே! ஏதொன்றையும் நான் கவனிக்க வில்லையே! அடடா! அவள் என்ன சொன்னாள் என்று தெரிய வில்லையே! நான் அவள் அழகிலேயே மதிமயங்கி இருந்து விட்டேன் நண்பா! அவள் சொன்னது உனக்கு ஏதும் புரிந்ததா?' என்றான்.

'ஆம்! வஜ்ரகவசா! அவள் சொன்ன குறிப்புகளிலிருந்து எனக்குப் புரிந்ததைச் சொல்கிறேன் கேள். அவள் தாமரைப் பூ ஒன்றைத் தன் காதில் வைத்துக் காண்பித்ததால், 'தான் கர்ணோத்பலன் என்னும் அரசனுடைய நாட்டைச் சேர்ந்தவள்' என்பதை அறிவித்தாள். அந்தப் பூவை காதில் அணிந்து கொள்வது போலச் செய்து, தந்தபத்திரம் என்னும் காதணியைப் போலச் சுருட்டிக் காண்பித்ததால், 'அந்நாட்டில் உள்ள தந்தச் சிற்பி ஒருவனின் மகளாக அவள் இருக்க வேண்டும். அடுத்தும் அவள் தனது கழுத்தில் அணிந்திருந்த ரத்னஹாரத்தைத் தொட்டுக் காண்பித்ததால் ரத்னாவதி அல்லது ரத்னகுணவதி என்பது அவளது பெயராக இருக்கலாம். கடைசியாகத் தனது கையை மார்பின் மீது வைத்துக் கொண்டு அவள் உன்னை வெட்கப்பார்வையுடன் நோக்கித் தலை குனிந்ததால் காதல் வயப்பட்டு அவளது இதயத்தை உனக்கே தந்துவிட்டாள் என்று அர்த்தமாகிறது!' என்று விளக்கம் சொன்னான்.

வஜ்ரகவசன் ஆனந்தத்தில் விசாகனைக் கட்டித் தழுவி அவனது புத்திக்கூர்மையைப் பாராட்டினான்.

'என் வயிற்றில் பால் வார்த்தாயடா நண்பா! உன்னை நண்பனாகப் பெற்றது என் பாக்கியம்!' என்றவன், 'நண்பா விசாகா! நான் உடனே அவளைச் சந்தித்துப் பேச வேண்டும்! நீதான் அதற்கு வழி காட்டவேண்டும்!' என்று வேண்டினான்.

'வஜ்ரகவசா! கலங்காதே! கர்ணோத்பலன் என்னும் மன்னன் ஒருவன் கலிங்க நாட்டை ஆண்டு வருவதை நான் அறிவேன். அந்நாட்டின் சிறந்த தந்த சிற்பிகளுள் ஒருவர் ஸ்ரீராமவர்த்தனன் என்பவர். அவருக்கு ஒரு மகள் இருக்கிறாள் என்றும், அவள் மிகுந்த பேரழகி என்றும் கேள்விப்பட்டிருக்கிறேன். அநேகமாக இந்த ரத்னாவதி அவரது மகளாகத்தான் இருக்க வேண்டும்!' மந்திரி குமாரன் இப்படிச்

சொன்னதுமே ராஜகுமாரன் பொறுமையிழந்து துடிக்கத் தொடங்கிவிட்டான்.

'நண்பா! அப்படியானால் ஏன் இன்னும் தாமதிக்கிறாய்? எனக்கு அவளை உடனே பார்த்தாக வேண்டும். இப்போதே புறப்படுவோம் வா!'

இருவரும் கலிங்க நாட்டை நோக்கிக் குதிரையை விரட்டினார்கள்.

மன்னன் கர்ணோத்பலன் ஆண்ட கலிங்க நாட்டை அடைந்த வஜ்ரகவசனும், விசாகனும் மிகச் சுலபமாகவே தந்த சிற்பி ஸ்ரீராமவர்த்தனன் இல்லத்தைத் தேடிக் கண்டுபிடித்து விட்டார்கள். ஆனால் நேரடியாகச் சிற்பியின் இல்லத்துக்குள் சென்று ரத்னாவதியைப் பார்த்துவிட முடியுமா என்ன? சமய சந்தர்ப்பம் பார்த்துத்தானே அவளைச் சந்திக்க வேண்டும். அதற்குத் தகுந்தபடி அக்கம் பக்கத்தில் தங்க இடம் தேடினார்கள்.

சிற்பியின் வீட்டுக்கு அருகிலேயே ஒரு வயதான மூதாட்டி ஒருத்தி தனியே வசித்திருந்தாள். வஜ்ரகவசனும், விசாகனும் அவளைச் சிநேகம் பிடித்துக்கொண்டு அவளுக்கு நிறையப் பொன்னையும், பொருளையும் கொடுத்து வசப்படுத்திக் கொண்டு அவளது வீட்டிலேயே தங்கினார்கள்.

ஒருநாள் சமயம் பார்த்து மந்திரி குமாரன் மெல்ல அவளிடம் பேச்சுக் கொடுத்தான். 'அம்மா, இவ்வூரில் சிற்பி ஸ்ரீராமவர்த்தனன் என்பவர் இருக்கிறாரே, அவரை உங்களுக்குத் தெரியுமா?'

'என்ன தம்பி இப்படிக் கேட்டு விட்டாய்! நான் அவரது வீட்டில்தான் வேலை பார்க்கிறேன். தாயில்லாத அவரது மகளைக் குழந்தைப் பருவத்திலிருந்தே செவிலித் தாயாக இருந்து வளர்த்தது நான்தானே!'

'ஆஹா! தாயே! பழம் நழுவிப் பாலில் விழுந்ததுபோல ஆயிற்று! அம்மா! எங்களுக்காக தாங்கள் ஓர் உதவி செய்ய வேண்டும். சிற்பியின் மகள் ரத்னாவதியிடம் சென்று, 'நீ அருவித் தடாகத்தில் பார்த்த இளவரசன் உன்னைத் தேடி வந்திருக்கிறான். அவன் உன்னைத் தனிமையில் சந்தித்துப் பேச ஆவலாக உள்ளான்,' என்று தகவல் சொல்லி அவளது பதிலைக் கேட்டு வரவேண்டும்!' என்று கெஞ்சிக் கேட்டான்.

ஏற்கெனவே அவர்கள் தந்த பொன் பொருளில் மயங்கிய மூதாட்டி, மறுமொழி பேசாமல் கிளம்பிப் போனாள். போனவள் சிறிது நேரத்தில் அழுது அரற்றியபடி வீடு வந்துசேர்ந்தாள்.

'அம்மா, ஏன் அழுகிறீர்கள்? என்ன நடந்தது?' பதறிப் போய் கேட்டான் ராஜகுமாரன் வஜ்ரகவசன்.

'என்ன சொல்வது தம்பி? அவளிடம் போய் நீங்கள் சொன்னதை அப்படியே சொன்னேன். முதலில் எல்லாவற்றையும் சிரித்தபடியே கேட்டுக் கொண்டவள், 'தனிமையில் எப்போது சந்திக்கலாம்? என்று இளவரசன் கேட்டு வரச் சொன்னார்' என்றதுமே, மிகுந்த கோபத்துடன், என்னைத் திட்டித் தீர்த்ததுடன், கற்பூரக் கரைசலில் அவளது இரண்டு கைகளையும் முக்கியெடுத்து எனது இரண்டு கன்னங்களிலும் அடித்து விட்டாள். இதோ பாருங்கள்!' என்று காட்டினாள்.

ஆம்! மூதாட்டியின் இரண்டு கன்னங்களிலும் பத்து விரல்களின் அடையாளம் பளிச்சென்று அச்சாகப் பதிந்திருந்தது.

இதைப் பார்த்ததுமே அரசகுமாரன் வஜ்ரகவசன் முகம் வாடிப் போனது.

உடனே மந்திரி குமாரன் அவனிடம், 'நண்பா! கலக்கம் கொள்ளாதே! அவள் உன்னைப் புறக்கணிக்கவில்லை. நீ அவளை எப்போது சந்திக்கலாம் என்பதைத்தான் இப்படிப் பூடகமாகச் சொல்லி அனுப்பியிருக்கிறாள்! இப்போது பௌர்ணமி காலம் என்பதால் நிலா வெளிச்சம் பூரணமாக ஜொலிக்கும் இந்தப் பத்துநாட்களுக்குப் பிறகு அவளைச் சந்திக்கலாம் என்பதைத்தான் கிழவியின் கன்னங்களில் கற்பூரம் தொட்டு அடித்து உணர்த்தியிருக்கிறாள்!' என்றான்.

அது போலவே பத்து நாட்களுக்குப் பிறகு ரத்னாவதி, மூதாட்டியிடம் தனது வீட்டின் நந்தவனத்துக்கு ராஜகுமாரனை நள்ளிரவில் வரும்படி பூடகமாகச் சொல்லியனுப்பினாள். அதை மந்திரி குமாரன் புரிந்து ராஜகுமாரனிடம் சொல்ல, அதன்படியே வஜ்ரகவசன், இரவில் நந்தவனத்தில் ரத்னாவதியைச் சந்தித்தான்.

காதலர்கள் இருவரும் நேரம் போவதே தெரியாமல் மனம்விட்டுப் பேசி மகிழ்ந்தார்கள். கட்டித் தழுவி முத்தமழை பொழிந்தார்கள். இறுதியில் காந்தர்வ விவாகம் புரிந்து கலவியில் மூழ்கித் திளைத்தார்கள்.

விடியும் நேரம்... வஜ்ரகவசன் புறப்படத் தயாரானபோது, ரத்னாவதி அவனிடம், 'அன்பரே நான் உங்களிடம் ஒன்று கேட்கவேண்டும். அன்று அருவிக்கரை தடாகத்தில் நான் தெரிவித்த சங்கேதக்

குறிப்புகளை தாங்களே புரிந்து கொண்டீர்களா அல்லது தங்களது நண்பர் விளக்கினாரா?' என்று கேட்டாள்.

'அதையேன் கேட்கிறாய் தேவி? நீ சொன்ன சங்கேதக் குறிப்புகளின் பொருள் எதுவும் எனக்கு விளங்கவேயில்லை. எனது நண்பன் மந்திரி குமாரன் விசாகன்தான் எனக்கு அவைகளின் பொருளை விளக்கினான்!' என்று உண்மையைத் தெரிவித்தான்.

'நல்லவேளை இப்போதாவது சொன்னீர்களே! கடைசியில் அவரால்தானே உங்களை நான் அடைய முடிந்தது. அதனால் அவர் என் சகோதரர் ஆவார். நான் அவருக்கு மிகுந்த நன்றிக் கடன் பட்டிருக்கிறேன். இருங்கள், தங்கள் தோழருக்கு என் அன்பின் காணிக்கையாகக் கொஞ்சம் பலகாரங்கள் தருகிறேன். அவரிடம் தந்து சாப்பிடச் சொல்லுங்கள். அவருக்குக் கொடுத்துவிட்டு உடனே இங்கே வந்துவிடுங்கள். எனது தாய் தந்தையர் வெளியூருக்குச் சென்றிருப்பதால் எந்தப் பயமுமில்லாமல் இங்கே நாமிருவரும் சேர்ந்து சாப்பிடுவோம்!' என்றாள்.

வஜ்ரகவசனும் ரத்னாவதி தந்த பலகாரங்களை எடுத்துப் போய் விசாகனிடம் கொடுத்துவிட்டு, நடந்த விஷயங்களைத் தெரிவித்தான்.

எல்லாவற்றையும் கேட்ட விசாகன், 'நண்பா ராஜகுமாரா! நீ பெரும் தவற்றைச் செய்து விட்டாய். ரத்னாவதியின் குறிப்புகளுக்கான விளக்கத்தை நான்தான் உனக்குச் சொன்னேன் என்பதை நீ அவளிடம் சொல்லியிருக்கக் கூடாது. அந்த விஷயத்தை நீ மறைத்திருக்க வேண்டும்!' என்று கூறினான்.

'அதனால் என்ன? அவளொன்றும் தவறாக நினைக்கவில்லை. அதனால்தானே உன்னைச் சகோதரன் என்று ஏற்றுக் கொண்டாள். போகட்டும், உன் சகோதரி கொடுத்தனுப்பிய பலகாரத்தை நீ சாப்பிடு. என்னை உடனே வரச் சொன்னாள்; நான் அவளுடன் உணவருந்தச் செல்கிறேன்!' என்று சொல்லிப் புறப்பட்டான்.

'சற்றுப் பொறு நண்பா! இதைக் கவனித்துவிட்டுச் செல்!' என்ற விசாகன், ரத்னாவதி தனக்குக் கொடுத்து அனுப்பிய பலகாரங்களிலிருந்து கொஞ்சத்தை எடுத்து அருகிலிருந்து நாய்க்குப் போட்டான். அதைச் சாப்பிட்ட நாய் உடனே சுருண்டு விழுந்து செத்துப் போனது.

வஜ்ரகவசன் அதிர்ந்து போனான். ஆத்திரம் கொண்டான்.

‘அட! நாசகாரி! இத்தனை கொடியவளா அந்த ரத்னாவதி? அவள் எதனால் இப்படிச் செய்தாள்? எனது உயிர் நண்பனையே கொல்லப் பார்த்தாளே! அவளை என்ன செய்கிறேன் பார்!’ என்று கொதித்தான்.

‘பொறுமை நண்பா, கோபப்படாதே! உன் உயிர் நண்பன் என்பதால்தான் அவள் என்னைக் கொல்ல நினைத்தாள். அவளது குறிப்புகளைப் புரிந்து கொண்டதால் எனது புத்திசாலித்தனத்தை உணர்ந்து கொண்ட ரத்னாவதி, அதனாலேயே பயந்துபோய், எங்கே அவளிடமிருந்து நான் உன்னைப் பிரித்து விடுவேனோ என்ற சந்தேகத்தில் இதைச் செய்திருக்கிறாள். உன் மீது கொண்ட அவளது அபரிமிதமான காதல்தான் இதற்குக் காரணம்! அதனால் பாவம் அவளை வெறுத்துவிடாதே. அவளுக்கு ஒரு சிறு பாடத்தை நான் கற்பிக்கிறேன்! அதற்கு நீ உதவி செய்தால் போதும்!’ என்றான்.

‘என்ன செய்யவேண்டும் சொல். செய்கிறேன்!’ வஜ்ரகவசன் சொல்ல, இவர்கள் பேசிக் கொண்டிருந்தபோதே நகரத்தின் வீதிகளில் ஏதோ சலசலப்புச் சத்தம் கேட்டது.

இருவரும் வெளியே வந்து பார்க்க, மக்கள் பரபரப்புடன் ஓடிக் கொண்டிருந்தார்கள்.

‘நமது ராஜாவின் குழந்தை இறந்து போயிற்றாம்’ என்று எல்லோரும் பதற்றத்துடன் பேசிக் கொண்டார்கள்.

விசாகன் துள்ளினான். ‘ஆஹா! ரத்னாவதிக்குப் பாடம் புகட்ட வழி கிடைத்து விட்டது. நண்பா, வஜ்ரகவசா! நான் சொல்லும்படி செய்தால் ரத்னாவதியை அவள் சொந்தபந்தங்களிடமிருந்து பிரித்து ஒரேயடியாக நாம் அழைத்துச் சென்றுவிடலாம். செய்வாயா?’ என்று கேட்டான்.

‘இதென்ன கேள்வி. சொல், அப்படியே செய்து முடிக்கிறேன்!’ என்றான் வஜ்ரகவசன்.

‘நண்பா ராஜகுமாரா, நீ இப்பொழுதே புறப்பட்டு ரத்னாவதியிடம் செல். அவளுடன் அன்பாகப் பேசிச் சல்லாபித்துச் சந்தோஷமாக இருந்துவிட்டு, மெல்ல மெல்ல அவளுக்கு மதுவைப் புகட்டி விடு. மது மயக்கத்தில் அவள் நினைவிழந்து கிடக்கும்போது அவளது இடுப்பில் உனது நகங்களால் திரிசூலம் போலக் கீறல் போட்டு அடையாளம் ஏற்படுத்திவிட்டு அவளது நகைகளில் விலையுயர்ந்த நகை ஒன்றை எடுத்துக்கொண்டு வந்துவிடு. பிறகு மற்றதை நான் பார்த்துக் கொள்கிறேன்!’ என்று சொல்லியனுப்பினான்.

வஜ்ரகவசன் அதுபோலவே செய்து முடித்து, ரத்னாவதியின் நகைகளில் விலை உயர்ந்ததான முத்துமாலையை எடுத்துக்கொண்டு வந்து மந்திரிகுமாரனிடம் கொடுத்தான்.

•

அடுத்தநாள் காலையில் மந்திரி குமாரன் ஒரு சந்நியாசிபோல வேடமிட்டுக் கொண்டு அவ்வூர் மயானத்துக்குச் சென்று அமர்ந்து கொண்டான். ராஜகுமாரன் சந்நியாசியின் சீடன் போல வேடம் பூண்டிருந்தான்.

மந்திரிகுமாரன், வஜ்ரகவசனிடம் ரத்னாவதியின் முத்துமாலையைக் கொடுத்து, 'நண்பா, இந்த முத்துமாலையைக் கடைத் தெருவுக்குக் கொண்டுசென்று எல்லோரும் பார்க்கும்படியாகக் காண்பித்து விலை பேசு. நகையை வாங்க வருபவர்களிடம் வேண்டுமென்றே மிக அதிகமாக விலை கூறு. இதனால் கடைத் தெருவில் சலசலப்பு ஏற்படும். அரசாங்கக் காவலர்கள் உன்னை வந்து விசாரிப்பார்கள். எனக்கு ஒன்றும் தெரியாது. இதை என் குருநாதர்தான் கொடுத்தனுப்பினார் என்று சொல்லி விடு. மற்றதை நான் பார்த்துக் கொள்கிறேன்!' என்று சொல்லியனுப்பினான்.

வஜ்ரகவசன், மந்திரி குமாரன் சொன்னபடியே செய்தான். அவன் முத்துமாலைக்கு மிக மிக அதிகமாக விலை கூறியதும் காவலர்கள் வந்து அவனைப் பிடித்துக் கொண்டுசென்று நகரக் காவல் தலைவன் முன் நிறுத்தினர்.

காவல் தலைவன் முத்துமாலையை வாங்கிப் பார்த்தான். இது தந்த சிற்பி ஸ்ரீராமவர்த்தனன் வீட்டு முத்துமாலைதான் என்பது அவனுக்கு ஊர்ஜிதமாகத் தெரிந்தது. அந்த முத்துமாலை காணாமல் போய் விட்டதாக முன்னதாகவே அவனுக்குப் புகார் வந்திருந்தது.

காவல் தலைவன் தன் முன் நின்றிருந்த வஜ்ரகவசனிடம் 'சந்நியாசியே பொய் சொல்லாமல் சொல். உனக்கு ஏது இந்த முத்துமாலை?' என்று கேட்டார்.

'ஐயா, எனது குருநாதர்தான் இந்த முத்துமாலையை என்னிடம் தந்து விற்று வரச் சொன்னார். அவர் இப்போது இவ்வூர் மயானத்தில்தான் இருக்கிறார். நீங்கள் எதைக் கேட்க வேண்டுமானாலும் அவரிடம் கேட்டுக் கொள்ளுங்கள்!' என்றான்.

நகரக் காவல் தலைவன் வீரர்கள் சிலருடன் புறப்பட்டு, வஜ்ரகவசனுடன் மயானத்துக்கு வந்தான்.

அங்கே சந்நியாசி வேடத்திலிருந்த மந்திரி குமாரனிடம் முத்து மாலையைப் பற்றி விசாரித்தான்.

அப்போது சந்நியாசிக் கோலத்திலிருந்த மந்திரி குமாரன் அவனிடம், 'காவல் தலைவரே நேற்று நள்ளிரவில் நான் மயானப் பூஜைக்காக இங்கே வந்தபோது சில மோகினிப் பிசாசுகள் இருப்பதைக் கண்டேன். அதிலொரு மோகினி தனது மடியில் இவ்வூர் அரசனின் மகனைக் கிடத்திக்கொண்டு, அவளது கூரிய நகங்களால் அந்தப் பாலகனுடைய நெஞ்சைக் கிழித்து அவனது இதய மலரை எடுத்து காலபைரவனுக்குச் சமர்ப்பித்துப் பூஜித்துக் கொண்டிருந்தாள்.

அதை நான் பார்த்துவிட்டதால் தனது கூட்டத்தாருடன் வந்து எனக்கும் தொல்லை கொடுக்க முனைந்தாள். உடனே நான் கோபத்துடன், எனது திரிசூலத்தால் அவளது இடைப் பகுதியில் சூடு வைத்துத் துரத்தி விட்டேன். அப்போது அந்த மோகினியின் கழுத்திலிருந்து அறுந்து விழுந்த முத்துமாலைதான் இது! சந்நியாசியான நான் இந்த ஆபரணத்தை வைத்துக்கொண்டு என்ன செய்யப் போகிறேன்? அதனால்தான் எனது சீடனிடம் கொடுத்து விற்று வரும்படிச் சொன்னேன்! ' என்றார்.

இதைக் கேட்ட காவலர் தலைவன் பதறிப் போனான். திகிலில் ஆழ்ந்தான். இந்த முத்துமாலைக்குச் சொந்தக்காரி ரத்னாவதி. அப்படியானால் அவள் மோகினிப் பிசாசா? அவள்தான் மன்னனின் மகளைக் கொன்றாளா?

அடுத்த நொடி காவல் தலைவன் அரண்மனைக்குப் பறந்தோடிப் போய் மன்னனிடம் நடந்தது அனைத்தையும் கூறினான்.

மன்னனும் அதிர்ந்து போனான். சந்நியாசி சொன்னது உண்மைதானா என்பதைத் தெரிந்து கொள்வதற்காக ரத்னாவதியை அழைத்து வரச் சொல்லி, பணிப்பெண்களைவிட்டு அவளைச் சோதிக்கச் சொன்னான்.

பணிப்பெண்கள் பரிசோதித்துவிட்டு சந்நியாசி சொன்னதுபோலவே ரத்னாவதியின் இடுப்பில் அவர் சூடு போட்ட திரிசூலக் குறி இருக்கிறது என்று கூற, ரத்னாவதி மோகினிப் பிசாசுகளில் ஒருத்தி என்கிற முடிவுக்கு வந்தான் அரசன்.

அவள்தான் தனது மகனைக் கொன்றவள் என்பதால் அவளுக்கு என்ன தண்டனை விதிப்பது என்று ஆலோசித்தபோது, போலி சந்நியாசியான மந்திரி குமாரன் சபைக்கு வந்து மன்னனிடம் கூறினான்.

‘அரசே, இந்தப் பெண் பூர்வ ஜென்ம சாபத்தால் மோகினிப் பிசாசு ஆனவள். இவளைக் கொன்று நீ பெரும் பழிக்கு ஆளாகிவிடாதே. இப்பெண்ணை உனது நாட்டைவிட்டுத் துரத்தி விடு. அது போதும்!’ என்று சொல்ல மன்னனும் அது போலவே ரத்னாவதியை நாடு கடத்த உத்தரவிட்டான். ரத்னாவதியின் பெற்றோர்கள் அழுது கதறி முறையிட்டும், அவன் மனம் இரங்கவில்லை.

காவலர்கள் ரத்னாவதியைக் கட்டிய புடவையுடன் இழுத்துச் சென்று நடுக்காட்டில் விட்டுவிட்டு ஊர் திரும்பினார்கள்.

அடர்ந்த காட்டில் தன்னந்தனியே நிர்க்கதியாக விடப்பட்ட ரத்னாவதிக்கு இது அத்தனையும் மந்திரிகுமாரன் சூழ்ச்சிதான் என்பது தெள்ளத் தெளிவாகப் புரிந்தாலும், வேறு போக்கிடம் இல்லாததால் எதிர்காலத்தை நினைத்துப் பயந்து கண்ணீர் விட்டாள்.

அப்போது அங்கு வந்த வஜ்ரகுமாரனும், விசாகனும் அவளுக்கு ஆறுதல் சொல்லித் தேற்றினார்கள். ரத்னாவதிக்குச் சிறு பாடம் கற்பித்து அரசகுமாரனுடன் ஒன்று சேர்ப்பதற்காகவே இவ்விதம் நடந்து கொண்டதாகச் சொல்லி ரத்னாவதியிடம் மன்னிப்பு கேட்டுக் கொண்டான் விசாகன்.

பின் வஜ்ரகவசன் ரத்னாவதியைத் தனது ராஜ்ஜியத்துக்கு அழைத்துப் போய் அவளை மணந்துகொண்டு ஆனந்தமாக வாழ்ந்தான்.

ஆனால், இது எதுவும் தெரியாமல் காட்டில் ரத்னாவதியை தேடித் திரிந்த அவளது பெற்றோர்கள் காட்டு மிருகங்கள் அவளைக் கொன்று தின்று விட்டதாக முடிவெடுத்துக் கலங்கிப் போனார்கள். அந்த வருத்தத்திலேயே தந்த சிற்பி மனம் உடைந்து இறந்து போனார். கணவன் இறந்த துயரத்திலேயே மனைவியும் அடுத்த சில நாட்களில் மாண்டு போனாள்’ என்று கதை சொல்லி முடித்த வேதாளம், விக்கிரமாதித்தனிடம், கேள்வி கேட்டது.

‘இந்தக் கதையில் எனக்கு ஒரு சிறிய சந்தேகம் உண்டு. அதை நீர்தான் தீர்த்து வைக்க வேண்டும். ரத்னாவதியின் பெற்றோர்கள் இறந்த தோஷமானது யாரைச் சேரும்? வஜ்ரகவசனையா? விசாகனையா? ரத்னாவதியையா? பதில் சொல்! விடை தெரிந்தும் நீ சொல்லா விட்டால் உனது தலை வெடித்துச் சிதறி விடும்!’ என்றது.

விக்கிரமாதித்தன் மெல்லச் சிரித்தபடி, ‘பெரும் சாமர்த்தியசாலியான வேதாளமே சொல்கிறேன் கேள்! ரத்னாவதியின் பெற்றோர்கள்

இறந்த பாவமானது நீ சொன்ன மூவரையுமே சேராது. அந்தப் பாவம் கர்ணோத்பல மன்னனையே சேரும்,' என்றான்.

'உன் பதில் விசித்திரமாயிருக்கிறது! நடந்த சம்பவங்கள் அனைத்துக்கும் காரணம் இந்த மூவர்தான். அதனால்தானே அந்த முதியோர்கள் மனம் உடைந்து மாண்டு போனார்கள்? பாவம்! இதில் அரசன் என்ன செய்தான்?'

'சொல்கிறேன் கேள் வேதாளமே! மந்திரிகுமாரன் தனது நண்பனும் எஜமானனுமான அரசகுமாரனுடன் ரத்னாவதியைச் சேர்த்து வைப்பதற்காகத்தான் அனைத்தையும் செய்தான். அது அவனது கடமையும்கூட! அதேபோல ராஜகுமாரனும் ரத்னாவதியும் ஆழ்ந்த காதல் மோகத்தின் காரணமாகவே இப்படி நடந்து கொண்டார்கள். அவர்களைப் பொருத்தவரை வாழ்க்கையில் தாங்கள் ஒன்று சேர்வதற்காகவே செய்த எதுவும் பாவமில்லை.

ஆனால் ஒரு நாட்டின் மன்னன் என்பவன் எது ஒன்றையும் தீர விசாரிக்காமல் செயல்படக்கூடாது. அதைக் கர்ணோத்பல மன்னன் மறந்துவிட்டான். அவன் தனது ராஜதர்மத்தைக் கைவிட்டு ஆழ்ந்து யோசிக்காமலும் தீர விசாரிக்காமலும் தவறான முடிவுக்கு வந்து அநியாயமாகத் தீர்ப்பளித்து விட்டான். அதனாலேயே ரத்னாவதியின் பெற்றோர் உயிர் இழக்க நேர்ந்தது. எனவே அந்தப் பழி பாவம் முழுவதும் மன்னனையே சேரும்!' என்றான்.

விக்கிரமாதித்தனுடைய இந்தச் சரியான பதிலாலும், அவனது மௌனம் கலைந்து போனதாலும் அவனுடைய தோளில் இருந்த வேதாளம் புறப்பட்டு மீண்டும் முருங்கை மரத்துக்கே சென்று ஏறிக்கொண்டது.

விக்கிரமாதித்தனும் விடாமுயற்சியுடன் மீண்டும் முருங்கை மரத்துக்குச் சென்று தலைகீழாகத் தொங்கிய வேதாளத்தைப் பிடித்து தோளில் போட்டுக் கொண்டு புறப்பட்டான்.

பாதிதூரம் கடந்ததும் 'கேள், விக்கிரமாதித்தா...' என்று வேதாளம் மீண்டும் தனது அடுத்த கதையை சொல்லத் தொடங்கியது.

அத்தியாயம் 9

பிரபாவதியும் மூன்று இளைஞர்களும்...

'**ய**முனா நதி பாயும் செழுமையான பிரதேசங்களில் பிரம்மபுரம் என்கிற ஊர் மிகப் பிரசித்தி பெற்றது. அங்கே வேதவிற்பன்னரான விஷ்ணுசர்மா என்கிற பிராமணப் பண்டிதர் ஒருவர் வசித்து வந்தார். அவருக்கு ஒரேயொரு மகள். பெயர் பிரபாவதி. மிகச் சிறந்த அழகி.

பாசத்துக்குரிய தனது மகளின் மேல் உயிரையே வைத்திருந்த விஷ்ணுசர்மா, பிரபாவதி பருவ வயதை அடைந்ததும் அவளுக்கு மணம் செய்துவைப்பதற்காகப் பொருத்தமான மாப்பிள்ளையைத் தேடத் தொடங்கினார்.

உற்றார், உறவினர் அறிந்தோர் தெரிந்தோர் அனைவரிடமும் சொல்லி வைத்திருந்து அநேக வரன்கள் வந்ததில், ராஜகுப்தம் என்னும் ஊரிலிருந்து வந்திருந்த மூன்று இளைஞர்களை விஷ்ணுசர்மாவுக்கு மிகவும் பிடித்துப் போனது.

மூவருமே நன்கு படித்த அறிவாளிகள். நற்குணம் கொண்டவர்கள். மிகுந்த திறமைசாலிகள். ஒவ்வொருவருமே பிரபாவதிக்கு மிகவும் பொருத்தமானவர்கள்தான். சரி, இவர்களில் யாரை பிரபாவதிக்குக் கணவனாகத் தேர்ந்தெடுப்பது?

விஷ்ணுசர்மா ஒவ்வொருவரையும் தனித்தனியாக அழைத்துப் பேசினார். பிரபாவதியின் அழகில் மனம் பறி கொடுத்திருந்த

ஒவ்வொருவனும் தனக்குத்தான் பிரபாவதியை திருமணம் செய்து தரவேண்டுமென்று விஷ்ணுசர்மாவை வற்புறுத்தினார்கள். அவளில்லாமல் தங்களுக்கு வாழ்க்கையே இல்லையென்று கெஞ்சினார்கள். அதற்கும் மேலாக பிரபாவதியைத் தனக்குத் திருமணம் செய்து தராமல் வேறு யாருக்காவது மணம் செய்துதந்தால் அந்த நிமிடமே தனது உயிரை விட்டுவிடுவதாகத் தற்கொலை மிரட்டலும் செய்தனர்.

விஷ்ணுசர்மா அதிர்ந்து போனார். அவருக்கு என்ன முடிவு எடுப்பதென்றே தெரியவில்லை. யோசித்து பதில் சொல்லச் சில காலம் அவகாசம் அளிக்கும்படி இளைஞர்களைக் கேட்டுக் கொண்டார்.

விஷ்ணுசர்மாவின் முடிவு தெரியாமல் அங்கிருந்து செல்லப் போவதில்லை என்று தீர்மானித்து இளைஞர்கள் மூவரும் அங்கேயே தங்கி விட்டனர்.

நாட்கள் ஓடின. இளைஞர்களில் எவன் ஒருவனுக்குச் சாதகமாக முடிவெடுத்தாலும் மற்ற இருவர் உயிர் துறந்து விடுவார்களோ என்கிற பயத்தில் விஷ்ணுசர்மாவும் நாட்களை தள்ளிப் போட்டுக் கொண்டே வந்தார்.

இளைஞர்களோ தினமும் பிரபாவதியைக் காண்பதும், அவளது அழகை ரசித்து மகிழ்வதுமே தங்களது பாக்கியமாகக் கருதி நாட்களை இனிமையாக நகர்த்திக் கொண்டிருந்தனர்.

அந்தச் சமயத்தில்தான் ஒரு பெரும் துக்கம் நிகழ்ந்தது.

ஒருநாள் சாதாரண ஜுரத்தில் பாதிக்கப்பட்ட பிரபாவதி போகப் போக ஜுரவேகம் அதிகமாகிப் பின் முற்றிலும் சுயநினைவு இழந்து மூன்றாம் நாள் இறந்தே போனாள்.

பிரபாவதியை நேசித்த மூன்று இளைஞர்களும் இடிந்து மனம் உடைந்து நொறுங்கிப் போனார்கள்.

மூவரில் ஒருவன் பிரபாவதியைத் தகனம் செய்த மயானத்திலேயே ஒரு குடிசை போட்டுத் தங்கி, பிச்சையெடுத்து சாப்பிட்டுக்கொண்டு அவளது சாம்பலின் மீதே படுத்துறங்கி, காலம் கழிக்கத் தொடங்கினான்.

மற்றொருவன், பிரபாவதியின் அஸ்திகளை எடுத்துக்கொண்டு கங்கையில் சேர்ப்பிப்பதற்காகக் காசிக்குப் புறப்பட்டுப் போனான்.

இன்னொருவனோ மனம் வெறுத்து சந்நியாசியாகி தேசாந்திரம் போனான்.

அப்படி தேசாந்திரம் புறப்பட்டு ஊர் ஊராகச் சென்று சந்நியாசி ஒருநாள் சந்திரபிரஸ்தம் என்னும் ஊரை அடைந்தான். அவ்வூரின் அந்தணர் ஒருவர் இவனைக் கண்டு சந்நியாசியைத் தனது வீட்டுக்கு உணவருந்த அழைத்துச் சென்றார்.

அந்தணரின் மனைவியும் துறவியை வரவேற்று வேண்டிய உபசரணைகள் செய்து, சாப்பிடுவதற்காக மனையில் அமர்த்தினாள். பின் அவர் முன் பெரும் வாழையிலையிட்டு சாதம், கறிகாய்கள், பழங்கள் வைத்துப் பரிமாறி, தேவையானதைக் கேட்டுக் கேட்டு உபசரித்தாள்.

அப்போது அவளின் குழந்தை அழுது அடம் பிடித்துவிடாமல் கத்திக் கதறியது. எவ்வளவோ சமாதானம் செய்தும் அடங்காமல் குழந்தை அழுது ஆர்ப்பாட்டம் செய்ய, அந்தப் பெண்மணி கோபத்துடன் குழந்தையைத் தூக்கி அடுப்பு நெருப்பில் வீசியெறிந்து விட்டாள். வீசிய மாத்திரத்தில் குழந்தை நெருப்பில் பொசுங்கிப் போய் சாம்பலாகிப் போனது.

இதைக் கண்ட வாலிபத் துறவி திடுக்கிட்டுப் போய், அப்படியே சாப்பாட்டிலிருந்து பாதியிலேயே எழுந்துகொண்டு அலறினான். 'அடிப்பாவி! நீ பெண்தானா? அல்லது பிரம்மராட்சஸியா? தாய் உருவில் வந்த பேயே, ஒரு சிறு குழந்தையைப் போய் இப்படி நெருப்பிலிட்டுப் பொசுக்கி விட்டாயே? ஐயோ! இந்த வீட்டில் சாப்பிடுவதே பெரும் பாவம்! இதற்கு மேல் ஒரு விநாடியும் இங்கிருக்க மாட்டேன்!' என்று கதறிப் புலம்பியபடி அங்கிருந்து வெளியேற முனைந்தான்.

அப்போது அந்த வீட்டுக்குச் சொந்தக்காரனான அந்தணன், 'சந்நியாசியைத் தடுத்து நிறுத்தி, சிறு புன்னகையுடன் கூறினார்: ஸ்வாமி! பதறாதீர்கள்! இது இந்த வீட்டில் சகஜமாக நடப்பதுதான். குழந்தைக்கு ஒன்றும் ஆகாது. இதோ இப்போதே எனது மந்திரத்தினால் குழந்தையை உயிர்ப்பித்து விடுகிறேன்! பாருங்கள்,' என்று சொல்லி, அந்தணன் சஞ்சீவி மந்திரத்தை உச்சரித்து, நெருப்புச் சாம்பலின் மீது கலச நீரைத் தெளிக்க, குழந்தை ஒரு சிறு காயமும் இன்றி எழுந்து வந்தது.

வாலிபத் துறவி மிகுந்த ஆச்சரியம் அடைந்தான். அன்றைய இரவை அங்கேயே கழித்த சந்நியாசி, அந்தணனிடம் தனக்கும் அந்தச்

சஞ்சீவி மந்திரத்தைச் சொல்லித் தரும்படி மன்றாடிக் கேட்டான். மாண்டு போன தனது காதலியை உயிர்ப்பிக்க வேண்டுமென உண்மையைக் கூறி, அவன் அந்தணனிடம் கெஞ்ச, 'துறவியாரே! நீங்கள் இத்தனை தூரம் கெஞ்சுவதால் நான் உங்களுக்கு அந்தச் சஞ்சீவி மந்திரத்தை சொல்லித் தருகிறேன். ஆனால் அதற்கு ஒரு நிபந்தனை உண்டு!' என்றான் அந்தணன்.

'என்ன நிபந்தனை சொல்லுங்கள். எதுவானாலும் செய்கிறேன்!' துடிப்புடன் கேட்டான் துறவி.

'இந்தச் சஞ்சீவி மந்திரத்தை ஒருமுறை மட்டுமே அதுவும் உனது காதலியை உயிர்ப்பிக்க மட்டுமே பயன்படுத்த வேண்டும். எக்காரணம் கொண்டும் மற்றொரு முறை பயன்படுத்தக் கூடாது. சம்மதமா?'

'சம்மதம். அப்படியே செய்கிறேன். அந்த ஒருமுறைக்கு மேல் சஞ்சீவி மந்திரத்தைப் பயன்படுத்த மாட்டேன்! இது சத்தியம்!'

அந்தணன், துறவியின் காதில் சஞ்சீவி மந்திரத்தை உபதேசித்து அனுப்பி வைத்தான்.

வாலிபத் துறவி மிகுந்த சந்தோஷத்துடன் இரவு பகலாக நடந்து இடையில் எங்குமே தங்காமல் பிரபாவதியைத் தகனம் செய்த மயானத்துக்கு வந்துசேர்ந்தான்.

அதே சமயம் பிரபாவதியின் அஸ்திகளைக் கங்கைக்குக் கொண்டு சென்ற இளைஞனும் அஸ்திகளைப் புனித நீராட்டிக் கொண்டு அங்கே ஊர் திரும்பியிருந்தான்.

முதலாம் வாலிபன் எப்போதும்போல் பிரபாவதியின் சாம்பலைப் பாதுகாத்துக்கொண்டு அங்கேயே இருந்தான்.

வாலிபத் துறவி, மற்ற இருவரிடமும் நடந்ததைக் கூறி, 'நண்பா, நீ பிரபாவதியின் சாம்பலைக் குவித்து வை. காசிக்குச் சென்று வந்த நீ அவளது அஸ்திகளைச் சாம்பலிலேயே போடு. நான் சஞ்சீவி மந்திரத்தைச் சொல்லி அவளை உயிர் பிழைக்க வைத்து விடுகிறேன்!' என்று சொல்லி அது போலவே செய்தான்.

துறவி, சஞ்சீவி மந்திரத்தை உச்சாடனம் செய்து நீர் தெளித்ததுமே பிரபாவதி மாறாத பேரழகுடன் முன் போலவே எழுந்து வந்தாள்.

அதிசயம் நிகழ்ந்த அடுத்த கணமே அங்கே பெரும் சண்டை மூண்டது!

ஆம்! பிரபாவதியின் அழகில் மயங்கிக் கிறங்கிப் போன மூவரும், உயிருடன் வந்த பிரபாவதி தனக்குத்தான் சொந்தம் என்றும், அவள் தன்னைத்தான் திருமணம் செய்துகொள்ள வேண்டும் என்றும் தங்களுக்குள் சண்டையிடத் தொடங்கினார்கள். ஒவ்வொருவருமே தன்னால்தான் பிரபாவதி உயிர்பிழைத்தாள் என்று கூறி உரிமை கொண்டாடினார்கள்.

'எனது சஞ்சீவி மந்திரத்தால்தால் பிரபாவதி உயிர் பிழைத்தாள். எனவே அவள் என்னைத்தான் மணந்துகொள்ள வேண்டும்!' என்றான் ஒருவன். அவளது அஸ்திகளை காசியில் திருமுழுக் காட்டிக் கொண்டு வந்தவனோ, 'நான் அவளது அஸ்திகளைக் கங்கை நதியில் முழுக்காட்டிய புண்ணியத்தால்தான் உயிர் பிழைத்தாள். ஆகையால் அவள் எனக்கே மனைவியாவாள்!' என்று வாதிட்டான். இன்னொருவனோ, 'நான் பிரபாவதியின் சாம்பலைப் பாதுகாத்து வந்ததால்தானே அவள் உயிருடன் வருவது நிகழ்ந்தது! இல்லா விட்டால் அவள் உயிர் பிழைத்தது எங்ஙனம் நிகழ்ந்திருக்கும்? எனவே அவள் எனது உடமை' என்று அடித்துச் சொன்னான்.'

இந்த விதமாகக் கதையை முடித்த வேதாளம், விக்கிரமாதித்தனிடம் கேட்டது, 'சொல்லுமய்யா மகாராஜனே! அந்தப் பெண் பிரபாவதி யாருக்குச் சொந்தமாவாள்? அவர்களது வாதத்தில் உள்ள நியாயம் என்ன? விடை தெரிந்தும் சொல்லாவிட்டால் உனது தலை சிதறி விடும்!' என்று கேட்டது.

விக்கிரமாதித்தன் விளக்கமாகப் பதில் கூறினான்: வேதாளமே, மந்திரத்தால் அந்தப் பெண்ணை உயிர் பெறச் செய்தவன் நிச்சயமாக அவளது கணவனாக மாட்டான். ஏனென்றால் அவளுக்கு உயிர் கொடுத்தவன் தந்தை ஸ்தானத்துக்கே ஒப்பானவன் ஆவான். அதுபோலவே பிரபாவதியின் அஸ்தி எலும்புகளைக் கங்கைக்கு எடுத்துச் சென்றவன் அவளுக்கு மகனாவான். அவளது சாம்பலைவிட்டுப் பிரியாமல் கட்டித் தழுவி மயானத்திலேயே தங்கிப் பாதுகாத்துக் கொண்டிருந்தவனே அவளது கணவன் ஆவான்!' என்று கூறினான்.

விக்கிரமாதித்தனுடைய இந்தச் சரியான பதிலால் வேதாளம் அவனது தோளிலிருந்துப் புறப்பட்டு முருங்கை மரத்துக்கே சென்று சேர்ந்தது.

அத்தியாயம் 10

மூன்று சகோதரர்களின் கதை

மனத்தின் உறுதி சற்றும் தளராமல் வேதாளத்தை மீண்டும் முருங்கை மரத்திலிருந்து விடுவித்து, தோளில் போட்டுக்கொண்டு புறப்பட்டான் விக்கிரமாதித்தன்.

பாதி வழி கடந்ததும் வழக்கம் போல வேதாளம், 'விடா முயற்சியைக் கைவிடாத கட்டழகு ராஜனே! வழிக்களைப்பு தெரியாமல் இருக்க இன்னொமொரு விசித்திரக் கதையொன்று சொல்கிறேன். கேள்!' என்று தனது அடுத்த கதையைத் தொடங்கியது.

'அங்கதேசத்தின் அக்ரஹாரம் ஒன்றில் மூன்று சகோதரர்கள் வசித்து வந்தனர். மூவரும் அவரவர் ரசனைக்கேற்ப தங்களது வாழ்க்கையைச் சுகானுபவமாக அனுபவித்து வாழ்ந்தனர். அவர்கள் மூவரிடமும் ஆளுக்கு ஆள் அலாதியான திறமையொன்று இருந்தது.

மூத்த சகோதரன் அட்டகாசமான சாப்பாட்டுப் பிரியன். சாப்பாடு குறித்த ரசனையில் அவனுக்கு நிகராக யாருமே கிடையாது. இரண்டாமவன் சிற்றின்பப் போகப் பிரியன். பெண்களின் சாமுத்திரிகா லட்சணம் முதல் அவர்களை ஆட்கொள்ளும் காம சாஸ்திரம் வரை சகலமும் தெள்ளத் தெளிவாக உணர்ந்தவன். மோக தாப விரக விளையாட்டுகளில் வல்லவன். கடைசி சகோதரன் நித்திரை சுகத்தில் ரசனைக்காரன். உறக்கத்தை மோகிக்கும்

ரசனையாளன். கட்டில், படுக்கை, மெத்தை அனைத்தையுமே மிகுந்த கச்சிதமாகவும் தரமாகவும் தேர்ந்தெடுத்துத் தூக்கத்தில் மூழ்குபவன்.

ஒருநாள் அவர்களது தந்தையார் யாகம் ஒன்று நடத்தப் போவதாகச் சொல்லி, அந்த யாகத்துக்குத் தேவைப்படும் ஆமை ஒன்றைக் கொண்டு வருமாறு பிள்ளைகளை அனுப்பி வைத்தார்.

சகோதரர்கள் மூவரும் கடலோரமாகவே தேடித் திரிந்து கடைசியாக ஆமை ஒன்றைக் கண்டுபிடித்தனர். ஆனால் அதைக் கையில் தூக்கிக் கொண்டு வருவது யார் என்று சண்டையிட்டுக் கொண்டனர்.

ஆமையை முதலில் பார்த்த மூத்த சகோதரன் தனது தம்பிகளிடம், 'கரடுமுரடாகவும் வழுவழுப்பாகவும் உடல் தசைகள் சுருங்கியும் காணப்படும் இந்த ஆமையைப் பார்த்தாலே எனக்கு அருவருப்பாக இருக்கிறது. எனவே நீங்கள் இதைத் தூக்கி வாருங்கள்!' என்றான்.

'இல்லையில்லை எனக்கும் இதைப் பார்த்தால் குமட்டுகிறது. நான் தூக்கிவர மாட்டேன்' என்று இரண்டாமவன் சொல்ல, 'எனக்கும் அப்படித்தான் இருக்கிறது!' என்று மறுத்தான் மூன்றாமவன்.

'இதை நீங்கள் தூக்கி வராவிட்டால் தந்தையின் யாகம் பூர்த்தியாகாத பாவம் உங்களையே சேரும்!' என்று பயமுறுத்தினான் அண்ணன்.

'அதே பாவம் உன்னைச் சேராதா என்ன?' என்று தம்பிகள் அண்ணனை ஏளனம் செய்தார்கள்.

'நான் எப்பேர்ப்பட்ட ரசனையாளன். போஜன கலாரசிகனான என்னைப் போய் நாற்றமடிக்கும் ஆமையைத் தூக்கி வரச் சொல்கிறீர்களே! இது நியாயமா?' என்று முகம் சுளித்தான் மூத்தவன்.

இரண்டாமவன், 'நான் மட்டும் என்ன? பட்டுப் போன்ற மேனியையுடைய கட்டிளம் கன்னிகளைக் கட்டித் தழுவி அங்குலம் அங்குலமாக ரசித்து காமத்தைக் கலையாக நுகரும் என்னைப்போய் இந்தக் கேவலமான ஆமையைத் தூக்கி வரச் சொல்கிறீர்களே! உங்கள் மனசாட்சிக்கே உறுத்தவில்லையா?' என்றான்.

'உறக்கத்தின் உன்னதத்தை உளப்பூர்வமாக உணர்ந்து அனுபவிக்கும் நான் இந்த ஆமையைச் சுமந்து வந்தால் அதன் பிறகு எனது வாழ்நாளில் ரசனையான நித்திரை என்பது வசப்படுமா? நீங்களே சொல்லுங்கள். எனவே தயவுசெய்து இந்த வேலையை என்னைச்

செய்யச் சொல்லாதீர்கள்!' என்று தீர்மானமாக மறுத்தான் கடைசிச் சகோதரன்.

இப்படியாக அவர்களது வாதம் தொடர்ந்து கொண்டே போய் ஒரு முடிவுக்கு வர முடியாமல், கடைசியாக அவ்வூர் மன்னனிடம் தங்கள் வழக்கைக் கொண்டு சென்றனர்.

இவர்களது வழக்கைக் கேட்ட மன்னன் பிரசேனன், இந்த மூன்று கலாரசிகர்களின் விதவிதமான திறமையைக் கேள்விப்பட்டு ஆச்சரியத்தில் மூழ்கினான்.

பின் சகோதரர்களிடம், 'நீங்கள் மூவரும் இங்கு எனது அரண்மனையிலேயே தங்குங்கள். உங்களை நானே சோதித்துப் பார்த்துவிட்டு எனது முடிவைத் தெரிவிக்கிறேன்!' என்றான்.

அரண்மனைப் பணியாட்கள் சகோதரர்கள் மூவரையும் அழைத்துச் சென்று விருந்தினர் அறைகளில் தங்க வைத்து சகல வசதிகளும் செய்து தந்து உபசரித்தனர்.

மன்னன் பிரசேனன் அன்றைய மதிய உணவுக்கே சகோதரர்கள் மூவரையும் தன்னுடன் உணவு அருந்த வரும்படி அழைப்பு விடுத்தான்.

சகோதரர்கள் மூவருடன் மன்னனும், மந்திரிகள், பிரபுக்கள் என அநேகர் சேர்ந்து உணவருந்தினர். அறுசுவையுடன் விதவிதமான ருசிகரமான ராஜ உணவுகள் பரிமாறப்பட்டன. அனைவரும் ரசித்து ருசித்து உண்டு மகிழ, சகோதரர்களில் மூத்தவனான சாப்பாட்டுப் பிரியன் மட்டும் ஏதொன்றையும் சாப்பிடாமல் முகம் சுளித்து அமர்ந்திருந்தான்.

அதைக் கண்ட மன்னன் பிரசேனன், 'ஏன் சாப்பிடாமல் உட்கார்ந்திருக்கிறாய்? உடல்நிலை சரியில்லையா?' என்று விசாரித்தான்.

'இல்லை மன்னவா! இந்தச் சாதத்தில் பிணவாடை அடிக்கிறது. அருவருப்பினால் என்னால் ஒரு வாய்கூட சாப்பிடமுடியவில்லை!' என்றான்.

'சாதத்தில் பிண வாடையா? எனக்கொன்றும் தெரியவில்லையே!' என்ற மன்னன், மற்றவர்களைப் பார்த்து 'உங்களுக்கு ஏதேனும் வாடை தெரிகிறதா? எல்லோரும் சாதத்தை எடுத்து முகர்ந்து பாருங்கள்!' என்று சொன்னான்.

மந்திரிகள், பிரபுக்கள் எல்லோருமே எடுத்து முகர்ந்து பார்த்து, ‘மன்னவா மல்லிகைப் பூ போன்ற இந்தச் சாதத்தில் எந்தக் கெட்ட மணமும் எங்களுக்குத் தெரியவில்லை. சுவையும் நன்றாகவே உள்ளது!’ என்றனர்.

ஆனால் சாப்பாட்டுப் பிரியனோ, தீர்மானமாகச் சொன்னான். ‘கண்டிப்பாக இந்தச் சாதத்தில் பிண வாடை படிந்திருக்கிறது! இது மிக உண்மை!’

உடனே மன்னன் பிரசேனன், மடப்பள்ளியிலிருந்து ஆட்களைத் தருவித்து எல்லா வகையிலும் துருவித் துருவி விசாரித்தான். விசாரணையின் முடிவில் ஆச்சரியகரமான உண்மை ஒன்று வெளியானது.

ஆம்! அன்றைய தினம் சமைக்கப்பட்டிருந்த அரிசி, ஒரு மயானத்தின் அருகிலிருந்த விளைநிலத்தில் விளைந்த அரிசி என்பது தெரிய வந்தது.

மன்னன் பிரசேனன் ஆச்சரியப்பட்டுப் போனான். ‘போஜனப் பிரியனே, உண்மையில் உனது இந்த ரசிகத் திறமை மிகவும் பாராட்டப்பட வேண்டியதுதான். உன்னைப் போல் சாப்பாட்டு வல்லவராக வேறு யாரும் இவ்வுலகில் இருக்க மாட்டார்கள்,’ என்று மனம் திறந்து பாராட்டினான்.

பின் வேறு அரிசியில் வடிக்கப்பட்ட சாதம் சாப்பாட்டுப் பிரியனுக்குப் பரிமாறப்பட்டு, விருந்து நிறைவடைந்தது.

பின் சகோதரர்கள் மூவரும் அவரவர்க்கு ஒதுக்கப்பட்டிருந்த அறைக்குச் சென்றார்கள்.

மன்னன் அடுத்தபடியாகப் பெண் சுகம் அறிவதில் வல்லவனான இரண்டாவது சகோதரனைச் சோதிக்க நினைத்தான். அன்றைய இரவு சந்திரன் உதயமானதும் தனது அரண்மனைப் பெண்களில் அழகில் மிகச் சிறந்தவளான தாசிப்பெண் ஒருத்தியை இரண்டாமவன் அறைக்கு அனுப்பி வைத்தான்.

அந்தத் தாசிப் பெண் இரண்டாவது சகோதரனை நெருங்கிச் சல்லாபத்துக்கு இழுத்துக் கட்டியணைக்க, அந்தச் சிற்றின்பப் பிரியனோ, தனது மூக்கைப் பொத்திக்கொண்டு, ‘பெண்ணே! நீ முதலில் இந்த அறையைவிட்டு வெளியேறிவிடு! உன்னோடு மோகம் கொள்ள என்னால் முடியாது! உன் உடல் மேலிருந்து வெள்ளாட்டின் நீச்சவாடை வீசுகிறது! அது என்னைக்

குமட்டுகிறது!' என்று சொல்லி அவளை விடாப்பிடியாக வெளியே துரத்தினான்.

இதைக் கேள்விப்பட்ட மன்னன் வியந்து போனான். அந்தப் பெண்ணின் மீதிருந்து அப்படியொரு வாடை வருவதாக அவனுக்குத் தோன்றவில்லை. ஆனாலும் அந்தச் சிற்றின்பப் பிரியன் சொன்னதில் ஏதோ விஷயம் இருக்கிறது என்று கருதிய மன்னன் விடாப்பிடியாக அந்தப் பெண்ணின் முழுப் பூர்வீகத்தையும் தூண்டித் துருவி விசாரித்தான். கடைசியில் அந்த ஆச்சரியகரமான உண்மை வெளியானது.

தாசிப் பெண் பிறந்தபோது அவளின் தாய் பிரசவத்தின்போதே இறந்துவிட, தாய்ப்பால் இல்லாமல் அவள் வெள்ளாட்டுப் பாலை குடித்து வளர்ந்த குழந்தை என்பது தெரியவந்தது.

இதைக் கேள்விப்பட்டதும் மன்னன் பிரசேனன் பெரிதும் திகைத்துப் போனான். பெண் சுகம் அறிவதில் இந்த இளைஞனுக்கு நிகரானவன் ஈரேழு உலகங்களிலும் யாரும் இருக்கமுடியாது என்று இரண்டாம் சகோதரனைப் பாராட்டினான்.

இந்தச் சூட்டுடனே உறக்க சுகத்தில் வல்லவனான மூன்றாமனுடைய ரசனையையும் சோதித்துப் பார்த்துவிட எண்ணி, தூக்க ரசிகனுடைய அறையில் அவனது சௌகரியப்படியே அவன் கேட்டவாறே, மென்மையான ரோஜா இதழ்களால் அலங்கரிக்கப்பட்ட கட்டிலில் ஆறேழு மெத்தைகள் போடச் சொல்லி உத்தரவிட்டான்.

மனத்துக்கு இதமான நல்ல மணம் வீசும் நறுமணப் புகை போடப்பட்டு, சுகமான காற்றும், இதமான குளிரும் நிலவியபோதும் நித்திரைப் பிரியனால் ஒரு ஜாமம் கூட நிம்மதியாகத் தூங்க முடியவில்லை. நீண்ட நேரம் புரண்டு புரண்டு படுத்துப் பார்த்து முடியாமல், 'ஐயோ! எனது முதுகில் ஏதோ உறுத்துகிறதே! வலிக்கிறதே!' என்று எழுந்து உட்கார்ந்து கொண்டு கதறினான்.

இதைக் கண்ட சேவகர்கள் அணுகி விவரம் விசாரிக்க, மூன்றாமவன் அவர்களிடம் திரும்பி தனது முதுகைக் காண்பித்தான். அவனது முதுகில் ஒரு மெல்லிய முடியளவுக்கு ஒரு வளைவுக் கீறல் சிவக்கத் தென்பட்டது.

இது எப்படி வந்தது? சேவகர்கள் மெத்தைகளை ஒவ்வொன்றாக எடுத்துப் பார்க்க, ஆறாம் மெத்தைக்குப் பிறகு ஏழாவது மெத்தைக்கு மேல் ஒரு மெல்லிய தலைமுடியொன்று இருந்தது. நித்திரைப்

பிரியனின் முதுகில் இருந்த கீறல் அடையாளம் அதனுடன் கச்சிதமாகப் பொருந்தியது.

சேவகர்கள் ஓடோடிச் சென்று மன்னனிடம் சென்று இத்தகவலைத் தெரிவித்தனர்.

மன்னனும் வந்துபார்த்து ஆச்சரியப்பட்டான். ஏழாவது மெத்தையில் கிடந்த தலைமுடியானது ஏழு மெத்தைகள் தாண்டியும் இவனது முதுகில் பதிகிறதென்றால், அதையும் இவன் உணர்கிறானென்றால், நிச்சயமாக உறக்கத்தைக் கலாபூர்வமாக அனுபவித்து ரசிப்பதில் வல்லவன் இவன்தான். இவனுக்கு நிகர் வேறு யாருமில்லை என்று புகழ்ந்தான்.

மறுநாள் தனது அரசவையில் அவர்கள் மூவருக்கும் ஏராளமான பொன் பொருள் வழங்கி கௌரவித்து, அவர்களது தந்தையின் யாகத்துக்காக ஆமையைச் சுமந்து செல்ல ஒரு வேலையாளையும் அவர்களுடன் அனுப்பி வைத்தான் என்று கதை சொல்லி முடித்த வேதாளம், விக்கிரமாதித்தனிடம் கேட்டது.

'போஜன ரசனை, பெண் ரசனை, நித்திரை ரசனை என்கிற மூன்று ரசனைகளில் வல்லவர்களான அந்தச் சகோதரர்களில் மிகவும் வல்லவன் யார்? எந்த விதத்தில் அவன் மேன்மையானவன் ஆவான்? பதில் தெரிந்தால் சொல் பார்ப்போம்!'

'போஜன ரசனை கொண்டவனும், பெண் சுகம் காண்பனும் அவரவர் பூரண சுய உணர்வுடன் ஐம்புலன்களால் அனுபவித்துத் தெரிந்துகொண்டதைத்தான் சொன்னார்கள். ஆனால் நித்திரை சுகம் காண்பவனோ, எல்லாப் புலன்களும் உறக்கத்தில் மூழ்கி உணர்வற்ற ஜட நிலையில், தான் அனுபவித்ததை உணர்த்தினான். எனவே அவனே மிகப் பெரும் கலாரசிகன்! ரசனையில் வல்லவன்!'

விக்கிரமாதித்தனின் சரியான பதிலால், மீண்டும் வேதாளம் முருங்கை மரத்துக்கே பறந்து சென்றது.

அத்தியாயம் 11

மூன்று மாப்பிள்ளைகள் கதை!

சந்நியாசிக்குக் கொடுத்த வாக்குறுதியைக் காப்பாற்ற வேண்டி, தனது கடமையில் சற்றும் மனம் தளராத விக்கிரமாதித்தன் மீண்டும் வேதாளத்தை மரத்திலிருந்து மீட்டெடுத்துக்கொண்டு புறப்பட்டான். பாதி வழி கடந்ததுமே வழக்கம்போல வேதாளம், 'கேளுமைய்யா விக்கிரமாதித்தரே!' என்று தனது அடுத்த கதையைச் சொல்லத் தொடங்கியது.

'விசாலி என்னும் நகரத்தை புண்ணியசேனன் என்னும் மன்னன் ஆண்டு வந்தான். அவனது அரசவை பண்டிதராகப் பணியாற்றியவர் ஹரிதாஸர் என்னும் அந்தணர்.

ஹரிதாஸர் தனது மனைவி, மகன், மகளுடன் விசாலி நகரத்தின் அக்ரஹாரம் ஒன்றில் குடியிருந்தார். மனைவி பத்மாவதி. மகன் பெயர் தேவஸ்வாமி. அவரது மகளின் பெயர் தேவப்பிரபா.

ஹரிதாஸரின் மகள் தேவப்பிரபாவுக்குத் தான் ஒரு பேரழகி என்பதில் மெல்லிய கர்வம் உண்டு. அவள் அப்போது திருமண வயதை எட்டியிருந்ததால் கூடிய சீக்கிரமே அவளுக்குத் தகுந்தவாறு மாப்பிள்ளை தேடவேண்டும் என்று, தேவப்பிரபாவின் தாயும், தந்தையும், அண்ணனும் பேசிக் கொண்டிருந்ததை அவள் கேட்டாள்.

தேவப்பிரபாவுக்கு மனத்தில் மெல்லிய பயம் ஏற்பட்டது. தனது அழகுக்கும் அறிவுக்கும் தகுந்தபடி இல்லாமல் தனது பெற்றோர் ஏதோவொரு மாப்பிள்ளையைப் பிடித்துவந்து கட்டிவைத்து விடுவார்களோ என்று கவலைப்பட்டாள். எனவே தன் மனத்தில் இருப்பதை வெளிப்படையாகவே சொல்லிவிடத் தீர்மானித்து, ஒருநாள் வீட்டில் அனைவரும் சேர்ந்திருந்த சமயத்தில் மெல்லப் பேச்சைத் துவக்கினாள்.

'அம்மா, நீங்கள் என் திருமணத்துக்கு வரன் தேடிக் கொண்டிருக் கிறீர்கள் அல்லவா?' என்று வெட்கத்துடன் கேட்டாள்.

'ஆம் மகளே! அது எங்கள் கடமையல்லவா? வயதுக்கு வந்த பெண்ணை நீண்ட நாட்கள் வீட்டில் வைத்திருக்கக் கூடாது அம்மா! அதனால்தான் விரைவிலேயே உனக்குக் கணவராகத் தகுந்த ஒருவரைத் தேடிக் கொண்டிருக்கிறோம்!' அம்மா அன்புடன் கூறினாள்.

அதற்குள் அவளது தந்தையார் ஹரிதாஸர் குறுக்கிட்டு, 'மகளே தேவப்பிரபா, நீ எங்களிடம் ஏதோ சொல்ல நினைக்கிறாய் என்று தோன்றுகிறது! எதுவானாலும் தைரியமாகச் சொல் அம்மா!' என்று கேட்டார்.

'ஆம் அப்பா! எனக்குக் கணவராக வரப் போகிறவரைப் பற்றி உங்களிடம் சொல்லவேண்டும். நீங்கள் எனக்குத் தேர்ந்தெடுக்கும் மணமகன் வீரத்திலோ, ஞானத்திலோ, விஞ்ஞானச் சூத்திரத்திலோ ஏதோ ஒன்றில் வல்லவராக இருக்க வேண்டும். அப்படிப் பட்டவரைத்தான் நான் திருமணம் செய்து கொள்வேன்! இதற்கு மாறாக எந்தத் திறமையும் இல்லாத எவரையேனும் தேர்ந்தெடுத்து விட்டு தயவுசெய்து என்னைக் கட்டாயப்படுத்தாதீர்கள்! இது என் கோரிக்கை!' என்று சொல்லிவிட்டு வீட்டுக்குள் விரைந்தோடிச் சென்றுவிட்டாள்.

இதைக் கேட்டதுமே ஹரிதாஸரும், மனைவி ரத்னாவதியும், மகன் தேவஸ்வாமியும் மலைத்துப் போனார்கள். தேவப்பிரபா குறிப்பிட்டபடியான மாப்பிள்ளையை எங்குப் போய் தேடி, எப்படிக் கண்டுபிடிப்பது என்று கவலை கொண்டார்கள்.

இந்தச் சமயத்தில்தான் ஹரிதாஸர் வசித்த அந்த விசாலி நகரத்துக்கு வேறொரு அபாயமும் வந்துசேர்ந்தது!

தட்சிணதேசத்து மன்னன் பிரத்யுங்கன் என்பவன் விசாலி தேசத்தின் மீது படையெடுத்துவந்து எல்லைப்புறத்தில் முகாமிட்டிருந்தான்.

விசாலி நாட்டின் மன்னன் புண்ணியசேனன் பதறிப் போனான். தட்சிணதேசத்து மன்னனின் பெரும் படையுடன் விசாலி நாட்டின் சிறிய படை மோதி வெற்றி கொள்வதென்பது நடக்காத காரியம். எனவே மன்னன் பிரத்யுங்கனுடன் சமாதானமாகப் போக விரும்பினான்.

அவனிடம் யாரை சமாதானத் தூதுக்கு அனுப்புவது என்று யோசித்து தனது அரசவைப் பண்டிதரான ஹரிதாஸரைத் தேர்ந்தெடுத்துப் போர் முகாமுக்கு அனுப்பி வைத்தான்.

ஹரிதாஸர் விசாலி மன்னன் புண்ணியசேனனின் சார்பாகத் தட்சிண மன்னனிடம் சமாதானம் பேசினார். அவனது மனத்துக்கு உகந்தபடியாகப் பிரத்யுங்கனைப் புகழ்ந்து பேசி வசப்படுத்திக் காரியம் சாதித்தார். விசாலி மன்னனுடன் நட்புக்கரம் நீட்ட தட்சிண மன்னனும் ஒப்புக் கொண்டான். ஹரிதாஸரை அவனுக்கு மிகவும் பிடித்துப் போனதால் தன்னுடன் இரண்டொரு நாள் தங்கிச் செல்லும்படியாகக் கேட்டுக் கொண்டான்.

அதன்படியே தட்சிண மன்னன் பாசறையில் தங்கியிருந்தபோது ஹரிதாஸரை வந்து சந்தித்தான் ஒரு பிராமண இளைஞன். தட்சிண மன்னனின் அரசவையைச் சேர்ந்தவனான அந்த இளைஞனின் பெயர் சூத்திரவான்.

அவன் ஹரிதாஸரை வணங்கி, 'ஸ்வாமி, என் பெயர் சூத்திரவான். நான் தங்களது மகள் தேவப்பிரபாவைப் பற்றியும் அவளது பேரழகு குறித்தும் அநேகர் சிலாகித்துப் பேசுவதைக் கேள்விப் பட்டிருக்கிறேன். அப்போதிலிருந்தே மனத்தில் தங்கள் மகள் மீது மிகுந்த பாசம் கொண்டுவிட்டேன். எனவே தாங்கள் தங்கள் மகளை எனக்கு மணம் செய்வித்துத் தந்தால் மிகவும் மகிழ்வேன்!' என்று வேண்டினான்.

ஹரிதாஸருக்கு இளைஞன் சூத்திரவானைப் பிடித்துப் போனாலும், மகள் தேவப்பிரபா தனக்கு இட்ட நிபந்தனையை நினைத்துப் பார்த்தார். அதை சூத்திரவானிடமும் கூறினார்.

'இளைஞனே உன்னை எனது மாப்பிள்ளையாக ஏற்றுக்கொள்வதில் சிறு சிக்கல் இருக்கிறது. எனது மகள் தனக்கு வரப்போகிற கணவன் வீரம், ஞானம், விஞ்ஞானச் சாத்திரம் இம்மூன்றில் ஏதோ ஒன்றிலாவது வல்லவராக இருக்க வேண்டும் என்று நிபந்தனை இட்டிருக்கிறாள். அதன்படி உன்னிடம் என்ன திறமை உள்ளது?' என்று கேட்டார்.

‘ஆஹா! ஸ்வாமி அதிலொன்றும் பிரச்னையில்லை. நான் விஞ்ஞானச் சூத்திரத்தில் கரை கண்டவன். இதில் எந்தச் சந்தேகமும் வேண்டாம். நிரூபிக்கிறேன், பாருங்கள்!’ என்றவன் சில தினங்களிலேயே இயந்திரப் பொறிகளால் ஆகாயத்தில் பறக்கும் அதிசய விமானம் ஒன்றை உருவாக்கி, அதில் ஹரிதாஸரையும் ஏற்றிக் கொண்டு விண்ணில் பறந்து காண்பித்தான்.

மீண்டும் தரையிறங்கிய மறுகணமே மனம் மகிழ்ந்து போன ஹரிதாஸர், இளைஞன் சூத்திரவானிடம், ‘நீர்தான் எமக்கு மாப்பிள்ளை. இன்றிலிருந்து ஏழாவது நாள் உமக்கும் எனது மகளுக்கும் திருமணம் நடைபெறுவது உறுதி’ என்று வாக்களித்து விடை பெற்றார்.

இவர் இங்கே வாக்குறுதி தந்த அதே சமயத்தில் உஜ்ஜயினியில் ஹரிதாஸரின் மகனான தேவஸ்வாமியையும் ஓர் இளைஞன் சந்தித்து அவனது தங்கையைத் தனக்கு மணம் முடித்துத் தருமாறு வேண்டினான்.

அதற்கு தேவஸ்வாமி, ‘நண்பரே எனது தங்கை தேவப்பிரபா தனக்கு வரப்போகிற கணவன் வீரம், ஞானம், விஞ்ஞானச் சாத்திரம் இம்மூன்றில் ஏதோ ஒன்றிலாவது வல்லவராக இருக்க வேண்டும் என்று நிபந்தனை இட்டிருக்கிறாள். அதன்படி உம்மிடம் என்ன திறமை உள்ளது?’ என்று கேட்டான்.

சூரசேனன் என்கிற அந்த இளைஞன் பெயருக்குத் தகுந்தபடி, தான் ஒரு வீரன் என்றும், வில் வித்தை, வாள் வித்தை, மற்போர், ஆயுதச் சண்டை அனைத்திலும் ஈடில்லாத திறமை கொண்டவன் என்றும் சொல்லி அதை தேவஸ்வாமியின் முன் நிரூபித்தும் காண்பித்தான்.

சூரசேனனின் திறமையைக் கண்டு மகிழ்ந்த தேவஸ்வாமி தனது தங்கை தேவப்பிரபாவை சூரசேனனுக்கே மணம் முடித்து வைப்பதாக அவனுக்கு வாக்குறுதி தந்தான். அதற்காக அவன் குறித்த மணநாளும், முகூர்த்தமும், அவனது தந்தை ஹரிதாஸர் சூத்திரவானுக்கு நிச்சயித்திருந்த அதே முகூர்த்த நாளிலேயே அமைந்தது.

இவர்கள் மட்டுமா, தேவப்பிரபாவின் தாய் ரத்னாவதியும்கூட ஞானதேசிகன் என்கிற இளைஞனிடம் அதைத்தான் கூறியிருந்தாள்.

ஆம்! தேவப்பிரபாவின் அழகில் மனம் பறிகொடுத்த ஞானதேசிகன் என்கிற இளைஞன் அவளது தாயான ரத்னாவதியை அணுகி

நமஸ்கரித்தான். பின் மிகுந்த பணிவுடன், தேவப்பிரபாவைத் தனக்கு மணம் செய்து தருமாறு அவளிடம் கேட்டான்.

அதற்கு ரத்னாவதி அவனிடம், 'தம்பி! எனது மகள் தேவப்பிரபா தனக்கு வரப்போகிற கணவன் வீரம், ஞானம், விஞ்ஞானச் சாத்திரம் இம்மூன்றில் ஏதோ ஒன்றிலாவது வல்லவராக இருக்க வேண்டும் என்று நிபந்தனை இட்டிருக்கிறாள். அதன்படி உன்னிடம் ஏதாவது திறமை உள்ளதா?' என்று கேட்க,

'அம்மா! நான் ஒரு ஞானி! முக்காலமும் உணர்ந்தவன். சந்தேகமிருந்தால் தாங்கள் என்னைப் பரீட்சை செய்து பார்க்கலாம்!' என்று கூறினான்.

அதன்படியே ரத்னாவதி அவனைப் பலவிதத்தில் சோதித்துப் பார்க்க, ஞானதேசிகன் நடந்தது, நடப்பது, நடக்கப் போவது அனைத்தையும் சொல்லி அவளை ஆச்சரியத்தில் ஆழ்த்தினான்.

அந்த ஆச்சரியத்துடனே ரத்னாவதி ஞானதேசிகனுக்குத் தனது மகள் தேவப்பிரபாவை மணம் முடித்துத் தருவதாக வாக்களித்து விட்டாள். அவள் ஜோசியரிடம் சென்று கேட்டு நிச்சயித்த முகூர்த்தம், அவளது கணவரும், மகனும் நிச்சயித்திருந்த அதே தினம்தான்!

தட்சிண மன்னனின் பாசறையில் இருந்து விடைபெற்றுக் கொண்டு வீடு திரும்பிய ஹரிதாஸர், தனது மனைவியிடமும், மகனிடமும் மகள் தேவப்பிரபாவுக்குத் தான் மாப்பிள்ளை நிச்சயம் செய்து விட்ட தகவலைக் கூறினார்.

இதைக் கேட்டுத் திடுக்கிட்ட ரத்னாவதியும், தேவஸ்வாமியும் தாங்களும் தேவப்பிரபாவுக்கு மாப்பிள்ளை பார்த்து வாக்களித்து விட்ட தகவலைத் தெரிவித்தனர்.

இப்போது வீட்டில் அனைவருக்கும் கலக்கம் ஏற்பட்டது. இப்படி ஆளுக்கு ஆள் வாக்களித்து விட்டோமே! யாருக்குத்தான் தேவப் பிரபாவை மணம் முடித்துக் கொடுப்பது என்று சஞ்சலத்தில் ஆழ்ந்தார்கள்.

நாட்கள் விரைந்தோடி திருமண நாள் வந்தது. வீரத்தில் வல்லவனான சூரசேனனும், விஞ்ஞானச் சாஸ்திரத்தில் விற்பன்னனான சூத்திரவானும், ஞானத்தில் வல்லமை மிக்க ஞானதேசிகனும் என மூன்று மாப்பிள்ளைகளும் குறித்த நேரத்தில் வந்துசேர்ந்தார்கள்.

மூன்று மாப்பிள்ளைகளுக்கும் இடையில் பெரும் மோதல் நிகழப் போகிறது என்று ஹரிதாஸரின் குடும்பத்தினர் தவித்துக் கொண்டிருக்க, அப்போதுதான் பெரும் திருப்பம் நேர்ந்தது.

'கல்யாணப் பெண்ணைக் காணோம்!' என்று கூக்குரல் எழுந்தது.

'என்னது தேவப்பிரபாவைக் காணோமா?' அவளது பெற்றோரும், தமையனும் அதிர்ந்துபோய் அலறியடித்துக் கொண்டு நாலாபுறமும் தேடினார்கள். ஊஹூம்! எங்குமே காணோம்! அவள் வெளியில் செல்லவில்லை. வீட்டினுள்ளும் இல்லை. காற்றில் கரைந்தது போல் மறைந்து விட்டாள்!

பதைபதைத்துப் போன தேவப்பிரபாவின் தாய் ரத்னாவதி, ஞானதேசிகனிடம், 'தம்பி! உங்களது ஞானத்தால் இப்போது எனது மகள் எங்கிருக்கிறாள் என்று அறிந்து சொல்ல முடியுமா?' என்று வேண்டினாள்.

'அம்மா! பதறாதீர்கள். இதோ இப்போதே அறிந்து சொல்கிறேன்!' என்ற ஞானதேசிகன் கண் மூடி அமர்ந்து தனது ஞானத்தால் தேடிப் பார்த்து உணர்ந்து, 'விந்திய மலைக் காட்டின் குகையில் வசிக்கும் அரக்கன் ஒருவன்தான் தேவப்பிரபாவைத் தூக்கிச் சென்று வைத்துள்ளான்' என்று கூறினான்.

தேவப்பிரபாவின் பெற்றோர், திடுக்கிட்டுப் போனார்கள். 'ஐயோ! எங்கள் செல்ல மகளை அரக்கன் கொண்டு போனானா? அவள் எப்படி தவிக்கிறாளோ தெரியவில்லையே. அரக்கனிடமிருந்து எங்கள் மகளை எப்படி மீட்பது? வழி ஒன்றும் தெரியவில்லையே!' என்று கலங்கினார்கள்.

அப்போது சூத்திரவான் அவர்களிடம், 'கவலைப்படாதீர்கள். இப்போதே நான் வானில் செல்லும் விமானம் மூலம் நொடிப் பொழுதில் அரக்கன் தேவப்பிரபாவை வைத்திருக்கும் இடத்துக்கு உங்களை அழைத்துச் செல்கிறேன்!' என்று ஆறுதல் கூறினான்.

அதன்படியே விமானத்தை அவன் துரிதமாகத் தயார்ப்படுத்த, சூரசேனன் அரக்கனை எதிர்ப்பதற்குத் தேவையான பலவிதமான ஆயுதங்களை, விமானத்தில் எடுத்து வைத்தான். பின் சூத்திரவானும் ஞானதேசிகனும், சூரசேனனும், தங்களுடன் தேவப்பிரபாவின் தந்தை ஹரிதாஸரையும், அண்ணன் தேவஸ்வாமியையும் கூட்டிக்கொண்டு கிளம்பினார்கள். விந்திய மலைப் பகுதிக்கு வந்துசேர்ந்தார்கள்.

சூத்திரவான் விமானத்தைக் காட்டில் இறக்கியதுமே இவர்களைப் பார்த்துவிட்ட அரக்கன் மிகுந்த கோபத்துடன் பெரும் பாறைகளை வீசியெறிந்து தாக்கத் தொடங்கினான். வீரனான சூரசேனன் மற்ற அனைவரையும் பாதுகாப்பான இடத்தில் ஒளிந்திருக்கச் செய்து, தான் ஒருவனாகவே அரக்கனுடன் நேருக்கு நேர் சண்டையிட்டான். மிகுந்த ஆக்ரோஷத்துடன் நீண்ட நேரம் நடந்த போரின் முடிவில் சூரசேனன் தனது முழுத் திறமையையும் காட்டி, இறுதியாக பிரம்ம பாணத்தின் மூலமாக அரக்கனின் தலையை வெட்டி வீழ்த்தினான். தலையும் உடலும் இரண்டு துண்டுகளாக்கப்பட்டு அரக்கன் மாண்டு போனான். தேவப்பிரபாவை மீட்டுக்கொண்டு அதிசய விமானத்தில் ஏறி அனைவரும் விசாலி நகரம் வந்துசேர்ந்தார்கள்.

இதற்குப் பிறகுதான் தொல்லை தொடங்கியது.

அன்னை, தந்தை, அண்ணன் மூவரும் ஆளுக்கு ஆள் வாக்குறுதி தந்தபடி தங்களுக்குத்தான் தேவப்பிரபாவை மணம் செய்து தரவேண்டும் என்று மூவரும் அவர்களுக்குள் சண்டையிட்டுக் கொண்டார்கள். அவர்களுக்குள் பெரும் விவாதம் நடந்தது.

'தேவப்பிரபாவைத் தூக்கிக்கொண்டு போன அரக்கன் எங்கிருக்கிறான் என்று நான் கண்டு பிடித்துச் சொல்லாவிட்டால் நீங்கள் எப்படி தேவப்பிரபாவை மீட்டிருக்க முடியும்? எனவே எனக்குத்தான் தேவப்பிரபா சொந்தமாக வேண்டும்!' என்றான் ஞான தேசிகன்.

'இடத்தைக் கண்டுபிடித்துச் சொல்லி விட்டால் போதுமா? யாரும் எளிதில் போக முடியாத அந்தக் கானகப் பகுதிக்கு நான் எனது அதிசய விமானத்தில் அழைத்துச் சென்றிருக்காமல் போனால் எப்படி தேவப்பிரபாவை மீட்டிருக்க முடியும்? என்னால்தான் அது சாத்தியமானது! எனவே தேவப்பிரபா எனக்கே சொந்தம்!' என்றான் சூத்திரவான்.

'நீங்கள் இருவரும் என்ன செய்திருந்தாலும், அரக்கனுடன் சண்டையிட்டு நான் அவனைக் கொன்றிருக்கா விட்டால் மீண்டும் தேவப்பிரபா எப்படிக் கிடைத்திருப்பாள்? எனவே அவள் எனக்கே மனைவியாக வேண்டும்' என்றான் சூரசேனன்.

'இப்படி மூன்று மாப்பிள்ளைகளும் தங்களுக்குள் சண்டையிட்டுக் கொள்வதைப் பார்த்த ஹரிதாஸர் குடும்பத்தார் செய்வதறியாமல் தவித்து நின்றார்கள்' என்று கதையை முடித்த வேதாளம், 'ஐயா

விக்கிரமாதித்தரே! நீங்கள் சொல்லுங்கள்! ஹரிதாஸரின் மகள் தேவப்பிரபா யாருக்குச் சொந்தமாவாள்? மூன்று மாப்பிள்ளைகளில் யாரை அவள் மணந்துகொள்ள வேண்டும்? இந்தக் கேள்விக்கான பதில் தெரிந்தும் நீர் சொல்லாவிட்டால் உமது தலை சுக்குநூறாகச் சிதறிவிடும்' என்றது.

விக்கிரமாதித்தன் வேறு வழியில்லாமல் தனது மௌனம் கலைத்துப் பதில் கூறினான். 'காதல் என்றாலே வீரம்தான் முன்னணி வகிக்கும். எனவே தனது உயிரையும் பொருட்படுத்தாமல் அரக்கனுடன் சண்டையிட்டுக் கொன்ற வீரனுக்கே அந்தப் பெண் உரிமையாவாள். மற்றபடி விஞ்ஞானச் சாஸ்திரம் அறிந்தவனும், ஞானம் கொண்டவனும் வீரனுக்கு உதவி செய்யக் கடமைப்பட்டவர்கள் ஆவார்கள். பெண்ணை அடையும் முதல் உரிமை அவர்களுக்கில்லை!'

விக்கிரமாதித்தனின் இந்தச் சரியான பதிலால் வேதாளம் மீண்டும் முருங்கை மரத்துக்கே சென்று தலைகீழாகத் தொங்கியது.

அத்தியாயம் 12

மதன மோகினியும் மாறிய தலைகளும்...

விக்கிரமாதித்தன் மீண்டும் வேதாளத்தை முருங்கை மரத்திலிருந்து விடுவித்து தோள்மீது போட்டுக்கொண்டு புறப்பட்டான். சிறிது நேரம் போனதுமே வேதாளம் அவனிடம் பேச்சுக் கொடுத்தது.

'அறிவிலும், வீரத்திலும் இணையில்லாதவன் என்று போற்றப்படும் விக்கிரமாதித்தரே, என்னைச் சுமந்து செல்லும் களைப்பு தெரியாமல் இருக்க உமக்கு ஒரு கதை சொல்கிறேன். காது கொடுத்துக் கேளும்!' என்று கதையைச் சொல்லத் தொடங்கியது.

'பிரஹத்புரம் என்னும் நகரத்தை யட்சகேது என்கிற மன்னன் ஆண்டு வந்தான். அவனது ராஜ்ஜியத்தில் பிரசித்திப் பெற்ற துர்க்கையம்மன் கோயில் ஒன்று அமைந்திருந்தது. அங்குக் கோயில் கொண்டிருந்த துர்க்கையம்மன் மகா வரப்பிரசாதி. பக்தர்கள் வேண்டியதைத் தந்து அருள்பாலிப்பவள். அதனால் பிரகஹ்புரம் குடிமக்கள் மட்டுமின்றி அதனைச் சுற்றியிருந்த நாடு நகரங்களில் இருந்தெல்லாம்கூட பக்தர்கள் அக்கோயிலுக்குவந்து துர்க்கையம்மனை தரிசனம்செய்து பலனடைந்தார்கள்.

ஒவ்வொரு வருடமும் சித்திரை மாதம் அக்கோயிலின் திருவிழா நடைபெறும். பத்துநாட்கள் நடைபெறும் அத்திருவிழாவில் மன்னர் முதல் எளியவர்வரை அத்தனை பேரும் ரதத்திலும், மாட்டு வண்டிகள் கட்டிக் கொண்டும், கால்நடையாகவும் உற்றார்

உறவினருடனும் கூட்டம் கூட்டமாகத் தங்கள் பெண்டு பிள்ளைகளுடன் வந்து தங்கி கோயில் தீர்த்தக் குளத்தில் நீராடி துர்க்கையைத் தரிசித்து மகிழ்வார்கள். அவர்களுள் சிலர் தங்களது கஷ்டங்களைச் சொல்லி பிரார்த்திக்கொள்வார்கள். மற்றும் சிலர் தங்களது பிரார்த்தனை நிறைவேறியதற்காக தாங்கள் வேண்டிக் கொண்டபடி வேண்டுதலை நிறைவேற்றிச் செல்வார்கள்.

அப்படிக் கோயிலுக்கு வந்தவர்களில் பவளவண்ணனும் ஒருவன். பிரஹத்புரத்தை அடுத்த ஆலப்பாக்கம் என்னும் ஊரைச் சேர்ந்தவன். சற்று வசதிக்கார இளைஞன். அவனது ஒரே குறை தாழ்வு மனப்பான்மை. அதனால் கொஞ்சம் கோழைத்தனம் உண்டு. ஆனால் அளவுகடந்த அம்மனின் பக்தன். துர்க்கையம்மனின் மீது எல்லை இல்லாத நம்பிக்கையும், பக்தியும் கொண்டவன். அதனால்தானோ என்னவோ அந்தத் துர்க்கையம்மனின் திருவிழாவில் பவள வண்ணனின் வாழ்க்கையில் ஒரு திருப்பம் நேர்ந்தது.

பிரஹத்புரம் வந்து துர்க்கையம்மன் கோயில் திருவிழாவில் மிகுந்த பக்தியுடனும், பரவசத்துடனும் சுற்றி வந்த பவளனின் கண்களில் பட்டாள் அந்தத் தேவதை. நிலவை உருக்கி வார்த்து, நட்சத்திர மின்னலால் இழைத்தது போன்ற வனப்புடன் திகழ்ந்த அந்தப் பெண்ணைக் கண்டதுமே அவள் மேல் காதலானான் பவளவண்ணன்.

திருவிழாவில் அவள் நடந்த திசையெல்லாம் தொடர்ந்து போய் அவளது அழகைக் கண்களால் விடாமல் பருகி தன் இதயம் முழுக்க நிரப்பி மகிழ்ந்தான். ஆனால் மனத்துக்குள் இத்தகைய பேரழகி தனக்குக் கிடைப்பாளா என்கிற ஏக்கமும் எழுந்தது. மேலும் அவளைப் பின்பற்றி அவளைக் குறித்த தகவல்களைத் திரட்டிக் கொண்டான். அவளது பெயர் மதன மோகினி என்பது உச்சரிக்கும் போதெல்லாம் அவனது நாக்கை தித்திக்க வைத்தது.

‘மதன மோகினி… மதன மோகினி… மதன மோகினி’ என்று அவள் பெயரை மந்திரம் போல் உச்சரித்தவன், அதே வேகத்துடன் நேராக துர்க்கையம்மன் சந்நிதிக்குச் சென்றான். தேவியை வணங்கி மனம் உருகப் பிரார்த்தித்தான்.

‘தாயே துர்க்காதேவி! இப்போது என் வாழ்க்கையின் குறிக்கோள் ஒன்றே ஒன்றுதான்! இதோ உன் கோயிலில் நான் பார்த்து விரும்பிய அந்தப் பெண்ணே, அந்த மதன மோகினியே எனக்கு மனைவியாக வாய்க்கவேண்டும். பேரழகியான அவளுடன் சில நாட்களே வாழ்ந்தாலும் போதும். என் ஜென்ம பலன் பூர்த்தியாகி விடும்.

இதற்கு நீதான் அருள் செய்ய வேண்டும். அப்படி நீ என் விருப்பத்தை நிறைவேற்றி வைத்தால், அடுத்தமுறை உனது இந்த ஆலயத்துக்கு வரும்போது என் தலையை வெட்டி உனக்குக் காணிக்கையாக்கு கிறேன்!' என்று வேண்டிக் கொண்டான்.

துர்க்கையம்மன் கோயிலிலிருந்து வீடு திரும்பிய பவளவண்ணன், நாளெல்லாம் மதன மோகினியின் நினைவாகவே கிடந்தான். அவளை நினைத்தே ஏங்கினான். தனக்குத்தானே பேசிக் கொண்டான். தானே சிரித்துக் கொண்டான். சரியாகச் சாப்பிடாமல், தூங்காமல் இளைத்துத் துரும்பானான்.

பவளவண்ணனின் இந்த நிலையைக் கண்டு அவனது பெற்றோர் பெரும் கவலை கொண்டனர். ஒருநாள் பவளவண்ணனின் தாயார் அவனை அழைத்து, 'மகனே! பவளவண்ணா! ஏன் இப்படிப் பித்துப் பிடித்தவன் போல் கிடக்கிறாய்? என்ன உன் துயரம்? சொன்னால் தானே நாங்கள் அதைத் தீர்த்து வைக்க முடியும்!' என்று கேட்டு விசாரிக்க, பவளவண்ணன் திருவிழாவில் தான் கண்ட மனம் கவர்ந்த பெண்ணைப் பற்றி அவளிடம் கூறினான்.

தாயார் இதைப் பவளவண்ணனின் தந்தையிடம் கூற, அவர் பவள வண்ணனிடம், 'அந்தப் பெண் யார்? எந்த ஊர்?' என்றெல்லாம் விசாரித்துத் தெரிந்துகொண்டு, 'இதற்காகவா, உண்ணாமல் உறங்காமல் நீயும் துன்பப்பட்டு, எங்களையும் கஷ்டப்படுத்தினாய்? அந்தப் பெண்ணின் தகப்பன் எனது நண்பன்தான். பொன் பொருள், குலம், அந்தஸ்து என்று அனைத்திலும் நாமும் அவனுக்கு நிகரானவர்கள்தான். எனவே நான் பெண் கேட்டால் அவன் மறுக்க மாட்டான். கவலைப்படாதே!' என்றார்.

அதுபோலவேதான் நடந்தது. மதன மோகினியின் தந்தை மிகுந்த சந்தோஷமாக பவளவண்ணனுக்குத் தனது மகள் மதன மோகினியை திருமணம் செய்து தர ஒப்புக்கொண்டார். அடுத்து வந்த முகூர்த்தத்திலேயே திருமணம் கோலாகலமாக நடந்தேறியது.

மனைவி மதன மோகினியுடன் வீடு திரும்பிய பவளவண்ணன் மிகுந்த சந்தோஷமாக அவளுடன் இல்லறம் நடத்தினான். மணமக்கள் சல்லாபக் கடலில் மூழ்கித் திளைத்து இன்பத்தை அள்ளி அள்ளிப் பருகினார்கள். காலம் களிப்புடன் நகர்ந்தது.

திருமணமாகி சரியாக ஒரு வருடம் கழிந்த நிலையில் ஒருநாள் மதன மோகினியின் அண்ணன் மதனபாலன் தனது தங்கையின் வீட்டுக்கு

வந்தான். தங்கையும், தங்கையின் கணவனான பவளவண்ணனும், அவனது பெற்றோரும் மதனபாலனை மிகுந்த அன்புடன் வரவேற்றனர். அன்றைய தினம் தடபுடலான விருந்துக்கு ஏற்பாடு செய்து மதனபாலனைத் திணறத் திணற உபசரித்து மகிழ்ந்தனர்.

சாப்பாடு இன்னபிற உபசாரங்கள் எல்லாம் முடிந்ததும் மதன மோகினியின் அண்ணன் தங்கையின் புகுந்த வீட்டாரிடம், சொன்னான். 'ஊரிலே துர்க்காதேவி கோயில் உற்சவத் திருவிழா தொடங்கிவிட்டது. தங்கையுடன் உங்கள் அனைவரையும் அழைத்து வரச் சொல்லி அப்பா அனுப்பி வைத்தார்' என்று கூறினான்.

பவளவண்ணனின் அப்பா அவனிடம், 'அதற்கென்ன, அப்படியே ஆகட்டும்,' என்றவர், தனது மகன் பவளவண்ணனிடம் திரும்பி, 'பவளா! முதலில் நீயும் உன் மனைவியும் நாளைக் காலையே உனது மைத்துனனுடன் புறப்பட்டுச் செல்லுங்கள்! எனக்கு இங்கே ஒரு சிறிய வேலை இருக்கிறது. அதை முடித்துக்கொண்டு நானும் உன் அம்மாவும் இரண்டொரு நாள் கழித்து வருகிறோம்!' என்றார்.

அவர் சொன்னதுபோலவே மறுநாள் காலையில் பவளவண்ணன், மனைவி மதன மோகினி, மைத்துனன் மதனபாலனுடன் மாமனார் வீட்டுக்குப் புறப்பட்டான்.

அவர்கள் பிரஹத்புரத்தை அடையும்பொழுது உச்சிப்பொழுது நெருங்கி விட்டது. நகரத்தின் நுழைவாயிலிலேயே அமைந்திருந்த துர்க்கையம்மனின் கோயிலைக் கண்டபோதே பவளவண்ணனின் இதயம் சிலிர்த்தது. கடந்து போன திருவிழா நாள்கள் நினைவுக்கு வந்தது. மதன மோகினியைக் கண்டு ஏங்கியதும், அம்மனின் சந்நிதியில் தான் வேண்டிக்கொண்ட பிரார்த்தனையும், அது போலவே பேரழகி மதன மோகினி தனக்கு மனைவியாகக் கிடைத்த ஆனந்தமயமான வாழ்க்கையும் மனத்துக்குள் அலைமோதியது.

நன்றியுணர்வில் மனம் நெகிழ்ந்த பவளவண்ணன் உணர்ச்சிப் பெருக்கு மேலிட துர்க்கையம்மன் சந்நிதியில் தனது பிரார்த்தனையை நிறைவேற்றத் தயாரானான். மனைவி மைத்துனனிடம் ஏதும் சொல்லாமல் அவர்களைக் கோயிலின் பிரமாண்டமான ஆலமரத்து நிழலில் அமர்த்திவிட்டு, 'மோகினி, நீயும் உனது அண்ணனும் களைத்துப் போயிருக்கிறீர்கள். எனவே இங்கேயே அமர்ந்து இளைப்பாறுங்கள். நான் போய் துர்க்கையம்மனை தரிசித்து வணங்கிவிட்டு வருகிறேன்!' என்று சொல்லி அவர்களை அமரச் செய்துவிட்டு சந்நிதிக்குள் புகுந்தான்.

மகிஷாசூரமர்த்தினியாக கோலம் கொண்டிருந்த துர்க்கையை தரிசித்தவன், அவளிடம், 'தேவி தயாபரி! துர்க்கா மாதா! எனது ஆசையை நிறைவேற்றி ஆனந்த வாழ்வளித்தாய். இந்த ஒரு வருடம் மிகுந்த மனத் திருப்தியுடன் என் மனைவியுடன் வாழ்ந்துவிட்டேன். அது போதும் எனக்கு. இதோ, நான் உனக்கு அளித்த வாக்குப்படி என் தலையை உனக்குக் காணிக்கையாக்கிறேன்!' என்று சொல்லி விட்டுச் சுற்று முற்றும் பார்த்தான்.

சந்நிதிக்குள் கிடந்த வெட்டுக் கத்தி ஒன்றை எடுத்து இடுப்பில் செருகிக் கொண்டவன், கோயிலினுள் ஆலயமணி கட்டியிருந்த கயிற்றில் ஆலயமணியைக் கழற்றிவிட்டு, அந்தக் கயிற்றில் தனது தலை முடியை உயர்த்திக் கட்டினான். பின் வெட்டுக் கத்தியால் ஒரே வீச்சில் கழுத்தை அறுத்துக் கொண்டான். ரத்தம் சொட்டச் சொட்ட அவனது தலை கயிற்றில் தொங்கி ஊசலாட, முண்டமாகிய உடல் தள்ளாடித் தரையில் விழுந்தது.

வெளியே காத்திருந்ததில் மதன மோகினி மரத்தில் சாய்ந்தபடி தூங்கியே போனாள். அவளது அண்ணன் மதனபாலனோ நேரம் விரைந்தோடியதில் பொறுமையிழந்துபோய், தூங்கிக் கொண்டிருந்த தங்கையை அப்படியே விட்டுவிட்டு பவளவண்ணனைத் தேடி கோயிலுக்குள் நுழைந்தான். அங்கே, தங்கையின் கணவன், தலை வேறு உடல் வேறாகக் கிடப்பதைக் கண்டு திடுக்கிட்டான். 'அடடா! என்ன காரியம் செய்து விட்டேன். தங்கையின் கணவனைத் தனியே விட்டிருக்கக்கூடாது. இப்போது எப்படி நான் இதை என் உயிருக்குயிரான தங்கையிடம் போய் சொல்வேன்.'

மதனபாலன் மனம் உடைந்து போனான். தங்கையின் கணவன் இறந்து விட்டான் என்ற தகவலைச் சொல்ல அவனுக்கு இதயத்தில் திராணியில்லை. அவன் ஒரு தீர்மானத்துக்கு வந்தான். பவளவண்ணன் இறந்தது போலவே அவனும் அதே வழியில் அதே கத்தியால் தனது தலையைத் துண்டித்துக் கொண்டு மாண்டு போனான்.

இது எதுவும் அறியாத மதன மோகினி, தூக்கம் கலைந்து பார்த்தபோது பக்கத்தில் யாரும் இல்லாததால் திகைத்துப் போனாள். என்னைத் தனியே விட்டுவிட்டு இருவரும் எங்கே சென்றார்கள்? கணவனையும், அண்ணனையும் தேடிக் கோயிலுக்குள் சென்றாள்.

அங்கே, நேசத்துக்குரிய கணவனும், பாசத்துக்குரிய அண்ணனும் இருவரும் மாண்டு கிடக்கும் கொடிய காட்சியைக் கண்டாள். கதறினாள். துடித்தாள். இதயம் வெடித்து விடுவதைப் போலக் குமுறிக் குமுறி அழுதாள்.

அழுது அழுது கண்ணீர் வற்றித் துவண்டதும், ஒரு முடிவுக்கு வந்தவளாக எழுந்தாள். துர்க்கையம்மன் முன் சென்று ஆவேசத்துடன், 'தாயே, என்னைக் காத்து ரட்சிக்க வேண்டிய நீயே என்னைக் கைவிட்டு விட்டாய். உனது சந்நிதியிலேயே, உன் கண்ணெதிரிலேயே எனது கணவனும், சகோதரனும் உயிர் விட்டிருக்கிறார்கள். நீ அவர்களைக் காப்பாற்றவில்லை. போகட்டும்! எனது மஞ்சள் குங்குமத்தையும், மங்கலத்தையும் காக்க மனமில்லாதவளே, இனி நான் மட்டும் இவ்வுலகில் வாழ்ந்து என்ன செய்யப் போகிறேன். இதோ உன் கண்ணெதிரேயே நானும் உயிர்விடப் போகிறேன். இந்த ஜென்மத்தில் என்னைக் கை விட்டதுபோல இல்லாமல் அடுத்த ஜென்மத்திலும் இந்த இருவருமே எனது கணவனாகவும், சகோதரனாகவும் அமைய வரம் கொடு!' என்று வேண்டிக் கொண்டாள்.

பின் மதன மோகினி ஆலயத்தின் உள்ளேயே ஓர் ஆலமரத்தின் விழுதைக் கட்டி அதில் தூக்கிட்டுக் கொள்ளப் போனாள். அப்போதுதான் அந்த அதிசயம் நிகழ்ந்தது! கருவறையில் இருந்து ஓர் அசரீரிக் குரல் ஒலித்தது.

'மகளே மதன மோகினி, அவசரப்படாதே! நீ ஆத்மஹத்தி செய்து கொள்ளத் தேவையில்லை. உனது பதி பக்தியும், அண்ணன் மீது கொண்ட பாசமும் மன உறுதியும் போற்றத்தக்கது. போ! போய் இருவரது தலைகளையும் அவரவர் உடலுடன் பொருத்தி வை! எனது அருளால் அவர்கள் உயிர் பெற்று எழுந்திருப்பார்கள்!' என்று கூறியது.

மனம் மகிழ்ந்து போன மதன மோகினி, தூக்கிலிருந்து இறங்கி ஆவலுடன் இருவரது உடல் கிடந்த இடத்துக்கு ஓடினாள். இருவரது தலைகளையும் உடலுடன் பொருத்தினாள். ஆனால்... ஆனால்...

அடடா! அவள் என்ன காரியம் செய்துவிட்டாள்? தலைகால் புரியாத சந்தோஷத்தினாலும், பதற்றத்தினாலும் என்ன செய்கிறோம் என்பதே அறியாமல் மதன மோகினி இருவரது தலைகளையும் மாற்றி மாற்றிப் பொருத்திவிட, கணவனின் தலை அண்ணன் உடலிலும், அண்ணனின் தலை கணவன் உடலிலும் பொருந்திப் போய் இருவரும் உயிர் பெற்று எழுந்து நின்றார்கள்.

மதன மோகினி மனம் கலங்கிப் போனாள். அவளுக்குப் பைத்தியம் பிடித்துவிடும் போலிருந்தது. இந்த இருவரில் யார் எனது கணவன்? யார் எனது அண்ணன்? கணவன் தலையோடு நிற்கும் அண்ணனின்

உருவமா? அண்ணனின் தலையோடு இருக்கும் கணவனின் உருவமா? எப்படிக் கண்டுபிடிப்பது?'

குழப்பத்தின் உச்சத்தில் கதையை நிறுத்திய வேதாளம், விக்கிரமாதித்தனிடம் கேட்டது: 'சொல்லுங்கள் விக்கிரமாதித்தரே! இந்த இரண்டு உருவங்களில் யார் மதன மோகினியின் கணவன்? யார் மதன மோகினியின் அண்ணன்?'

'வேதாளமே, ஒருவனது எண்சாண் உடலில் சிரசே பிரதானம் என்பர் பெரியோர். நாமும் தலையைக் கொண்டுதான் மனிதரை அடையாளம் கண்டுகொள்கிறோம். அதுமட்டுமல்ல தலையில் உள்ள மூளைதான் அனைத்தையும் யோசிக்கிறது. செயலாற்றத் தூண்டுகிறது. எனவே அந்த இருவரில் எவன் மதன மோகினியை மனைவி என்று நினைக்கிறானோ அவனே அவளின் கணவன் ஆவான்!'

அவ்வளவுதான்! சரியான பதிலைக் கேட்ட வேதாளம் முருங்கை மரம் செல்ல, விக்கிரமாதித்தன் அதைத் தொடர்ந்து போனான்.

அத்தியாயம் 13

கிளிகள் சொன்ன கதைகள்

விக்கிரமாதித்தன் மனம் தளராமல் வேதாளத்தை மரத்திலிருந்து இறக்கி எடுத்துக்கொண்டு புறப்பட்டபோது, 'வெற்றி ஒன்றே குறிக்கோளாகக் கொண்ட மன்னவனே! பொழுது போக உனக்கொரு கதை சொல்கிறேன் கேள்!' என்று வேதாளம் தனது அடுத்த கதையைச் சொல்லத் தொடங்கியது.

'பூலோகத்தின் புண்ணிய நதியான கங்கை ஆற்றின் கரையில் உள்ள பாடலிபுத்திரம் என்னும் நகரை விக்கிரமசேனன் என்னும் மன்னன் ஆட்சி செய்து வந்தான். நல்ல ஒழுக்கமும், பண்பும் கொண்டவன். மகா தர்மசீலன். நேர்மை தவறாதவன். அவன் ஒரு பஞ்சவர்ணக் கிளியை வளர்த்து வந்தான். அதன் பெயர் விதேகன்.

விதேகன் எனப்படும் அந்த ஆண் கிளி, ஒரு பேசும் கிளி! முக்காலமும் உணர்ந்த, சகல சாஸ்திரங்களும் அறிந்த புத்திசாலியான கிளி. அதனாலேயே மன்னன் விக்கிரமசேனன், அந்தக் கிளியின் மேல் அலாதியான பாசம் கொண்டிருந்தான்.

நாட்டை அரசாட்சி செய்வதிலிருந்து தனது சொந்த வாழ்க்கையின் பிரச்னைவரை எல்லாவற்றுக்கும் அந்தக் கிளியைக் கலந்து ஆலோசித்து அதன் சொற்படிதான் விக்கிரமசேனன் செயல்பட்டு வந்தான். அவ்வளவு ஏன்? மன்னன் விக்கிரமசேனனுடைய திருமணம்கூட அந்தக் கிளியின் ஆலோசனைப்படிதான் நடந்தது.

ஆமாம்! விக்கிரமசேனனுக்கு மணந்துகொள்ள சம்மதம் தெரிவித்திருந்த ஏராளமான ராஜகுமாரிகளின் ஓவியங்களிலிருந்து மகதராஜ்ஜியத்தின் மன்னன் மகளான மதிவதனியை கிளிதான் தேர்ந்தெடுத்தது. அவளைத்தான் தனது மனைவியாக்கிக் கொண்டான் விக்கிரமசேனன்.

ஆச்சரியம் என்னவென்றால் ராணி மதிவதனியும் ஒரு கிளியை வளர்த்து வந்தாள். அதுவோர் பெண் கிளி. அதன் பெயர் சோபிகை. அதுவும் ஆண் கிளி விதேகனைப் போன்றே பேசும் திறனும், அறிவும் கொண்ட அழகுக் கிளியாகத் திகழ்ந்தது.

மகத இளவரசி மதிவதனி மன்னன் விக்கிரமசேனனை மணந்து கொண்டு பாடலிபுத்திரம் வந்ததும் இரண்டு கிளிகளும் அந்தப் புரத்தில் அவர்களது பள்ளியறையில் ஒரே கூண்டிலேயே சேர்ந்து வசித்து வந்தன. மன்னனையும், மகாராணியையும் தங்களது அறிவார்ந்த பேச்சுத் திறத்தால் நகைச்சுவை உணர்வுடன் பேசி மகிழ்வித்து வந்தன.

இப்படியிருக்கும்போது ஆண் கிளியான விதேகனுக்கு பெண் கிளி சோபிகை மேல் காதல் உண்டாகி, ஒருநாள், ‘சோபிகை, எனக்கு உன்னை மிகவும் பிடித்திருக்கிறது. நாம் ஏன் திருமணம் செய்து கொள்ளக்கூடாது!’ என்று கேட்டது.

அவ்வளவுதான் சோபிகைக்கு வந்ததே கோபம்! அது மிகுந்த கடுகடுப்புடன், விதேகனிடம், ‘ஆண்கள் எல்லோருமே நன்றி இல்லாதவர்கள். கொடுமைக்காரர்கள். துர்புத்தி கொண்டவர்கள். எனவே நான் எந்த ஆணையும் கல்யாணம் செய்துகொள்ளப் போவதில்லை!’ என்று துடுக்காகச் சொன்னது.

சோபிகையின் இந்தப் பதிலால் எரிச்சலுற்ற விதேகன், ‘ஒட்டு மொத்தமாக ஆண் வர்க்கத்தையே இப்படித் தூற்றுவது சரியில்லை. உண்மையைச் சொல்லவேண்டுமென்றால் பெண்கள்தான் கொடூரமான குணமும், துரோக புத்தியும் கொண்டவர்கள்!’ என்றது.

இப்படியே இரண்டும் மாற்றி மாற்றி ‘ஆண்கள்தான் கெட்டவர்கள்’, ‘இல்லையில்லை பெண்கள்தான் மோசமானவர்கள்’ என்று சண்டை போட்டுக்கொண்டன. விவாதம் ஒரு முடிவுக்கு வருவதாயில்லை. எனவே தங்கள் வழக்கை மன்னன் விக்கிரமசேனனிடம் சொல்லி முடிவை அவனது தீர்ப்புக்கே விட்டுவிடலாம் என்று தீர்மானித்தன. ஆண் கிளி ஜெயித்தால் பெண் கிளி சோபிகை, விதேகனை மணந்து

கொள்ளவேண்டும். பெண் கிளி ஜெயித்தால் ஆண் கிளி விதேகன் காலம் முழுவதும் சோபிகையின் அடிமையாகக் கிடக்கவேண்டும். இதுதான் ஒப்பந்தம்.

மன்னன் விக்கிரமசேனன் இருதரப்பு வழக்கையும் கேட்டான். பின், அவன் புன்னகையுடன், பெண் கிளியிடம், 'சோபிகை! ஆண்கள் நன்றி கெட்ட கொடுமைக்காரர்கள், துரோகிகள் என்கிறாயே! எதைக் காரணமாக வைத்து இப்படிச் சொல்கிறாய்?' என்று கேட்டான்.

'அரசே, இதற்கு ஆதாரமாகக் கதை ஒன்றைச் சொல்கிறேன்; கேளுங்கள்!' என்று சொல்லத் தொடங்கியது.

'சதுர்மங்கலம் என்னும் ஊரில் ஜெயதத்தன் என்னும் செல்வந்தன் ஒருவன் இருந்தான். அவனுக்கு ஒரேயொரு செல்வ மகன்; பெயர் நாகதத்தன். தாயில்லாப் பிள்ளை என்று தந்தை மிகுந்த செல்லம் கொடுத்து வளர்த்ததில் நாகநத்தன் சீர்கெட்டுப் போய் பொறுப் பில்லாத ஊதாரியாக வளர்ந்தான். எந்த வேலையும் செய்யாமல் தந்தைக்கும் வியாபாரத்தில் உதவியாக இல்லாமல் வெறுமனே ஊர் சுற்றி வந்தவனுக்கு, தீயவர்கள் பலர் நண்பர்களானார்கள். ஒருவன் கெட்டுப் போவதற்கு முழுமுதற் காரணமாக இருப்பது அவனது தீய சகவாசம்தான் என்பது நிஜம்தானே!

தனது பொல்லாத நண்பர்களுடன் சேர்ந்து கொண்டு மது, மாது, சூது என்று பலப்பல தீயபழக்கங்களுக்கு ஆளாகி மனம் போல் திரிந்தான் நாகதத்தன். இதனால் மனம் உடைந்து போன ஜெயதத்தன் அந்தக் கவலையிலேயே நோய்வாய்ப்பட்டு, படுத்த படுக்கையாகி இறந்தே போனான். தந்தை மரணமடைந்ததில் சிறிதும் மனம் வருந்தாத நாகதத்தன் சொத்தெல்லாம் கைக்கு வந்ததில் பெரும் மகிழ்ச்சி கொண்டான். நாளொரு பெண்ணும், பொழுதொரு மதுவும், சதாசர்வ காலமும் சீட்டாட்டமுமாகத் தனது தீய நண்பர்களுடன் சேர்ந்து கொண்டு மொத்தச் சொத்தையும் செலவழித்துத் தீர்த்தான். வீடு வாசல் நிலபுலன்கள் அனைத்தும் போய் விரைவிலேயே அடுத்த வேளைச் சோற்றுக்கே வழியில்லாத நிலையில் நடுத்தெருவுக்கு வந்தான்.

பெரும் பணக்காரனாக இருந்து, சொத்து முழுவதும் போய் ஏழ்மை நிலைக்கு வந்த நாகதத்தன் அதற்கும் மேல் அதே ஊரிலேயே வசிக்க விருப்பமில்லாமல் கால்போன போக்கில் புறப்பட்டான். ஊர் ஊராக, நாடு நாடாகத் திரிந்தான். ஆங்காங்கே கிடைத்ததைச் சாப்பிட்டு நினைத்த இடத்தில் தூங்கி வலம் வந்தான்.

அப்படிச் சுற்றி வந்த தருணத்தில் ஒருநாள் அவன் வாணியபுரம் என்னும் நகரத்தை அடைந்தபோது அங்கே தனநாயகர் என்ற வணிகர் அவனுக்கு அறிமுகமானார். ஏனோ தெரியவில்லை தனநாயகருக்கு நாகதத்தனை முதல் பார்வையிலேயே பிடித்துப் போனது. அவனைத் தனது வீட்டுக்கு அழைத்துச் சென்று உணவிட்டு உபசரித்த தனநாயகர் அவனை அங்கேயே தம்முடனே தங்க வைத்துக் கொண்டார்.

நாகதத்தன் அங்கிருந்த சிறிது காலத்திலேயே தனநாயகரிடமும் அவரது வீட்டாரிடமும் மிகுந்த நல்லவன் போல் நடித்து அனைவரது மனத்தையும் கவர்ந்து கொண்டான். அவனொரு பசுத்தோல் போர்த்திய புலி என்பதை அறியாத தனநாயகர் தனது ஒரே மகளான ரத்னாவளியை நாகதத்தனுக்குத் திருமணம் செய்து வைத்து வீட்டோடு மாப்பிள்ளையாக்கிக் கொண்டார்.

பிறகென்ன? நாகதத்தனுக்கு சந்தோஷத்துக்குக் குறைவேயில்லை. பெரும் செல்வச் சீதனத்தோடு வந்த அன்பான மனைவி, ஆனந்தமான இல்லறம், படாடோபமான வாழ்க்கை, பெரும் மதிப்புடன் கொண்டாடும் மாமனார், மாமியார் எனச் சுகபோகமாகக் காலம் கழிந்தது.

ஆனாலும் என்ன? ஆடின காலும், பாடின வாயும் சும்மாயிருக்காது என்பதுபோல, தீய பழக்கங்களிலேயே மூழ்கி குருட்டாம்போக்கில் செலவு செய்த நாகதத்தனுக்கு மாமனார் வீட்டில் இருப்பது கட்டிப் போட்டது போல இருந்தது. ஆசை தீர செலவு செய்யக் கைகளில் ஏராளமான செல்வம் இருக்கும்போது அதற்கும் மேல் அங்கே தங்கியிருக்க நாகதத்தனுக்குப் பிடிக்கவில்லை.

ஒருநாள் அவன் தனது மாமனார் தனநாயகரிடம் சென்று, ' மாமா! நான் ஊரைவிட்டு வந்து நெடுநாள்களாகி விட்டன. தந்தை இறந்த துக்கத்தில் வீட்டைவிட்டுப் புறப்பட்டவன், ஊர் ஊராகத் தலயாத்திரை செய்து, இங்கே தங்களைச் சந்தித்த பிறகு அப்படியே தங்கிவிட்டேன். பாவம்! அங்கே எனது உற்றார் உறவினர்கள் எல்லோரும் என்னைப் பற்றிக் கவலைப்பட்டுக் கொண்டிருப் பார்கள். எனவே நான் ஒருமுறை, ஊருக்குப் போய் அனைவரையும் பார்த்து தகவல் சொல்லிவிட்டு வருகிறேன். ரத்னாவளியுடன் புறப்பட்டுச் செல்ல என்னை நீங்கள் அனுமதிக்கவேண்டும்!' என்று கேட்டான்.

ஒரே மகளான ரத்னாவளியைப் பிரிந்திருக்க தனநாயகருக்குச் சம்மதம் இல்லையென்றாலும் வேறு வழியில்லாமல் ஒப்புக்

கொண்டு, நாகதத்தனுக்கு மேலும் கொஞ்சம் பொன் பொருளைக் கொடுத்து, மகளை அவனுடன் அனுப்பி வைத்தார். கூடவே ஒரு வேலைக்காரக் கிழவியையும் மகளுக்குத் துணையாகப் போகச் சொல்லி அனுப்பினார்.

பயணம் புறப்பட்ட மூவரும் மாலை மங்கும் நேரத்தில் ஒரு காட்டுப் பகுதிக்கு வந்துசேர்ந்தார்கள். நாகதத்தன் மனைவி ரத்னாவளியிடம், 'ரத்னா, இருட்டப் போகிறது. இங்கே காட்டுப் பகுதியில் திருடர் பயம் அதிகம்! எனவே உனது நகைகளை எல்லாம் கழட்டி என்னிடம் கொடுத்து விடு' என்று சொல்லி எல்லாவற்றையும் வாங்கி வைத்துக் கொண்டான்.

அப்படி அவன் வாங்கிக் கொண்டதன் பின்னணியில் ஒரு பெரும் சதித்திட்டம் ஒளிந்திருந்தது. பொதுவாக மது, மாது, சூது போன்ற தீய பழக்கங்களுக்கு அடிமையான கயவர்கள் எப்பேர்ப்பட்ட பஞ்ச மாபாதங்கங்களுக்கும் அஞ்ச மாட்டார்கள் என்று பெரியோர் சொல்வார்கள். நாகதத்தனும் அப்படிப்பட்டவன்தானே! அதனால் தான் அவன் மிகப் பெரிய பாதகம் ஒன்றுக்குத் திட்டமிட்டிருந்தான். மனைவி ரத்னாவளியைக் கொன்றுவிட்டு அவளது பொன் பொருள் நகைகளுடன் ஓடிப் போய் விடுவது என்பதுதான் அந்தத் திட்டம்.

இருள் கவியத் தொடங்கிய நேரத்தில் அவர்கள் மூவரும் ஒரு மலைப்பாங்கானப் பகுதியைக் கடந்தபோது அவன் தனது திட்டத்தை நிறைவேற்றினான். மலையின் மறுபுறம் இருந்த அதலபாதாளத்தில் மனைவி ரத்னாவளியையும், அவளுடன் துணைக்கு வந்த கிழவியையும் பிடித்துத் தள்ளிவிட்டுத் திரும்பிப் பார்க்காமல் நடந்தான்.

நாகதத்தனால் தள்ளி விடப்பட்ட கிழவி மிக வேகமாகக் கீழே உருண்டுபோய் ஒரு பெரும் பாறையில் மோதிக்கொண்டாள். அதனால் அவள் மண்டை உடைந்து அக்கணமே இறந்துபோனாள். பின்னால் தள்ளி விடப்பட்ட ரத்னாவளி கிழவியின் மேல் போய் விழுந்ததால் அடிபடாமல் தப்பித்துக் கொண்டாள்.

ரத்னாவளி பெரும் அதிர்ச்சியடைந்தாள். கணவனின் இந்தத் துரோகத்தை அவள் கொஞ்சமும் எதிர்பார்த்திருக்கவில்லை. என்ன செய்வதென்று அறியாமல் இரவு முழுதும் மனம் உடைந்துபோய் குமுறிக் குமுறி அழுது கொண்டிருந்தாள். பின் ஒருவாறு மனத்தைத் தேற்றிக் கொண்டு, பொழுது விடிந்ததும் சுற்றிலுமிருந்த செடி கொடிகளைப் பிடித்துக் கொண்டு மேலேறி வந்தாள். பின்

திக்கு திசைத் தெரியாமல் அலைந்து திரிந்து எதிர்ப்பட்டவர்களிடம் வழி கேட்டுக்கொண்டு, தனது ஊருக்கு வந்துசேர்ந்தாள்.

அலங்கோலமாக வந்துசேர்ந்த மகள் ரத்னாவளியின் நிலை கண்டு தனநாயகர் பதறிப் போனார். 'என்னம்மா, என்னாயிற்று? உனது கணவர் எங்கே? நீ ஏன் இப்படி அலங்கோலமாக வந்திருக்கிறாய்? என்னாயிற்று மகளே?' என்று படபடத்தார்.

மனைவியையே கொல்லத் துணிந்த கயவன்தான் என்றாலும், உத்தமியான ரத்னாவளிக்குத் தன் கணவனைக் காட்டிக் கொடுக்க விருப்பமில்லை. தந்தையிடம் பொய் கூறினாள்.

'அப்பா! நாங்கள் காட்டுப் பகுதியில் சென்று கொண்டிருக்கும்போது கொள்ளைக் கும்பல் ஒன்று எங்களை மடக்கி நகை, பொருள் அனைத்தையும் கவர்ந்து கொண்டு விட்டது. அதைத் தடுக்க முனைந்து சண்டையிட்டதால் எனது கணவரை அந்தக் கொள்ளைக் கூட்டம் கட்டித் தூக்கிக்கொண்டுபோய் விட்டது. அந்த மோதலில் மண்டையில் அடிபட்டுக் கிழவி இறந்துவிட்டாள். நான் மட்டும் தப்பித்து வந்துவிட்டேன்!'

'ம்ஹூம்! போனது போகட்டும். தெய்வத்தின் கருணையால் நீயாவது உயிர் பிழைத்து வந்தாயே மகளே! கவலைப்படாதே! நாம் எப்படியாவது உனது கணவனைத் தேடிக் கண்டுபிடிப்போம்!' என்று அவளது தந்தையும் தாயும் ரத்னாவளிக்கு ஆறுதல் சொல்லித் தேற்றினார்கள். ரத்னாவளியோ சதாசர்வ காலமும் தன்னைப் பிரிந்து போன கணவன் நாகதத்தன் நினைவாகவே இருந்து மனம் கலங்கி வருந்தினாள். என்றாவது ஒருநாள் அவன் மனம் திருந்தி வர மாட்டானா என்று காத்திருந்தாள்.

மாமனார் கொடுத்த பொன் பொருளுடன், மனைவியின் நகை களையும் சேர்த்து பெரும் செல்வக் குவியலுடன் சொந்த ஊர் திரும்பிய நாகதத்தன் பழையபடியே தனது சகாக்களுடன் கொண்டாட்டங்களில் இறங்கி, விரைவிலேயே மொத்தச் செல்வத்தையும் செலவழித்துத் தீர்த்தான்.

கையில் செப்பாலடித்த காசு கூட இல்லாமல் போனதும் மீண்டும் அவனுக்குத் தனது மாமனார் தனநாயகரின் நினைவு வந்தது. அவரிடம் சென்று ஏதாவது வியாபாரம் செய்யப்போவதாகச் சொல்லி பொன் பொருள் கேட்டு வாங்கலாம் என்று புறப்பட்டான்.

மகள் ரத்னாவளியைப் பற்றி தனநாயகர் கேட்டால் அவளை ஊரிலேயே அறுவடையைப் பார்த்துக் கொள்வதற்காக

விட்டுவந்ததாகச் சொல்லிச் சமாளித்துக் கொள்ளலாம்,' என்று திட்டமிட்டான். நாகதத்தன் ஊருக்குள் நுழைந்து தெருமுனைக்கு வரும்போதே ரத்னாவளி அவனைப் பார்த்து விட்டாள். மிகுந்த சந்தோஷத்துடன் ஓடோடிச் சென்று அவனை எதிர்கொண்டாள்.

ரத்னாவளி செத்துப் போயிருப்பாள் என்று நினைத்திருந்த நாகதத்தன் உயிருடன் அவளை எதிரே கண்டதும் திகிலடைந்து போனான். பயந்து நடுங்கினான். உடனே ரத்னாவளி அவனை ஆறுதல்படுத்தி, காட்டில் நடந்த எதையுமே தான் தந்தையிடம் கூறவில்லை என்று சொல்லி, அவரிடம் தான் சொல்லியிருந்த பொய்யை நாக தத்தனுக்குச் சொல்லி அதன்படியே அவனை சமாளிக்கச் சொன்னாள். ஆசுவாசம் கொண்ட நாகதத்தன் பயம் நீங்கி, ரத்னாவளியுடன் வீட்டுக்குச் சென்றான். தன்னை கட்டித் தூக்கிப் போன கொள்ளையரிடமிருந்து அவர்கள் ஏமாந்த சமயத்தில் மிகுந்த சாமர்த்தியமாகத் தப்பி வந்ததாகக் கதை சொல்லிச் சமாளித்தான்.

மாப்பிள்ளை தப்பிப் பிழைத்து வந்ததை தனநாயகர் பெரும் விருந்து வைத்துக் கொண்டாடினார். மனைவி ரத்னாவளியும் கணவனது துரோகத்தை மறந்து அவனுடன் சந்தோஷமாக இல்லறம் நடத்தினாள். நாகதத்தனும் வழக்கம் போல தனது சுகபோக வாழ்க்கையைத் தொடர்ந்தான்.

ஆனாலும் கலங்கிய சேற்றுக் குட்டையில் மூழ்கி அதையே சுகமாகக் கருதும் எருமையைப்போல தீய பழக்கங்களில் மூழ்கித் திளைத்த அந்தக் கொடியவனுக்கு ஒழுக்கமான வாழ்க்கையில் நீடித்திருக்க முடியவில்லை.

ஒருநாள் அந்தத் துரோகி நாகதத்தன், இரவு தன்னுடன் படுத்திருந்த மனைவி ரத்னாவளியைக் கழுத்தைத் திருகிக் கொன்றுவிட்டு, அவளது நகைகளைப் பறித்துக்கொண்டு ஓடிப் போய்விட்டான்.

இப்போது சொல்லுங்கள் மகராஜா! பசி பட்டினியிலிருந்து காப்பாற்றி, தனது மகளையே அளித்த தனநாயகருக்குக் கொஞ்சமும் நன்றி விசுவாசமில்லாமலும், உத்தமியான மனைவி ரத்னாவளிக்குப் பெரும் துரோகத்தை இழைத்தவனுமாகிய நாகதத்தன் போன்ற ஆண்கள் கொடுமைக்காரர்கள்தானே? இந்தக் கதை மூலம் ஆண்கள் எல்லோரும் பெரும் மோசக்காரர்கள் என்பது விளங்குகிற தில்லையா?' என்றது சோபிகைக் கிளி.

உடனே ஆண் கிளியாகிய விதேகன், 'பெண்கள் மட்டுமென்ன? பொய், பித்தலாட்டம், சோரம், அக்கிரமம், அயோக்கியத்தனம்

போன்றவற்றின் மொத்த உருவம்தானே அவர்கள்! அதற்கு நான் சொல்லப்போகும் இந்தக் கதையே உதாரணம். கேளுங்கள், மகாராஜா!' என்று கதை சொல்லத் தொடங்கியது.

புருஷபுரம் என்னும் நகரத்தில் ரத்னாகர் என்னும் வியாபாரி இருந்தார். பெரும் செல்வந்தராகிய அவருக்கு வசுந்தரா என்பவள் ஒரே மகள். மிகுந்த அழகியான அவளைப் பக்கத்து நகரத்தில் பெரும் பணக்காரனாகத் திகழ்ந்த சாத்துவன் என்கிற இளைஞனுக்குத் திருமணம் செய்து வைத்திருந்தார். அவர்களது இல்லறம் இனிமை யாகவே நடந்தது.

ஒருசமயம் வசுந்தராவின் கணவன் வியாபார விஷயமாக வெளிதேசம் சென்றதால் அவள் தனது பிறந்தகத்துக்கு வந்து தங்கியிருந்தாள். அந்தச் சமயத்தில் கோயிலுக்குச் செல்லும்போதும், கடைத் தெருவுக்குச் செல்லும்போதும் அதே ஊரிலிருந்த அழகான இளைஞன் ஒருவனை அவள் அடிக்கடி காண நேர்ந்தது. அவன் பெயர் இளமாறன். அழகில் மன்மதனாகத் திகழ்ந்த இளமாறன்மேல் வசுந்தராவுக்கு நாட்டம் ஏற்பட்டது. அவனைக் கண்டநாள் முதல் விரகதாபத்தால் தவித்த வசுந்தரா, தனது வேலைக்காரியை அவனிடம் தூது அனுப்பி இளமாறனை தினமும் தனிமையில் சந்தித்துப் பேசினாள். யாருக்கும் தெரியாமல் அவர்களது கள்ளக்காதல் நாளொரு மேனியும், பொழுதொரு வண்ணமுமாக செழித்து வளர்ந்தது.

இந்தத் தருணத்தில் வெளிதேசம் போயிருந்த வசுந்தராவின் கணவன் ஊர் திரும்பினான். வந்ததுமே மனைவியைக் காணும் ஆவலில் அவள் வீட்டுக்கு ஓடோடி வந்திருந்தான். கணவன் வந்ததில் வசுந்தராவுக்குச் சிறிதளவும் சந்தோஷமில்லை. தனது கள்ளக் காதலுக்கு இடையூறாகக் கணவன் வந்துவிட்டானே என்றெண்ணி மனம் குமுறினாள். கணவன் வந்த நாள் முதல் அவள் தனது கள்ளக் காதலனைச் சந்திக்க முடியவில்லை. தவித்து மருகினாள்.

ஒருநாள் இரவு, கணவன் நன்கு உறங்கியதும் வசுந்தரா தனது கள்ளக் காதலனைக் காண்பதற்காகத் திருட்டுத்தனமாகப் புறப்பட்டாள். வழக்கமாகத் தாங்கள் சந்திக்கும் இடத்துக்கு அவனை வரச்சொல்லி முன்னதாகவே தகவல் அனுப்பியிருந்தாள். வெகுநாள்களுக்குப் பின் காதலனைச் சந்திக்கச் செல்வதால் தன்னிடம் இருந்த எல்லா நகைகளையும் அணிந்துகொண்டு சர்வ அலங்காரபூஷிதையாகக் கிளம்பினாள்.

இப்படி இவள் கிளம்பியதை அவளது வீட்டுக்குள் பதுங்கியிருந்த திருடன் ஒருவன் பார்த்துக் கொண்டிருந்தான். மிகச் சரியாக

அன்றைக்குத்தான் அவன் வசுந்தராவின் வீட்டுக்குத் திருட வந்திருந்தான். மொத்த நகைகளையும் அணிந்துகொண்டு வசுந்தரா புறப்பட்டுச் செல்வதைப் பார்த்துக் கொண்டிருந்தவன் மனம் பதறினான். 'அய்யய்யோ! நான் திருட வந்த மொத்த நகைகளையும் அணிந்து கொண்டு செல்கிறாளே! அப்படி இவள் இந்நேரத்தில் எங்கே செல்கிறாள்?' என்று நினைத்துக்கொண்டு ஆவலுடன் அவளைப் பின்தொடர்ந்தான்.

ஆசையுடனும் பெரும் ஆவலுடனும் தனது கள்ளக்காதலனைச் சந்திக்கச் சென்ற வசுந்தராவுக்கு அங்கே பெரும் அதிர்ச்சி காத்திருந்தது... வசுந்தராவின் கள்ளக் காதலன் இளமாறன் அங்கிருந்த மரத்தடி ஒன்றில் பாம்பு கடித்து இறந்துபோய் நீலம் பாரித்துப் பிணமாகக் கிடந்தான். அப்படிப் பிணமாகக் கிடந்தவன் உடலுக்குள் அம்மரத்து வேதாளம் ஒன்று புகுந்து கொண்டிருந்தது.

இது ஏதும் அறியாத வசுந்தரா தனது ஆசை நாயகன் மாண்டு கிடந்ததில் மனம் வருந்தி அவனை மடியில் எடுத்துக் கிடத்திக் கொண்டு அழுதாள். அளவுகடந்த துக்கமும் அழுகையுமாகக் காதலனின் பிணத்துக்கு ஓர் ஆசை முத்தம் இட அவள் நெருங்கிய போது, பிணத்தின் உடலுக்குள் இருந்த வேதாளம் வசுந்தராவின் மூக்கைக் கவ்விப் பிடித்துக் கடித்தது. மூக்கின் முனைப் பகுதி துண்டிக்கப்பட்டு பிணத்தின் வாய்க்குள்ளேயே விழுந்தது.

வசுந்தரா வலியில் துடிதுடித்துப் போனாள். ரத்தம் சொட்டச் சொட்டப் பதறி எழுந்தாள். பிணத்துக்குள் ஏதோ பேய் நுழைந்திருக்கிறது என்று உணர்ந்து திடுக்கிட்டவள் அதற்கும் மேல் அங்கே தாமதிக்காமல், ஓட்டமும் நடையுமாக வீடு திரும்பினாள்.

அவளது மனம் முழுவதும் திகிலாக இருந்தது. காலையில் தன்னைக் காண்பவர்கள் எல்லோரும் துண்டிக்கப்பட்ட தனது மூக்குக்கு விளக்கம் கேட்பார்களே என்ன சொல்வது என்று எண்ணியவள், தூங்கிக் கொண்டிருந்த கணவனைப் பார்த்தாள். மனத்தில் ஓர் யோசனை தோன்ற, பெருங்குரலெடுத்துக் கத்தினாள்.

'ஐயையோ! எல்லோரும் வாருங்களேன். என் கணவன் என்கிற இந்த மகாபாவி, ஒரு சாதாரணச் சண்டையில் எனது மூக்கை வெட்டி விட்டானே,' என்று கதறினாள்.

அவளது அலறலைக் கேட்டு முதலில் விழித்துக் கொண்டவன் வசுந்தராவின் கணவன்தான். அவனுக்கு ஒன்றுமே புரியவில்லை. மலங்க மலங்க விழித்தான். அடுத்து வசுந்தராவின் தந்தையும், தாயும்

இன்னும் வீட்டிலிருந்தவர்கள் அனைவரும் அங்கே ஓடோடி வந்தனர். மூக்கு வெட்டப்பட்டு ரத்தம் சொட்ட நிற்கும் மகளையும், அவள் பக்கத்தில் திகைத்து நிற்கும் கணவனையும் கண்டு, கோபம் கொண்டனர். அவனை எதுவுமே விசாரிக்காமல், அவன் சொல்ல வந்ததையும் கேட்காமல் வெறியுடன் அவனை அடித்து உதைத்தனர். வசுந்தராவின் கணவன் மயங்கி விழுந்தான்.

நடந்த அத்தனையையும் பார்த்துக்கொண்டிருந்த திருடன் இதற்குமேல் இங்கிருந்தால் தனக்கு ஆபத்து என்றெண்ணி ஓசைப்படாமல் நழுவி வீடு போய்ச் சேர்ந்தான்.

மறுநாள், வசுந்தராவின் வழக்கு அரசவைக்கு எடுத்துச் செல்லப் பட்டது. அரசன் முன்னிலையில் விசாரணை நடந்தது. வசுந்தராவின் கணவன், தான் இந்தக் காரியத்தைச் செய்யவில்லை என்றும், அவளது மூக்கு எப்படி அறுபட்டது என்று தனக்குத் தெரியாது என்றும் சொல்ல, அவனை யாரும் நம்பவில்லை. வசுந்தராவின் சொல்லையே அனைவரும் நம்பினார்கள். இறுதியாக மனைவியின் மூக்கை அறுத்தக் குற்றத்துக்காக வசுந்தராவின் கணவனுக்கு மரணதண்டனை விதித்தான் மன்னன்.

இந்த வழக்கு எவ்விதமாகப் போகிறதென்று காண்பதற்காக திருடனும் அந்த அரசவைக்கு வந்து மக்களோடு நின்று கவனித்துக் கொண்டிருந்தான். மன்னன் வசுந்தராவின் கணவனுக்கு மரண தண்டனை விதித்ததும் திருடன் திடுக்கிட்டுப் போனான். அவனுக்கு அதற்கு மேல் மனம் தாளவில்லை. ஒரு நிரபராதி தண்டிக்கப் படுவதைக் காணச் சகிக்காமல் நடந்த உண்மையைச் சொல்லி விடுவதென்று தீர்மானத்துக்கு வந்தான்.

'மன்னவா! தங்கள் விசாரணையில் குறுக்கிடுவதற்கு மன்னிக்க வேண்டும்!' என்று சொல்லியபடி சபையின் மையப்பகுதிக்கு வந்து அரசன் முன் பணிந்து நின்றான். 'அரசே, இந்தப் பெண்ணின் கணவன் நிரபராதி! ஏதும் அறியாத அப்பாவி! நடந்தது அனைத்தையும் நான் அறிவேன்!' என்றவன், முன் தினம் இரவு வசுந்தராவின் வீட்டுக்குத் தான் திருடச் சென்றது முதல், கள்ளக் காதலன் வாயில் சிக்கி அவளது மூக்கு அறுபட்டது வரை விளக்கிச் சொன்னான். 'மன்னா, இவள் பெரிய சூழ்ச்சிக்காரி! வஞ்சகி! இழிவான பிறவி இவள்! நான் கூறியதற்கு ஆதாரம் வேண்டு மென்றால், இறந்து கிடக்கும் இவளது கள்ளக் காதலனின் பிணத்தின் வாயில் பார்த்தால் உண்மை விளங்கும். இந்தப் பெண்ணின் மூக்கு அந்தப் பிணத்தின் வாயில் கிடக்கும்!' என்றான்.

மன்னனும் அதுபோலவே காவலர்களை அனுப்பிப் பரிசோதிக்க, திருடன் சொன்னது ஊர்ஜிதமானது. மன்னன் வசுந்தராவின் கணவனை விடுதலை செய்து, வசுந்தராவை மொட்டையடித்துக் கழுதை மேல் ஏற்றி நாடு கடத்தும்படிக் கட்டளையிட்டான். வழக்கில் தவறான தீர்ப்பு வழங்காமல் காத்த திருடனுக்குப் பரிசுகள் அளித்து இனி திருடக் கூடாது என்று சொல்லி அரண்மனை உத்தியோகமும் கொடுத்தான்.

இப்போது சொல்லுங்கள் மகாராஜா, பெண்கள்தானே கொடுமைக் காரிகள்? வஞ்சகிகள்?' என்று ஆண் கிளி விதேகன் கதை சொல்லி முடித்துக் கேட்டதுமே அங்கே ஓர் அற்புதம் நிகழ்ந்தது.

கதைகள் சொல்லிய இரண்டு கிளிகளும் தேவலோகக் கந்தர்வ னாகவும், தேவலோகக் கன்னியாகவும் உருமாற்றம் பெற்றன. 'மன்னவா, நாங்கள் இந்திரன் அளித்த சாபத்தால் இதுவரை கிளிகளாகக் கிடந்தோம். தங்களுக்குச் சொல்லிய இந்தக் கதைகள் மூலம் சாபவிமோசனம் பெற்றோம்!' என்று சொல்லி இருவரும் விடை பெற்றுக்கொண்டு வானுலகம் மீண்டார்கள்.

இவ்வாறாகக் கதை சொல்லி முடித்த வேதாளம், 'நீர் சொல்லும் மகாராஜனே! அந்த இரண்டு கிளிகளும் சொன்ன கதைகளில் வரும் ஆண், பெண் இருவரில் மிக மோசமானவர், கொடியவர் யார்? சரியான விடை தெரிந்தும் சொல்லாவிட்டால் உமது தலை சிதறி விடும்! பதில் சொல்லும் உத்தமரே!' என்று விக்கிரமாதித்தனைக் கேட்டது.

'வேதாளமே! இந்த இரண்டு கதைகளில் வரும் ஆண், பெண் இருவரில் பெண்தான் மிகவும் மோசமானவள். கணவன் மனைவியைக் கொடுமைப்படுத்துவதைவிட, அமைதிக்கும், கருணைக்கும், பொறுமைக்கும் உதாரணமாகச் சொல்லப்படும் பெண்ணானவள் தன் கணவனைக் கொடுமைப்படுத்துவதுதான் மிகவும் மோசமான செயலாகும். இக்காலத்தில் பெரும்பாலும் பெண்கள்தான், ஆண் களை விடவும் பொய்யானவர்களாக, துரோகிகளாக இருக்கிறார்கள்!' என்றான்.

விக்கிரமாதித்தனின் இந்தச் சரியான பதிலால் எப்போதும்போல வேதாளம் அவனது தோளைவிட்டு முருங்கை மரத்துக்குப் பறந்தது. விக்கிரமாதித்தன் அதைத் துரத்திக் கொண்டு விரைந்தான்.

அத்தியாயம் 14

பத்ரகாளிக்குப் பலி!

விக்கிரமாதித்தன் கொஞ்சமும் சலிப்படையாமல் முருங்கை மரத்தில் ஊசலாடிய வேதாளத்தை இறக்கி தோள் மீது போட்டுக் கொண்டு, தொடர்ந்து நடக்க, விடாப்பிடியாக வேதாளம் அடுத்த கதை சொல்லத் தொடங்கியது.

'அளகாபுரி என்னும் பட்டணத்தை ராஜசிம்மன் என்பவன் ஆண்டு வந்தான். நீதி நெறி வழுவாத அவனது ஆட்சியில் மக்கள் அனைவரும் மிகுந்த மனநிறைவுடன் சந்தோஷமாக வாழ்ந்து வந்தனர். அவனது ஆட்சியில் பசி, பட்டினி, பஞ்சம் என்பதே இல்லை. அவனது பட்டணத்தில் ஏழைகளும் இல்லை. எல்லோரும் எல்லாமும் பெற்று நிறைவாக வாழ்ந்து வந்தார்கள். இன்னும் சொல்லவேண்டுமானால் பூமியைத் தாங்கி அருள்பாலிக்கும் மாதா பூமாதேவியே மன்னன் ராஜசிம்மனின் நற்குணத்தால் கவரப்பட்டு அவனை ஆசீர்வதித்து அவன் மீது மிக்க அன்புடன் திகழ்ந்தாள்.

இத்தனை சிறப்பு மிக்கவனான ராஜசிம்மன் அரசவைக்கு ஒருநாள் வீரபாலன் என்பவன் அவனது மனைவி வேதவதி, மகன் விஜயன், மகள் லீலாவதி என தனது குடும்பத்தினருடன் மன்னனைக் காண வந்தான். ராஜசிம்மனைக் கண்டு பணிந்து வணங்கினான்.

'அரசே, நான் ஒரு வீரன். மத்வ தேசத்திலிருந்து வருகிறேன். நானிலமே போற்றிப் புகழும் தங்களின் கீழ் பணியாற்றவே தங்களை

நாடி வந்துள்ளேன். தங்களின் அந்தரங்கப் பாதுகாவலனாக என்னை ஏற்றுக் கொண்டால் தங்களுக்கு எந்தத் தீங்கும் ஆபத்தும் நேராமல் காப்பேன் என்று உறுதியாகச் சொல்கிறேன்!' என்று தலை தாழ்த்தி விண்ணப்பித்தான். அவனது குடும்பத்தினரும் மன்னன் முன் கை கூப்பி நின்றிருந்தனர்.

வீரனுக்கே உரிய வாள், கேடயத்துடன் கம்பீரமாகத் தன் முன் நின்று தன்னம்பிக்கையுடன் பேசும் வீரபாலனை மன்னன் ராஜசிம்மனுக்கு மிகவும் பிடித்துப் போனது.

மலர்ந்த புன்னகையுடன், வீரபாலனைப் பார்த்து, 'அப்படியே ஆகட்டும் வீரனே! உன்னை எனது பாதுகாவலனாக ஏற்றுக் கொள்கிறேன். நீ நாளையிலிருந்து பணிக்கு வரலாம். இந்த உனது பணிக்குச் சன்மானமாக மாதம் 100 பொற்காசுகள் பெற்றுக் கொள்ளலாம்! ' என்று கட்டளையிட்டான்.

வீரபாலனும், அவனது குடும்பத்தாரும் மன்னனுக்கு நன்றி கூறி மகிழ்ச்சியுடன் விடைபெற்றுக் கொண்டார்கள்.

மறுதினமே வீரபாலன் பணியில் சேர்ந்தான். அரண்மனை வாசலில் உருவிய வாளுடன் நடைபயின்று அல்லும் பகலும் காவல் காத்தான். வெயில், மழை, காற்று, புயலே அடித்தபோதிலும் தனது கடமையிலிருந்து தவறாமல் சொட்டச் சொட்ட நனைந்தபடி அவன் காவல் புரிந்ததை மன்னன் ராஜசிம்மன் பலநாள்கள் கண்டு வியந்தான். மனத்துக்குள் பாராட்டினான்.

காலம் விரைந்தது.

ஓர்நாள் இரவு மன்னன் தனது பள்ளியறையில் இருந்தான். வீரபாலன் வழக்கம்போல் அரண்மனை வாசலில் குறுக்கும் நெடுக்கும் நடந்தபடி காவல்காத்துக் கொண்டிருந்தான். அப்போது தூரத்தில் யாரோ ஒரு பெண் கதறியழும் ஒலி கேட்டது. அந்த அழுகையொலி கேட்பவர்களின் மனத்தை வருத்திப் பிசைந்தது.

மன்னன் ராஜசிம்மன் அந்த அழுகைச் சப்தத்தினால் பாதிக்கப்பட்டு மேன்மாடத்துக்கு வந்து நின்று நாலாதிசையிலும் பார்த்தான். அந்த அழுகைச் சப்தம் எங்கிருந்து வருகிறது என்று தெரியவில்லை. மன்னன் ராஜசிம்மன், வாசலில் காவல் காத்துக் கொண்டிருந்த வீரபாலனைப் பார்த்து, 'வீரபாலா! ஒரு பெண்ணின் அழுகையொலி உனக்குக் கேட்கிறதா?' என்று கேட்டான். 'ஆமாம் அரசே! அந்தச் சப்தத்தை நானும் கேட்டேன்!' என்றான் வீரபாலன்.

'நமது ஆட்சியில் இந்த அவலக் குரல் எதிரொலிப்பது மனத்துக்குச் சங்கடமாயிருக்கிறது. யார் அந்தப் பெண்? எதற்காக அழுகிறாள் என்று விசாரித்து வா!'

வீரபாலன் புறப்பட்டுச் சென்றாலும் மன்னன் ராஜசிம்மனுக்கு மனம் கேட்கவில்லை. தனது குடிமக்களில் ஒருத்தி கதறி அழுகிறாள் என்றால் அதில் தனது ஆட்சியின் தவறு ஏதாவது இருக்கிறதா என்ற கேள்வி அவன் மனத்தைத் துளைக்க, அரண்மனையில் அவனுக்கு இருப்புக் கொள்ளவில்லை. அவனும் அரண்மனையை விட்டு வெளியே வந்து வீரபாலன் போன திசையிலேயே பின் தொடர்ந்தான்.

மன்னனின் கட்டளைப்படி அழுகுரல் கேட்ட திசை நோக்கி விரைந்த வீரபாலன், நகரத்தின் எல்லையில் இருந்த நதிக்கரையை அடைந்தான். நதிக்கரையின் ஓரத்தில் இருந்த மண்டபம் ஒன்றில் சர்வ அலங்கார லட்சணங்களுடன் பெண்ணொருத்தி அமர்ந்து அழுது கொண்டிருந்தாள்.

'ஐயோ விதியே உனக்குக் கொஞ்சமும் இரக்கமில்லையா? தர்மவானான மகா வீரனை அழைக்கிறாயே! அவனது வாழ்க்கையோடு விளையாடுகிறாயே! இது நியாயமா?' என்று புலம்பிக் கொண்டு விம்மினாள்.

வீரபாலன் அவளை அணுகி, 'தாயே! நீங்கள் யாரென்று நான் அறிந்து கொள்ளலாமா? இந்த அர்த்தராத்திரியில் எதற்காக இங்கே உட்கார்ந்து அழுது கொண்டிருக்கிறீர்கள்?' என்று கேட்டான்.

அப்பெண், 'மகனே! நான் பூமாதேவி. இந்நாட்டு அரசன் ராஜசிம்மன், என் அன்புக்குரிய மகன். தர்மநெறி தவறாமல் நல்லாட்சி நடத்தும் அந்த நல்லவன் இன்னும் இரண்டொரு நாளில் இறக்கப் போகிறான். அந்தத் துக்கம் தாளாமல்தான் அழுது கொண்டிருக்கிறேன்!' என்றாள்.

இதைக் கேட்ட வீரபாலன் திடுக்கிட்டுப் போனான். பதறித் துடித்தான்.

அவன் பூமாதேவியிடம், 'தாயே! பராக்கிரமசாலியும், தயாள குணம் கொண்டவரும், தனது குடிமக்களை, தான் பெற்ற மக்களைப் போல் அரவணைத்துக் காப்பவருமாகிய எனது அன்புக்குரிய மன்னருக்கா மரணம் வரப் போகிறது என்கிறீர்கள்? இல்லை, இல்லவேயில்லை! அப்படி நேரக் கூடாது! தாயே! கடவுளுக்கு நிகரான அன்னை

பூமாதேவியே! சொல்லுங்கள் தாயே! நான் மன்னர் ராஜசிம்மனின் பாதுகாவலன். அவரது உயிரைக் காப்பாற்றும் கடமை எனக்கிருக் கிறது. இந்த ஆபத்திலிருந்து மன்னரைக் காப்பாற்ற ஏதாவது வழியிருக்கிறதா? தயவுசெய்து உதவுங்கள் தாயே!' என்று கெஞ்சினான்.

உடனே பூமாதேவி, 'இருக்கிறது வீரனே! இந்த அபாயக் கண்டத்தில் இருந்து ராஜசிம்மனைத் தப்புவிக்கும் வழி ஒன்றிருக்கிறது. ஆனால் அதை நிறைவேற்றுவது ஆகாத காரியம்!'என்றாள்.

'தாயே எத்தனை கஷ்டமானதாக இருந்தாலும் நான் அதை நிறைவேற்றியே தீருவேன்! சொல்லுங்கள் தாயே! என்ன செய்தால் என் மன்னனின் உயிரைக் காப்பாற்ற முடியும்?'

'வீரபாலா! இந்நகரத்தின் தென் எல்லையில் வனபத்ரகாளியின் கோயில் இருக்கிறது அல்லவா? அக் கோயிலின் பலி பீடத்தில் தகப்பன் ஒருவன் தனது மகனை மனமுவந்து பலி கொடுத்தால் மன்னன் ராஜசிம்மன் இந்த மரணகண்டத்திலிருந்து தப்பித்து விடலாம். இல்லாவிட்டால் இரண்டொருநாளில் அவன் மரணமடைவது நிச்சயம்!' என்றாள்.

வீரபாலன், 'தாயே! இதை நான் நிச்சயம் நிறைவேற்றி விடுவேன்! இனி நீங்கள் வருத்தம் கொள்ளவேண்டாம்!' என்று சொல்லிவிட்டு அங்கிருந்து விரைந்தான்.

இவ்வாறு வீரபாலனும், பூமாதேவியும் பேசிக்கொண்டு இருந்த சகல விஷயங்களையும் அவனைப் பின் தொடர்ந்து வந்திருந்த மன்னன் ராஜசிம்மன் மறைந்திருந்து கேட்டுக் கொண்டுதான் இருந்தான். இனி வீரபாலன் என்ன செய்யப் போகிறான்? எங்கே செல்கிறான்? என்கிற ஆர்வத்துடன் மன்னன் ராஜசிம்மன் வீரபாலனைப் பின் தொடர்ந்து செல்லலானான்.

நதிக்கரை மண்டபத்திலிருந்து புறப்பட்ட வீரபாலன் நேராக தனது வீட்டை அடைந்தான். அங்கே தனது மனைவியிடம் பூமாதேவி தன்னிடம் கூறியது அனைத்தையும் விளக்கமாகச் சொன்னான்.

இதைக் கேட்ட அவனது மனைவி வேதவதி, 'குடிமக்கள் சௌக்கியமாகவும், சந்தோஷமாகவும் இருக்கவேண்டுமானால் அதற்கு முதலில் நாட்டின் மன்னன் பூரண ஆயுளுடன் நலமாக இருப்பது அவசியம். அவன் நன்றாக இருந்தால்தான் நாடு நன்றாக இருக்கும். அரசனுடைய நலனுக்காக எதையும் நாம் தியாகம் செய்யலாம்!' என்றாள்.

இவர்கள் பேசுவதைக் கேட்டுக் கொண்டிருந்த வீரபாலனின் மகனாகிய சிறுவன் விஜயனும் தன் தந்தையிடம், 'அப்பா, நமது மன்னர் மிகவும் நல்லவர். இந்நாட்டின் லட்சக்கணக்கான உயிர்களைக் காக்கும் கடமையில் இருப்பவர். அவரது உயிரைப் பாதுகாக்கும் கடமை உங்களுக்கு இருப்பது போலவே, தகப்பனின் கடமையில் பங்கேற்பது மகனாகிய எனது கடமையாகும். எனவே நமது மன்னரின் உயிரைக் காப்பாற்ற நான் என் உயிரைத் தரச் சித்தமாயிருக்கிறேன். தாமதிக்க வேண்டாம். வாருங்கள், வனபத்ரகாளியின் கோயிலுக்குச் செல்வோம்,' என்றான்.

உடனே வீரபாலனின் குடும்பத்தார் மனைவி, மகன், மகள் உட்பட அனைவரும் அந்த நள்ளிரவு நேரத்திலேயே வனபத்ரகாளியம்மன் கோயிலுக்குப் புறப்பட்டனர்.

இவ்வளவையும் ஒளிந்திருந்து பார்த்துக் கொண்டும், கேட்டுக் கொண்டும் இருந்த மன்னன் ராஜசிம்மன், வீரபாலன் குடும்பத்தாரின் தியாகத்தை நினைத்து உள்ளம் நெகிழ்ந்து போனான். மேலும் அவர்களைத் தொடர்ந்து சென்றான்.

கோயிலை அடைந்ததும் வீரபாலனின் மகன் விஜயன், தேவியைப் பணிந்து வணங்கி, 'தாயே, பத்ரகாளி, எனது இந்தச் சிறு உயிரைப் பரிசாகப் பெற்றுக் கொண்டு, நீதிமானான மன்னர் ராஜசிம்மனுக்கு நீண்ட ஆயுளைத் தா!' என்று வேண்டிக் கொண்டு பலி பீடத்தில் தனது தலையைப் பொருத்திக் கொண்டான்.

அடுத்தநொடி தனது கூரிய வாளால் மகனின் தலையை வெட்டியெடுத்து அம்மனின் காலடியில் காணிக்கையாக வைத்த வீரபாலன், 'தகப்பனொருவன் மனமுவந்து தனது மகனின் உயிரைப் பலி கொடுத்தால் மன்னன் உயிர் காக்கப்படும் என்று சொன்னார்கள். நான் அதைச் செய்து விட்டேன். தேவி பத்ரகாளி, இனி நீதான் மன்னர் ராஜசிம்மனை மரண அபாயத்திலிருந்து காப்பாற்றவேண்டும்!' என்று வேண்டினான்.

அப்போது அசரீரி ஒலித்தது. 'வீரபாலா, உனது தியாகம் வீணாகாது. மன்னன் உயிர் தீர்க்காயுசாக நீட்டிக்கப்பட்டு விட்டது. இன்னும் பல நூறு வருடங்கள் அவன் நல்லாட்சி புரிவான்!' என்று கூறியது.

அப்போது மாண்டு போன தனது அண்ணன் விஜயனின் உடலுக்கு அருகில் அமர்ந்து அழுது கொண்டிருந்த வீரபாலனின் மகள் லீலாவதி அழுது அழுது அதீதத் துக்கத்தால் இதயம் வெடித்து இறந்து போனாள்.

இதைப் பார்த்துக் கொண்டிருந்த வீரபாலனின் மனைவி வேதவதி, கணவனிடம், 'சுவாமி! கணவனது காரியத்தில் பங்கேற்பது மனைவியின் கடமை. இது முடிந்து விட்டது. மன்னனைக் காப்பாற்ற வேண்டிய உங்களது கடமையில் துணை நின்று காரியம் பூர்த்தியாகி விட்டது. இதில் நமது இரண்டு குழந்தைகளும் இறந்த பிறகு இதற்கு மேல் இவ்வுலகில் எனக்கு உயிர் வாழ விருப்ப மில்லை. எனவே குழந்தைகளின் உடலுக்குச் சிதை மூட்டி அவர்களுடனே நானும் உயிர்விடச் சித்தமாகி விட்டேன். தாங்கள் அனுமதிக்க வேண்டும்!' என்று சொல்லி அனுமதி பெற்றுக் கொண்டு, அதுபோலவே குழந்தைகளுடன் எரிந்து சாம்பலானாள்.

பின் பத்ரகாளியின் முன் நின்ற வீரபாலன், 'தாயே, அசரீரி சொன்ன வாக்கின்படி, மன்னர் ராஜசிம்மர் உயிருக்கு எந்த ஆபத்துமின்றி பூரணநலமாக இருந்து நாடாள்வார் என்பது உறுதியாகி விட்டது. நான் எனது குடும்பத்தை இழந்து இவ்வுலகில் துக்கமும் துயரமுமாக வாழ்வதைவிட எனது உயிரை விடுத்து அவர்களுடனே போய் விடுவதுதான் சரியானது!' என்று சொல்லியபடி தனது வாளால் தலையை ஒரே வீச்சில் துண்டித்துக் கொண்டு மாண்டு விழுந்தான்.

இதுவரையிலும் அங்கே நடந்த அத்தனை நிகழ்வுகளையும் பார்த்துக் கொண்டிருந்த மன்னன் ராஜசிம்மன் உணர்ச்சிப் பிழம்பாக திகைத்துப் போய் நின்றான். அதிசயப்படுவதா, ஆச்சரியப்படுவதா, துக்கப்படுவதா, வேதனைப்படுவதா ஒன்றும் விளங்கவில்லை.

வீரபாலனின் குடும்பத்தவர் தன் ஒருவனுக்காகச் செய்த தியாகம் அவனுக்குள் பிரமிப்பை ஏற்படுத்தி மனத்தை நடுங்கச் செய்திருந்தது. இதயம் நெகிழ்ந்து தவித்தது.

'எந்த ஒரு மனிதனும் செய்யத் துணியாத பெருந்தியாகத்தைச் செய்த இக்குடும்பத்தினரை நான் எப்படிப் போற்றுவேன்? அர்த்த ராத்திரியில் காட்டுக்குள் வந்து இவர்கள் செய்த தியாகம் யாருக்குமே தெரியப்போவதில்லை. ஆனாலும் எந்தப் பாராட்டையும், புகழ்ச்சியையும் எதிர்பாராமல் என் ஒருவனது உயிருக்காக நான்கு உயிர்களைப் பலியிட்டு விட்டார்களே! இவ்வுலகில் இப்படிப்பட்ட மனிதர்களும் இருப்பார்களா? இவர்களை நான் எப்படிக் கௌரவிப்பேன்?' என்றெல்லாம் நெகிழ்ந்தான்.

அவனது மனம் துயரத்தில் தத்தளித்தது. ஒரு முடிவுக்கு வந்தவனாக தேவி பத்ரகாளியின் முன் வந்து நின்றவன், 'தாயே, மனித உயிர்களில் பெரியது என்ன; சிறியது என்ன? உயர்ந்தது என்ன;

தாழ்ந்தது என்ன? உயிர்களின் மதிப்பு ஒன்றேதான்! என் ஒருவனுக்காக நான்கு உயிர்கள் மரித்தது எனக்குக் குற்ற உணர்வாக இருக்கிறது. நானும் இனி உயிர் வாழப் பிரியப்படவில்லை. இந்தா எனது உயிரும் உனக்குக் காணிக்கை!' என்று சொல்லி வாளை எடுத்து தலையை வெட்டிக் கொள்ள முனைந்தான்.

அப்போது மீண்டும் அசரீரி ஒலித்தது.

'ராஜசிம்மா அவசரப்படாதே! மற்றவர் வேதனையைப் பொறுக்காத, தியாகத்தை மதிக்கத் தெரிந்த நீதிமானே! வருந்தாதே! இதோ உன் பொருட்டு உயிர் துறந்த அனைவரும் உயிர் பிழைப்பார்கள்!' என்று சொல்லியது.

மறுகணமே மாண்டுபோன வீரபாலன் குடும்பத்தினர் அனைவரும் உயிர் மீண்டு எழுந்தனர். அவர்களின் கண்களில்படாமல் மன்னன் ராஜசிம்மன் அங்கிருந்து நழுவி அரண்மனை சேர்ந்தான்.

உயிர் மீண்ட வீரபாலன் குடும்பத்தினர் இது அன்னை பத்ரகாளியின் அருள் என்பதை உணர்ந்து கடவுளுக்கு நன்றி சொல்லி வீடு மீண்டனர்.

மறுநாள் வீரபாலன் எப்போதும்போல் அரண்மனை வாசலில் பணியாற்றச் சென்று காவலிருந்தான். அப்போது மன்னன் ராஜசிம்மன் அவனைத் தர்பாருக்கு அழைத்து வரச் சொல்லி, தானே தனது மந்திரி பிரதானிகளுடன் வந்து வீரபாலனை எதிர்கொண்டு வரவேற்றான். வீரபாலனுக்குத் தனி இருக்கை அளித்து கௌரவித்து, சபையில் உள்ளோருக்கு, முன் தினம் நடந்த நிகழ்வை முழுவதும் கூறினான். சபையோர் திகைத்துத் திக்குமுக்காடி வீரபாலனையும் அவனது குடும்பத்தாரையும் வாழ்த்தி முழக்க மிட்டனர்.

மன்னன் ராஜசிம்மன் வீரபாலனுக்குப் பெரும் பதவியளித்து, பொன்னும் பொருளும் ஏராளமாகத் தந்து தன்னுடன் இணை பிரியாத நண்பனாக வைத்துக் கொண்டான்' என்று கதை சொல்லி முடித்த வேதாளம் வழக்கம் போல் கேள்வி தொடுத்தது.

'மன்னனுக்காகப் பெரும் தியாகம் செய்த வீரபாலன் மற்றும் அவனது குடும்பத்தினர், தனது பணியாளன் செய்த தியாகத்தின் காரணமாக வேதனையில் தனது உயிரையே போக்கிக் கொள்ள முனைந்த மன்னன் ராஜசிம்மன் இவர்களுள் யார் மிக உயர்ந்தவர்? சொல்லுங்கள் விக்கிரமாதித்தரே!'

‘நிச்சயமாக மன்னன் ராஜசிம்மன்தான் உயர்ந்தவன்!’ என்றான் விக்கிரமாதித்தன்.

வேதாளம் திகைப்புடன் கேட்டது. ‘என்ன! விக்கிரமாதித்தரே யோசித்துத்தான் சொல்கிறீரா? மன்னன் உயிருக்காகத் தனது மகன் உயிரையே பலி கொடுத்த வீரபாலன் உயர்ந்தவனில்லையா? பத்துமாதம் சுமந்து பெற்ற மகனை மன்னனது நலனுக்காகப் பலி கொடுக்க ஒப்புக் கொண்ட தாய் வேதவதி உயர்ந்தவளில்லையா? மன்னன் உயிர் காக்கத் தனது உயிரையே துணிச்சலாகத் தர ஒப்புக் கொண்ட சிறுவன் விஜயன் உயர்ந்தவனில்லையா? இவர்களை எல்லாம்விட ராஜசிம்மன் எப்படி உயர்ந்தவனாவான்?’

‘அரசனின் கீழ் பணி புரியும் வீரனும், அவனது குடும்பத்தினரும் மன்னனுக்காக உயிர்த் தியாகம் செய்யக் கடமைப்பட்டவர்கள் என்பதுதான் உலக நியதி. அதுபோலவே மன்னர்கள் தங்கள் உயிரைக் காப்பாற்றிக் கொள்ளத் தங்களின் கீழ் உள்ளவர்களைப் பலி கொடுப்பதென்பதும் சர்வ சாதாரணமான நிகழ்வுதான். இப்படியிருக்கையில் மன்னன் ராஜசிம்மன் தன் கீழ் பணிபுரியும் ஒரு சாதாரண வேலைக்காரனுக்காகவும், அவனது குடும்பத்தினர் செய்த தியாகத்துக்காகவும் மனம் வேதனைப்பட்டு தனது உயிரையே தரச் சித்தமானான் அல்லவா? எனவே அவனது செயலே மிகப் பெரியது. அவனே மிக உயர்ந்தவன்!’ என்று சொன்னான்.

விக்கிரமாதித்தனின் இந்த விளக்கம் மிகச் சரியான பதிலாக அமைய வேதாளம் அவனது தோளிலிருந்து விடுபட்டு தனது இடத்துக்கே சென்று சேர்ந்தது.

அத்தியாயம் 15

வித்யாவதி தந்த வாக்கு!

வேதாளத்தை மரத்திலிருந்து இறக்கி தோளில் போட்டுக்கொண்டு விக்கிரமாதித்தன் நடக்கத் தொடங்கினான். 'சோர்வறியா மனத்துக்குச் சொந்தக்காரரே! விக்கிரமாதித்த பூபதியே! உமது உள்ளத்துக்கு உல்லாசம் தரும் கதையொன்றைச் சொல்கிறேன். கேட்கிறீரா?' என்று மீண்டும் கதை சொல்லத் தொடங்கியது வேதாளம்.

'பாரதத்தின் தென்கிழக்கிலே வல்லபாலன் என்னும் அரசன் கௌசாம்பி என்னும் பட்டணத்தை ஆண்டு வந்தான். அந்தப் பட்டணத்தில் வசித்து வந்த முத்தநாதன் என்பவர் ஒரு நேர்மையான வணிகர். அவரே அந்தப் பட்டணத்தின் வியாபாரிகளுக்கெல்லாம் தலைவராகத் திகழ்ந்தார். வணிகத்தில் வாய்ச் சொல்லில் சத்தியமும், நாணயமும் இரண்டு கண்களாக மதித்த முத்தநாதன் வாழ்விலும் நீதி, நியாயம் தவறாமல் வாழ்ந்தார்.

முத்தநாதனுக்கு ஒரு மகன். ஒரு மகள் என இரண்டு பிள்ளைகள். மகன் வித்யாதரன் தந்தைக்குத் துணையாக வியாபாரத்தைப் பார்த்துக்கொண்டான்.

மகள் வித்யாவதி மிகுந்த குணவதி. தைரியசாலி. அதீத இரக்கக் குணம் கொண்டவள். தனது தந்தையைப் போலவே வாக்கு சுத்தம் கொண்டவள். ஒருவருக்குக் கொடுத்த வாக்கைக் காப்பாற்றத் தனது

உயிரையும் கொடுக்கத் துணிவாள். அதுமட்டுமல்ல, தேவலோகத்து மங்கைகளான ரம்பா, ஊர்வசி, மேனகைகளே பொறாமை கொள்ளும் அழகு படைத்தவள் வித்யாவதி. மன்மதனின் மனைவியான ரதி தேவியே வெட்கம் கொள்ளும் அளவுக்கு மோகன வடிவம் கொண்டவள்.

அவளது இந்தப் பேரழகுதான் அவளுக்கு ஆபத்தைக் கொண்டு வந்தது!

ஒருநாள் மாலை நேரம். வித்யாவதி கோயிலுக்குச் சென்றுவிட்டு நந்தவனம் வழியாக தனிமையில் வந்தபோது மதனகாமன் என்பவன் அவளை எதிர்கொண்டு இடைமறித்தான். மதனகாமன் வித்யாவதியின் சகோதரன் வித்யாதரனின் நண்பன்.

'வித்யாவதி, நான் உன்னிடம் சற்றுப் பேசவேண்டும்!' என்றான் மதனகாமன்.

'அதற்கு இதுதானா இடம்? சரி சொல்லுங்கள்!' என்றாள் வித்யாவதி.

'வித்யாவதி உனது பேரழகு என்னைப் பாடாய்ப்படுத்துகிறது. உனது வனப்பான பருவமும், திரண்ட எழிலும் என் உள்ளத்தை நார் நாராகக் கிழித்துப் போடுகிறது. நான் உன்னை உயிருக்குயிராகக் காதலிக்கிறேன் வித்யாவதி. இனிமேலும் என்னைத் தவிக்கவிடாதே. என்னைத் திருமணம் செய்து கொள்வதாக வாக்கு கொடு, என் தாபத்தைத் தீர்த்து வை!' இறைஞ்சினான் மதனகாமன்.

வித்யாவதி திடுக்கிட்டாள். மதனகாமன் இப்படிச் சொல்வான் என்று அவள் எதிர்பார்த்திருக்கவில்லை. அவனது காதலை அவளால் ஏற்றுக் கொள்ளவும் முடியவில்லை. ஏனெனில் அவள் தந்தை முத்தநாதன் வித்யாவதிக்கென அவர்களது உறவிலேயே பக்கத்து ஊரிலுள்ள குணசேகரன் என்கிற வணிகர் குல இளைஞனுக்கு மணம் பேசி நிச்சயித்திருந்தார். விரைவிலேயே அவளது திருமணம் நடக்கவிருந்தது. இந்தச் சூழலில் மதனகாமனின் கோரிக்கை அவளுக்கு வருத்தத்தை ஏற்படுத்தியது.

அவள் மதனனிடம், 'தயவுசெய்து என்னை மன்னித்துக் கொள்ளுங்கள். தங்களின் காதலை என்னால் ஏற்றுக் கொள்ள முடியாது. என் தந்தை ஏற்கெனவே வேறோர் மாப்பிள்ளையைப் பார்த்து எனக்கு நிச்சயம் செய்து விட்டார். இன்னும் சிறிது நாட்களில் எனக்குத் திருமணம் நடைபெறப் போகிறது. என்னை மறந்து விடுங்கள்!' என்றாள்.

‘இல்லை வித்யாவதி. உன்னை என்னால் மறக்க முடியாது. உன்னை அடையாமல் என் வேட்கை தீராது. தயவுசெய்! உன் காலில் விழுந்து கேட்கிறேன். கருணை காட்டு. என்னைத் திருமணம் செய்து கொள்வதாக வாக்கு கொடு!’ என்று கெஞ்சினான்.

வித்யாவதி எத்தனையோ விதமாக அவனுக்கு நற்போதனைகள் செய்தபோதும் அவன் கேட்பதாயில்லை. மண்டியிட்டான்... கண் கலங்கினான்... விம்மினான்... வெடித்தான்... உண்மையாகவே அவளது பாதங்களில் விழுந்து புரண்டு அழுதான்.

கடைசியாக, ‘நீ எனக்கு இல்லையென்றால் இக்கணமே, மரத்தில் தூக்கு மாட்டி தற்கொலை செய்துகொள்வேன்!’ என்று மிரட்டினான்.

வித்யாவதி திடுக்கிட்டாள். ‘தயவுசெய்து உங்களைக் கெஞ்சிக் கேட்கிறேன். அப்படியெல்லாம் செய்து விடாதீர்கள். இது நியாயமில்லை. இன்னொருவர் மனைவியாக நிச்சயிக்கப்பட்ட நான் உங்களை எப்படி மணந்து கொள்ள முடியும். இதனால் எனது தந்தையல்லவா சத்தியம் தவறியவர் என்கிற பழிச்சொல்லுக்கு ஆளாகிப் போவார்? கருணை கூர்ந்து உங்கள் எண்ணத்தை மாற்றிக் கொள்ளுங்கள்!’ என்று கூறினாள்.

மதனன் முடிவாக, ‘சரி, நீ என்னை மணந்து கொள்ள வேண்டாம். உனது இந்த அழகுதான் என்னை அலைக்கழிக்கிறது. இதை ஒருமுறை சுவைத்து எனது மோகம் தணிந்துவிட்டால் எனது இந்த வேட்கை தீர்ந்து விடும் என்பது நிச்சயம். இப்படியாவது ஒரே ஒருமுறை எனக்கு உதவி செய்!’ என்று கேட்டான்.

மதனகாமனின் இந்த நடத்தை வித்யாவதியை வேதனைப் படுத்தியது. இறுதியில் அவள் ஒரு முடிவுக்கு வந்தவளாக, மதனனிடம், ‘ஐயா! உங்களது தாபம் எனக்குப் புரிகிறது. நீங்கள் என்மீது கொண்டது காதலல்ல, காமம்! சரி நீங்கள் கேட்ட உதவியை நான் கட்டாயம் நிறைவேற்றித் தருகிறேன். ஆனால் முதலில் என் திருமணம் முடியட்டும். எனது தந்தை என்னைக் கன்னிகாதானம் செய்து தரும்போது அவரது சத்தியத்தைக் காக்கும் விதமாக மணவறையில் நான் கன்னியாக இருக்கவேண்டியது முக்கியம். இல்லையேல் எனது தந்தை வாக்குத் தவறியவர் ஆவார். திருமணத்துக்குப் பிறகு நானே உங்களைத் தேடி வந்து என்னைத் தருகிறேன்!’ என்று வாக்குறுதி அளித்தாள்.

ஆனால் மதனகாமன் இதற்கு ஒப்புக் கொள்ளாதவனாக, ‘மற்றவன் எச்சில் செய்து தருவதைச் சுவைக்கக் கூடியவன் அல்ல நான்.

வித்யாவதி, உன்னை எனக்குத் தருவதாக வாக்குத் தந்தாய். மிக்க சந்தோஷம். ஆனால் அப்படி உன்னை அளிப்பதானால் பூரண கன்னித்தன்மையோடு நீ எனக்கு வேண்டும்!' என்றான்.

வித்யாவதிக்கு வேறு வழியிருக்கவில்லை. 'சரி, நான் வாக்களித்தபடியே திருமணம் முடிந்ததும் என் கன்னித்தன்மை கலையாமல் நான் உன்னை வந்தடைகிறேன். என்னை நம்பு. இது சத்தியம்!' என்று அவனிடம் உறுதி அளித்துவிட்டு விடை பெற்றாள்.

பெரியோர்கள் நிச்சயித்தபடி குறிப்பிட்ட சுபமுகூர்த்த தினத்தில் வித்யாவதியின் திருமணம் மிகுந்த கோலாகலமாக நடைபெற்றது.

இரவுப் பொழுது நெருங்க நெருங்க வித்யாவதி பதறினாள். தனது சத்தியத்தைக் கணவரிடம் எப்படிச் சொல்வது? இதை அவர் எப்படி எதிர்கொள்வார்? ஒன்றும் புரியவில்லை!

இரவு, முதலிரவு அறைக்குள் நுழைந்ததுமே, வித்யாவதி கணவன் குணசேகரன் கால்களில் தடாலென்று விழுந்து கண்ணீர் விட்டாள்.

குணசேகரன் பதறிப் போனான். 'முதலிரவு அறைக்குள் மணப்பெண் அழுகிறாள் என்றால் அவளுக்கு இந்தத் திருமணத்தில் விருப்பம் இல்லையோ? என்னை அவளுக்குப் பிடிக்கவில்லையோ?' என்று எண்ணியவன்,வித்யாவதியிடம், 'பெண்ணே! அழாதே! உனக்குப் பிடிக்கவில்லையென்றால் உன்னைத் தொடக்கூட மாட்டேன். உன்னைக் கட்டாயப்படுத்தவும் மாட்டேன். நீ யாரை விரும்புகிறாயோ அந்தக் காதலனுடனேயே சென்று வாழலாம். நீ இப்போதே புறப்பட்டுச் செல்!' என்றான்.

குணசேகரனின் வார்த்தைகளால் துடிதுடித்துப் போன வித்யாவதி, 'அப்படிச் சொல்லாதீர்கள். நான் உங்களை மனப்பூர்வமாக விரும்பித்தான் திருமணத்துக்குச் சம்மதம் சொன்னேன். உங்களைக் கணவனாக அடைந்ததில் நான் மிகவும் மகிழ்ச்சியடைகிறேன்' என்றாள்.

குணசேகரன் குழம்பிப் போனான். 'பின் எதற்காக இந்தக் கண்ணீர்? என்ன உனது துன்பம்? என்னிடம் சொல்!' என்று கேட்டான் குணசேகரன்.

'தயவுசெய்து நான் சொல்லப்போவதை ஆத்திரப்படாமல் கேட்க வேண்டும்,' என்ற வித்யாவதி, மதனகாமனின் விருப்பத்தையும், கன்னித்தன்மை கலையாமல் வந்து தன்னை அவனிடம் தருவதாக சத்தியம் செய்து தந்திருப்பதையும் விவரமாகச் சொல்லி முடித்தாள்.

‘அன்பரே! நானோ எனது குடும்பத்தாரோ இதுநாள்வரை எந்தத் தருணத்திலும் கொடுத்த வாக்கைத் தவறியதில்லை. இம்முறையும் நான் மதன மோகனனுக்கு அளித்த வாக்கை நிறைவேற்றிவிட்டு வருவதற்கு தாங்கள்தான் அனுமதி அளிக்கவேண்டும்!’ என்று கோரினாள்.

குணசேகரனுக்கு தலையில் இடி விழுந்தது போலிருந்தது. அவனுக்குத் தனது மனைவியின் கோரிக்கை விசித்திரமாக இருந்தது. கட்டிய மனைவியை இன்னொருவனிடம் அனுப்பி வைப்பதா என்று மனது கொந்தளிக்கவும் செய்தது. விரக்தியாகச் சிரித்துக் கொண்டான். பதற்றப்படாமல் ஆழ்ந்து யோசித்தான். அவனும் வணிக வம்சத்தவன்தானே? கொடுத்த வாக்கைக் காப்பாற்றித்தான் ஆகவேண்டும் என்பதில் எந்த விதிவிலக்கும் கிடையாது என்பதால் மனத்தைக் கல்லாக்கிக்கொண்டு வித்யாவதிக்குச் சம்மதம் சொன்னான்.

‘வித்யாவதி ஒருவருக்கு வாக்களிக்கும் முன் அது சாத்தியமா என்பதை யோசித்துத்தான் அளிக்க வேண்டும். அப்படி ஒருமுறை அளித்து விட்டால் உயிரைக் கொடுத்தாவது அதை நிறை வேற்றித்தான் ஆகவேண்டும். பரவாயில்லை போய் வா! கட்டிய கணவனுக்குத் துரோகம் செய்து நீ உனது கள்ளக் காதலனைக் காணச் செல்லவில்லை. பசித்தவனுக்குப் பிச்சையிடுவதுபோல உன் அழகை யாசித்தவனுக்குப் பிச்சையிட்டுவிட்டுத் திரும்பப் போகிறாய். மனைவியின் சத்தியத்தில் கணவனுக்கும் பங்கிருக்கிறது. போய் நிறைவேற்றிவிட்டு வா!’ என்று அனுப்பி வைத்தான்.

வித்யாவதி கணவனுக்கு நன்றி சொல்லி, அந்த ராத்திரி நேரத்திலேயே மதனகாமனைக் காண்பதற்கு விரைந்தாள்.

அடுத்தொரு சோதனையும் அவளை நெருங்கியது.

வித்யாவதி மதனகாமனை காணச் செல்லும்பொழுது வழியில் காட்டுப் பகுதியில் திருடன் ஒருவன் வித்யாவதியைக் கத்தி முனையில் மடக்கி மிரட்டினான்.

வித்யாவதி வீணே பேசி காலம் தாழ்த்த விரும்பாமல், தான் அணிந்திருந்த அத்தனை நகைகளையும் கழற்றித் திருடனிடம் கொடுத்தாள்.

வித்யாவதியின் அழகை மிகுந்த ஆசையுடன் கண்களால் பருகிய அந்தத் திருடன் அவள் கொடுத்த நகைகளை வாங்காமல், மிருதுவான அவளது கைகளைப் பற்றித் தடவினான். மேலும் சொன்னான்.

‘இந்தப் பொன் நகைகள் எதுவும் எனக்கு வேண்டாம். உருக்கி வார்த்த தங்கச் சிலை போல் இருக்கும் நீதான் வேண்டும். வா பெண்ணே! என்னை அணைத்துக் கொள்! என் ஆசையைத் தீர்த்து வை!’

வித்யாவதி பதறி விலகினாள். அவளது கண்களிலிருந்து கண்ணீர் பெருக்கெடுத்தது.

‘ஐயா, பாழாய்ப் போன எனது இந்த அழகுதான் எனது வாழ்க்கையைச் சீரழித்துக் கொண்டிருக்கிறது. திருமணமான அன்றிரவே தாலி கட்டிய கணவனைச் சேராமல், அந்த நல்லவரின் அனுமதியுடன் ஒரு காமுகனுக்குத் தேகத்தை ஒப்படைக்கப் போய்க் கொண்டிருக்கும் அபலை நான். இதில் தாங்கள் வேறு தடுத்துத் துன்புறுத்துகிறீர்களே!’ என்று கதறினாள்.

‘என்ன? கணவனின் அனுமதியுடன் அடுத்தவனைச் சேரப் போகிறாயா? என்ன உன் கதை? எனக்குச் சொல்!’ என்று கேட்டான்.

வித்யாவதி தனது கதையை அவனிடம் சொல்லி முடித்தாள். பின், ‘ஐயா! உங்களை நான் ஏமாற்ற மாட்டேன். தயவுசெய்து இப்போது என்னை விட்டுவிடுங்கள். வாக்குக் கொடுத்தபடி என் கன்னித்தன்மையை அந்தக் காமுகனுக்குக் கொடுத்துவிட்டுத் திரும்ப வரும்போது மீண்டும் இங்கேயே வந்துசேருகிறேன். தங்களின் ஆசையைப் பூர்த்தி செய்கிறேன்!’ என்றாள்.

திருடனும் சம்மதித்து அனுப்பி வைத்தான்.

ஒருவழியாக எல்லாக் கண்டத்திலிருந்தும் தப்பி தனது கன்னித் தன்மையைக் காப்பாற்றிக் கொண்டு, மதனகாமனிடம் வந்துசேர்ந்தாள் வித்யாவதி.

அவளைப் பார்த்ததும் மதனகாமன் முதலில் அதிர்ச்சியுற்றான். பின் எல்லையில்லாத வியப்படைந்தான். திருமணமான முதல் ராத்திரியில் கட்டிய கணவனுக்குக்கூடத் தன்னை அர்ப்பணிக்காமல் கொடுத்த சத்தியத்தைக் காப்பாற்றுவதற்காகக் கன்னித் தன்மையுடன் தன் முன் வந்து நிற்கும் வித்யாவதியைப் பார்க்கவே அவன் மனம் கூசியது. வெட்கித் தலை குனிந்தான்.

‘வித்யாவதி! மிகக் கேவலமானவன் நான். உனது நேர்மையோடும், உனது கணவனின் தியாக உள்ளத்தோடும் ஒப்பிட்டால் நான் சிறு தூசு போல் என்னை உணர்கிறேன். உனது இந்தத் தூய குணம் என்னைத் திருத்தி விட்டது. உத்தமியே! உனது கன்னித்தன்மை

கலையாமல் இங்கிருந்து செல். உன் கணவனுக்கே அதைக் காணிக்கையாக்கி இருவரும் இன்புற்று வாழ்ந்திருங்கள்!' என வாழ்த்தி வழியனுப்பினான்.

அங்கிருந்து புறப்பட்ட வித்யாவதி, திருடன் இருக்கும் இடத்துக்கு வந்தாள்.

அத்தனை விரைவாகத் திரும்பி வந்த வித்யாவதியைப் பார்த்து திருடன் ஆச்சரியப்பட்டான். 'இத்தனை சீக்கிரம் வந்துவிட்டாயே! காமுகன் அங்கில்லையோ?' என்று வினவினான்.

'காமுகன் கனவானாகி விட்டான்!' என்ற வித்யாவதி நடந்ததை மகிழ்ச்சியுடன் தெரிவித்தாள்.

இதைக் கேட்ட திருடன் மனம் நெகிழ்ந்து போனான். அவனது கண்கள் கலங்கின.

'அம்மா! உண்மையாகவே உன்னைப்போல் ஓர் உத்தமியை நான் இதுவரை பார்த்ததில்லை. காமுகனுக்கு வந்த மனமாற்றம் இந்தக் கள்ளனுக்கு மட்டும் வராதா என்ன? இங்கிருந்தும் உனது கன்னித்தன்மை கலையாமல் புறப்பட்டுச் செல். உனது நற்குணம் எப்பேர்ப்பட்ட தீயவனையும் நல்வழிப்படுத்தி விடும் அம்மா! நீ தீர்க்காயுசாக, தீர்க்க சுமங்கலியாக உனது கணவனுடன் மகிழ்ச்சியாக இரு,' என்று வாழ்த்தி வழியனுப்பி வைத்தான்.

வித்யாவதி மிகுந்த சந்தோஷத்துடன் ஓடோடிச் சென்று கணவனிடம் சேர்ந்தாள். நடந்த சம்பவங்கள் அனைத்தையும் சொன்னாள். ஆனந்தக் கண்ணீர் வடித்தாள். அன்புடன் கணவன் நெஞ்சில் சாய்ந்தாள்.

அவளைக் கட்டித் தழுவிய குணசேகரன், 'வித்யாவதி உனது மேனியழகு அவர்களைக் கெட்டவர்களாக்கியது. ஆனால் உனது உள்ளத்தழகு அவர்களை நல்லவர்களாக மாற்றிவிட்டது. உன்னை மனைவியாக அடைந்ததில் நானும் பெருமைப்படுகிறேன் கண்மணி!' என்று சொல்லிப் பூரித்தான்.

இப்படியாகக் கதை சொல்லி முடித்த வேதாளம், 'இப்போது நான் சொன்ன கதையில் வந்த கணவன், காமுகன், கள்ளன் மூவருமே மிகுந்த பெருந்தன்மையுடன் நடந்து கொண்டார்கள் என்றாலும் இதில் யாருடைய நடத்தை மிகச் சிறந்தது என்பாய்?' என்று விக்கிரமாதித்தனிடம் கேட்டது.

‘வேதாளமே, கணவன் குணசேகரன், காமுகன் மதனகாமன் இருவரும் வணிகக் குலத்தைச் சேர்ந்தவர்கள். நாணயம், நேர்மையைக் கடைப்பிடிக்க வேண்டியவர்கள். அவர்கள் பெருந்தன்மையுடன் நடந்து கொண்டதில் எந்த அதிசயமுமில்லை. ஆனால் அடுத்தவர்களை ஏமாற்றியும், மிரட்டியும், வஞ்சித்தும், திருடியும் பிழைப்பு நடத்தும் தீயவனான ஒரு கள்ளன் மனம் திருந்தி நடந்து கொண்ட பெருந்தன்மைதான் பாராட்டுக்கு உரியது!’

விக்கிரமாதித்தனது சரியான பதிலைக் கேட்டு பேய்ச் சிரிப்பு சிரித்த வேதாளம் அவனது தோளில் இருந்து விடுபட்டு முருங்கை மரம் நோக்கிப் பறந்தது. விக்கிரமாதித்தன் வழக்கம்போல அதை விரட்டிச் சென்றான்.

அத்தியாயம் 16

திகம்பர சந்நியாசி சக்தி இழந்த கதை!

தலைகீழாக மரத்தில் தொங்கிய வேதாளத்தை இறக்கி எடுத்துக் கொண்டு, விக்கிரமாதித்தன் முனிவன் சுசர்மன் இருக்குமிடம் நோக்கிப் புறப்பட்டான்.

சிறிது தூரம் வரை அமைதியாக வந்த வேதாளம், 'விக்கிரமாதித்தரே! உம்மைப் பார்த்தால் எனக்கு இரக்கமாக இருக்கிறது. எதற்கு இந்த வீண் முயற்சி? இதனால் நீர் அடையப் போவதுதான் என்ன?' என்று ஏளனம் செய்து, 'போகட்டும்! நான் சொன்னால் கேட்கப் போவதில்லை. பொழுது போக ஒரு கதை சொல்கிறேன். அதையாவது கேளும்!' என்றது. குரலைக் கனைத்துக்கொண்டு கதை சொல்லத் தொடங்கியது.

'மகத தேசத்தில் தாராவிதாரம் என்னும் ஊரில் விஷ்ணுவர்மன் என்னும் அந்தணன் வசித்து வந்தான். அவன் நல்ல திறமைசாலி. சகல வேத சாஸ்திரங்களும் கற்றுத் தேர்ந்தவன். ஆனால் அவனிடம் ஒரு தீய பழக்கம் இருந்தது. அவனொரு பெரும் சூதாடி. விஷ்ணுவர்மனுக்குக் கல்யாணம் ஆகவில்லை. அவனுக்கு தாய் தந்தையும் இல்லை. எனவே புரோகிதம் பார்த்துச் சம்பாதிக்கும் பணத்தை எல்லாம் சூதாடியே தொலைத்தான் விஷ்ணுவர்மன். ஆனாலும் அவனுக்குச் சூதாட்டத்தின் மீது உண்டான மோகம் கொஞ்சமும் குறையவேயில்லை.

எப்போதும் போல ஒருநாள் விஷ்ணுவர்மன் சூதாட்ட மண்டபத்துக்குச் சென்று சூதாடத் தொடங்கினான். அன்றையநாள் அவனுக்கு நல்லவிதமாக அமையவில்லை. ஓர் ஆட்டத்தில் ஜெயிப்பதும், இரண்டு ஆட்டத்தில் தோற்பதுமாகவே அதிர்ஷ்டம் அவனிடம் கண்ணாமூச்சி ஆடியது. கடைசியில் தன் கைப்பணம் முழுமையும் இழந்தான் விஷ்ணுவர்மன். ஆனாலும் விட்டதைப் பிடித்துவிடலாம் என்ற பேராசையுடன் மேலும் மேலும் கடன் சொல்லி சூதாடினான்.

அன்றைய நாள் முடியும் தருணம், கடைசிவரை விஷ்ணுவர்மனுக்கு ஜெயம் கிட்டவேயில்லை. சூதாட்ட விடுதியின் சொந்தக்காரன் விஷ்ணுவர்மனிடம் கடன் பணத்தைக் கேட்க, அவனால் கொடுக்க முடியவில்லை. கோபம் கொண்ட சூதாட்ட விடுதிக்காரன் விஷ்ணுவர்மனை தனது ஆட்களுடன் சேர்ந்து கொண்டு ஆத்திரம் தீர அடித்து உதைத்தான். அடி தாங்காமல் விஷ்ணுவர்மன் மூர்ச்சித்து விழுந்தான்.

இதைக்கண்டு பயந்து போன சூதாட்ட விடுதிக்காரன், விஷ்ணுவர்மன் இறந்து போய்விட்டானென்று நினைத்துப் பயந்துபோய், தனது ஆட்களிடம், 'டேய்! இவன் பிணத்தைத் தூக்கிப் போய் காட்டில் போட்டு விடுங்கள். மிருகங்கள் இவன் உடலைச் சாப்பிட்டுத் தீர்த்து விடும். நாமும் சிக்கிக்கொள்ள மாட்டோம்!' என்றான்.

அதன்படியே விஷ்ணுவர்மனைத் தூக்கிப் போன ஆட்கள், ஊர் எல்லையின் காட்டுப் பகுதியில் அவனைத் தூக்கி வீசிவிட்டு ஊர் திரும்பினார்கள்.

அவர்கள் அங்கிருந்து போன சிறிது நேரத்துக்கெல்லாம் விஷ்ணுவர்மன் மயக்கம் தெளிந்து எழுந்தான். உடலெல்லாம் வலித்தது. தாகமும் பசியும் வாட்டி வதைத்தது. நடந்ததெல்லாம் அவனுக்கு நினைவு வந்தது. மறுபடியும் ஊருக்குள் போனால் சூதாட்டம் நடத்துபவன் தன்னைச் சும்மா விடமாட்டான் என்பதால் இரவுப்பொழுதை அங்கேயே கழித்துவிட்டு, விடிந்ததும் புறப்பட்டு வேறு ஊருக்குச் சென்று விடலாம் என்று முடிவெடுத்தான்.

அக்கம் பக்கம் சுற்றிப் பார்த்தபோது கானகத்தினுள் ஒரு பாழடைந்த சிவன் கோயில் இருப்பதைக் கண்டான். உறங்குவதற்கு அதுதான் பத்திரமான இடமென்று விஷ்ணுவர்மன் அந்தக் கோயிலுக்குள் சென்று ஒரு மூலையில் படுத்துக்கொண்டான்.

நள்ளிரவில் பாதி உறக்கத்தில் யாரோ வரும் சப்தம் கேட்டு கண் விழித்தான் விஷ்ணுவர்மன். கோயிலுக்குள் ஒரு திகம்பர சந்நியாசி உள்ளே நுழைந்தார். தலையில் ஜடாமுடியும், கையில் சூலமும், விபூதி பூசிய நிர்வாண உடலுமாகப் பார்க்கவே பயமுறுத்தும் தோற்றத்துடன் காணப்பட்டார் சந்நியாசி.

கோயிலுக்குள் விஷ்ணுவர்மனைப் பார்த்த சந்நியாசி ஆச்சரியத்துடன், 'அப்பனே! யார் நீ? இங்கே என்ன செய்கிறாய்?' என்று கேட்டார்.

விஷ்ணுவர்மன் சந்நியாசியிடம் தனது கதை முழுவதையும் சொன்னான்.

அதைக் கேட்டு அதிரச் சிரித்த திகம்பர சந்நியாசி, 'போகட்டும்! கவலைப்படாதே மகனே! அந்தப் பசுபதீஸ்வரன் உனக்கு அருள் செய்வார்!' என்று சொல்லி, 'அதிதியாக எனது இடத்துக்கு வந்திருக்கிறாய். பசியுடன் இருப்பாய். வா! நான் பிக்ஷை எடுத்து வந்திருக்கும் உணவில் உனக்கும் தருகிறேன். சாப்பிட்டுவிட்டு இளைப்பாறு. விடிந்ததும் புறப்பட்டுச் செல்லலாம்!' என்றான்.

அதற்கு விஷ்ணுவர்மன், 'சுவாமி! தயவுசெய்து மன்னியுங்கள். நான் அந்தணன். அப்படியிருக்கும்போது நீங்கள் பிட்சை எடுத்து வந்திருக்கும் உணவை நான் எப்படிச் சாப்பிடுவது? பரவாயில்லை. நீங்கள் சாப்பிடுங்கள்,' என்றான்.

மீண்டும் இடி இடிப்பதுபோல சிரித்த சந்நியாசி, தனது மந்திர உபாசனையால் வித்யா தேவதையை வரவழைத்தார். 'தேவி! நமது ஆசிரமத்துக்கு வந்திருக்கும் இந்த அதிதியை நன்றாக உபசரி!' என்றார்.

'அப்படியே ஆகட்டும்!' என்றது வித்யா தேவதை.

அடுத்த கணம் அங்கே ஓர் அற்புதமான அரண்மனை உருவானது. அன்னங்கள் நீந்தும் அழகிய குளங்கள், அருவிகள் கொட்டும் செயற்கைக் குன்றுகள், சலசலத்து ஓடும் எழில் ஓடைகள், அங்கங்கே விதவிதமான ரத்தின மண்டபங்கள், பூச்செடிகளால் அலங்கரிக்கப்பட்ட கொடிவீடுகள், அவற்றில் தொங்கும் தங்க ஊஞ்சல்கள் என அந்தப் பிரதேசமே மனத்தை மயக்கியது.

அரண்மனைக்குள்ளிருந்து வெளிப்பட்ட அழகழகான பணிப்பெண்கள் விஷ்ணுவர்மனைப் பணிவுடன் அழைத்துச் சென்று பன்னீரால் குளிப்பாட்டி, பட்டுடைகளால் அலங்கரித்து,

வாசனைத் திரவியங்கள் தெளித்து சாப்பாட்டு அறைக்கு அழைத்துச் சென்றார்கள். அங்கே அறுசுவையிலும் உணவுகள் பரிமாறப் பட்டன. அந்த அழகுப் பெண்களிலேயே பேரழகாகக் காணப்பட்ட வசீகரப் பெண் ஒருத்தி தனது திரண்ட அவயங்களால் விஷ்ணு வர்மனை உரசி அமர்ந்து தானே அவனுக்கு ஊட்டி விட்டாள். பின் அவனுடனேயே படுக்கைக்குச் சென்று அள்ளியணைத்து இரவுபொழுதை இன்பமயமாக்கினாள். அவளின் உபசரணைகளில் விஷ்ணுவர்மன் மயங்கிக் கிறங்கி கண் மூடினான்.

காலைப் பொழுது புலர்ந்து விஷ்ணுவர்மன் கண்விழித்தபோது, அரண்மனையைக் காணவில்லை. அவன் பாழடைந்த சிவன் கோயிலில் கிடந்தான்.

'என்ன விஷ்ணுவர்மா! இரவுப்பொழுதைச் சந்தோஷமாகக் கழித்தாயா?' புன்சிரிப்புடன் கேட்டார் திகம்பரர்.

'ஆம்! சுவாமி! மிக மிக இன்பகரமாகக் கழித்தேன். மனத்தையும் தேகத்தையும் மயக்கத்தில் ஆழ்த்திய அந்த இன்ப சுகம் மீண்டும் மீண்டும் வேண்டும்போல இருக்கிறதே சுவாமி! அது இல்லா விட்டால் இனிமேல் என் உடலில் உயிர் தரிக்காது என்றே தோன்றுகிறது!' என்று புலம்பினான் விஷ்ணுவர்மன்.

திகம்பர சந்நியாசிக்கு விஷ்ணுவர்மன் மீது இரக்கம் தோன்றியது. 'வருந்தாதே விஷ்ணுவர்மா! நீ விரும்பும்வரை இங்கேயே தங்கியிரு. ஒவ்வொரு இரவும் சொர்க்கபோகத்தை அனுபவிக்கலாம்!' என்று ஆறுதல் கூறினான்.

அதுபோலவே சந்நியாசியின் கருணையால் விஷ்ணுவர்மன் வகை வகையான உணவும், விதவிதமான பெண்களுமாக ராஜபோகமாக நாட்களைக் கழித்தான்.

சிறிதுநாளிலேயே விஷ்ணுவர்மன் மனத்தில் சஞ்சலம் எழுந்தது. இந்த உல்லாசம் சல்லாபமெல்லாம் எத்தனை நாளைக்கு? சந்நியாசிக்குத் தன் மீது அன்பு இருக்கும்வரைதான்! திடீரென அவர் தன்னை விரட்டி விட்டால் பிறகு தன் கதி என்னாவது? விஷ்ணு வர்மன் யோசித்தான்.

வாழ்நாள் முழுவதும் இப்போது போலவே இன்பமாக இருக்க வேண்டுமென்றால் எப்படியாவது சந்நியாசியின் வித்யா மந்திரத்தைத் தெரிந்து கொள்ள வேண்டும். அவரிடம் கெஞ்சிக் கூத்தாடி, கைகால்களில் விழுந்து பணிந்தாவது அந்த மந்திர வித்தைகளை கற்றுக் கொள்வது என்று தீர்மானித்தான்.

ஒருநாள் விஷ்ணுவர்மன் மிகுந்த பணிவுடன் திகம்பரரிடம் கேட்டான்: 'சுவாமி! தங்கள் கருணையால் இந்த எளியவன் மிகுந்த சந்தோஷமாக வாழ்கிறேன். இந்தச் சுகபோகவாழ்வு இப்படியே நீடிக்க வேண்டுமென்றும் ஆசைப்படுகிறேன். எனவே தயவுசெய்து தாங்கள் இந்த இன்பலோகத்துக்கான மந்திரவித்தைகளை எனக்கு உபாசித்து அருளவேண்டும் சுவாமி!' என்று இறைஞ்சினான்.

திகம்பர சந்நியாசி, 'விஷ்ணுவர்மா நீ ஆசைப்படுவதில் தவறொன்றுமில்லை. ஆனால் இதைக் கற்றுக் கொள்வது மிகவும் சிரமம். நீ இந்த வித்தை பயிலும்போது மந்திர உச்சாடனத்தின்போது ஒரு புதிய மாயா உலகமே உன் முன் உருவாகும். அந்த உலகில் நீயும் ஒரு புதிய மனிதனாக உலவுவாய்! அங்கொரு தனி வாழ்க்கையையே நீ வாழத் தொடங்கி விடுவாய்! அந்த அளவுக்கு வசீகரமாக அவ்வுலகம் உன்னை ஈர்க்கும். நீ மந்திரவித்தை பயில்வதற்காக நிஷ்டையில் இருக்கிறாய் என்பதோ, என்ன காரியத்துக்காக இறங்கியிருக்கிறாய் என்பதோ எதுவும் உன் நினைவிலேயே இல்லாதபடி மறக்கடிக்க முயலும். ஆனாலும் நீ முழுக்க அந்த மாய உலகில் மூழ்கும் தருணத்தில் குருவாகிய நான் உனக்கு அதை எனது மந்திரச் சக்தியால் நினைவூட்டுவேன். அதை நீ புரிந்துகொண்டு, அத்தருணத்தில் உன் கண்ணெதிரே தோன்றும் நெருப்பு ஜுவாலையில் சட்டென்று தயங்காமல் உள்ளே புகுந்துவிட வேண்டும். அப்படிச் செய்தால் மந்திரவித்தைகள் உனக்குப் பூரணமாகச் சித்தியாகி விடும். அப்படிச் செய்யாமல் விட்டால் நீ ஏமாற்றமடைவாய் என்பதுமட்டுமல்ல தகுதியல்லாத ஒருவனுக்கு மந்திர உபதேசம் செய்த காரணத்துக்காக நானும் மந்திர சக்திகள் அற்றுப் போய் விடுவேன்! இவ்வளவு சிரமம் எதற்கு விஷ்ணுவர்மா? எனது சக்தியைக் கொண்டே இப்போது போலவே என்றும் சந்தோஷமாக இருந்துவிட்டுச் செல்லேன்!' என்றார்.

ஆனால் விஷ்ணுவர்மன் அதற்கு உடன்படாமல் தினம் தினம் அவரை நச்சரித்துக்கொண்டே இருந்தான். வேறுவழியில்லாமல், மனம் இரங்கிய திகம்பர சந்நியாசி அவனுக்கு மந்திர உபதேசம் செய்ய ஒப்புக்கொண்டார். நள்ளிரவு நேரத்தில் அவனை ஆற்றங்கரைக்கு அழைத்துச் சென்று, விஷ்ணுவர்மனின் காதில் சில மந்திரங்களைச் சொல்லி, 'விஷ்ணுவர்மா! நான் உபதேசித்த இந்த மந்திரங்களை ஆற்றில் இறங்கி நீரில் மூழ்கி உச்சாடனம் செய்யத்தொடங்கு. நீ உச்சாடனம் செய்வதை நான் கண்காணித்துக் கொண்டேயிருப்பேன். மாயாலோகத்தில் நீ மதி மயங்கிப் போனால் அப்போது நான்

உன்னை எச்சரிக்கை செய்வேன்! நீ உடனே அதைப் புரிந்துகொண்டு, என்னை நம்பி உன் கண்ணெதிரே தோன்றும் நெருப்புக்குள் தைரியமாகக் குதித்து விடு. அப்படிச் செய்தால் வித்தை பூரணமாகச் சித்தியாகி விடும்,' என்று சொல்லி ஆசீர்வதித்து அனுப்பினான்.

விஷ்ணுவர்மன் ஆற்றின் மையத்துக்கு வந்து நீரில் மூழ்கி மந்திர உச்சாடனம் செய்யத் தொடங்கினான். மெல்ல மெல்லத் தன்னை மறக்கத் தொடங்கினான். அவன் கண் முன் ஒரு புதிய உலகம் தோன்றியது. அவ்வுலகில் ஒரு பெரும் பணக்காரனுக்கு மகனாகப் பிறந்து வளர்ந்தான். கல்வி கற்றான். வாணிபம் செய்தான். ஓர் அழகான பெண்ணைத் திருமணம் செய்துகொண்டான். அவனுக்கு ஓர் ஆண் குழந்தை பிறந்தது. அவன் மிகுந்த சந்தோஷமாக இல்லறம் நடத்தினான். குடும்பத்தினரோடு குதூகலமாக இருந்தான். அப்போது அவன் கண் முன் ஒரு பெரும் நெருப்புப் பிழம்பு உருவானது. காதில் திகம்பர சந்நியாசியின் குரல் ஒலித்தது. 'மயக்கத்திலிருந்து விடுபடு! போ! நெருப்பில் குதி!' குரல் திரும்பத் திரும்பச் சொன்னது. விஷ்ணுவர்மன் குதிக்கப் போனான். அப்போது மாயா உலகின் குடும்பத்தினர் மனைவி, மகன், அவனது தாயார் எல்லோரும் அழுது கதறினார்கள். 'எங்களைவிட்டுப் போகாதே!' என்று மன்றாடினார்கள். விஷ்ணுவர்மன் நெருப்பில் குதிக்கப்போய் தயங்கினான். அவன் மனது சஞ்சலப்பட்டது. 'ஐயோ! நான் நெருப்பில் குதித்து இறந்துவிட்டால் என் மனைவி பிள்ளைகள் துன்பப்படுவார்களே! தாயார் துயரத்தில் மூழ்கிப் போவாளே!' என்றெல்லாம் சலனப்பட்டான். அதனாலேயே நெருப்பில் இறங்காமல் பின் வாங்கினான். தனது மனைவி குழந்தையை நோக்கிச் செல்லத் தொடங்கினான்.

மீண்டும் சந்நியாசியின் குரல் அவனை அதட்டியது. 'விஷ்ணுவர்மா! ஏன் தயங்குகிறாய்? போ! சீக்கிரம் நெருப்பில் குதி! பயப்படாதே! குதி! நெருப்பில் குதி!' விஷ்ணுவர்மன் சுதாரித்துக்கொண்டு கனவுலகிலிருந்து மீண்டு சட்டென்று நெருப்பில் குதித்தான்.

அட! என்ன ஆச்சரியம்! இவன் நெருப்பில் குதித்ததும் நெருப்பு குளிர்ந்துபோய் பனிக்கட்டியாகிப் போனது. உடல் குளிர்ந்து நடுங்கியது! மாயா உலகம் மறைந்து விஷ்ணுவர்மன் நதியில் நின்றிருந்தான். அவன் நீரிலிருந்து கரைக்கு வந்தான். சந்நியாசியிடம் நடந்தது அனைத்தையும் தெரிவித்தான்.

'என்ன நெருப்பு பனிக்கட்டியாகி குளிர்ந்ததா? அதை நீ உணர்ந்தாயா? விஷ்ணுவர்மா நீ மந்திர உச்சாடனம் செய்வதில்

ஏதோ தவறு செய்திருக்கிறாய்! இல்லாவிட்டால் நெருப்பு குளிர்ந்திருக்காது!' என்றார் சந்நியாசி.

'இல்லை சுவாமி! நிச்சயமாக உச்சாடனத்தில் நான் எந்தத் தவறும் செய்யவில்லை!' என்றான் விஷ்ணுவர்மன்.

திகம்பர சந்நியாசி இந்த நிகழ்வில் என்ன தவறு நேர்ந்திருக்கிற தென்று தெரிந்து கொள்வதற்காக வித்யா தேவதையை அழைக்க மந்திர உச்சாடனம் செய்ய முயன்றார். ஆனால்... ஆனால்... என்ன முயற்சித்தும் அவருக்கு மந்திரங்கள் ஏதும் நினைவுக்கு வரவில்லை.

குரு மந்திரோபதேசம் செய்தும் விஷ்ணுவர்மனுக்கு வித்தை கைகூட வில்லை. அவனுக்கு உபதேசித்த சந்நியாசியோ மந்திர வித்தைகள் முற்றிலும் மறந்து சக்தியற்றுப் போய் விட்டார்.

இவ்வாறாகக் கதையை முடித்த வேதாளம் கேட்டது: 'விக்கிரமாதித்த மன்னனே! விஷ்ணுவர்மன் சிரத்தையாக மந்திர உச்சாடனம் செய்தும் அவனுக்கு ஏன் மந்திரவித்தை சித்தியாக வில்லை? அவனுக்கு மந்திரோபதேசம் செய்த திகம்பர சந்நியாசி தன் சக்தியை இழந்தது எதனால்? விடை தெரிந்தும் சொல்லா விட்டால் உனது தலை சுக்குநூறாகச் சிதறிப் போய் விடும்,' என்றது.

விக்கிரமாதித்தன் பதிலுரைத்தான். 'தானம், தர்மம், விரதம், கல்வி, காரியம் ஏதானாலும் செய்யும் செயலில் சிரத்தை மிக முக்கியம். மனதை ஒருநிலையாகக் குவித்து வைத்துச் செயல்பட்டால் எந்தக் காரியமும் ஜெயமாகும். அல்லாதபோது அது அஜெயமாகிறது. சந்நியாசியிடம் உபதேசம் பெற்றாலும் விஷ்ணுவர்மன் மனதில் திடமில்லை. அவன் தனது காரியத்தில் கவனமாக மனத்தைக் குவிக்கவில்லை. அவன் மனத்தில் சலனமும் சஞ்சலமும் தோன்றி விட்டபோதே எடுத்த காரியத்தில் தோற்றுப் போனான் எனலாம். அதனால்தான் அவனுக்கு மந்திரவித்தை கிட்டவில்லை. திகம்பர சந்நியாசியோ பாத்திரம் அறியாமல் பிச்சையிட்டதுபோல, நிலையில்லாத மனத்தை உடைய சிஷ்யனுக்கு மந்திரோபதேசம் செய்ததால் அதற்குரிய தண்டனையாகத் தனது சக்தியை இழந்தார்!'

விக்கிரமாதித்தனது இந்தச் சரியான பதிலால் வேதாளம் அவனைவிட்டுப் பறந்தது.

அத்தியாயம் 17

விரகதாப விசித்திரக் கதை

பறந்து போன வேதாளத்தைத் துரத்திச் சென்று, மீண்டும் அதை இறக்கித் தூக்கிக்கொண்டு புறப்பட்டான் விக்கிரமாதித்தன்.

வேதாளம் தனது அடுத்த கதையைத் தொடங்கியது.

'விதேகபாலன் என்னும் அரசன் ஆட்சி செய்த விதேக தேசத்தில் குபேரதத்தன் என்னும் வணிகன் இருந்தான். பெரும் பணக்காரனான அவனுக்கு ஒரேயொரு மகள். பெயர் மதனமஞ்சரி. தேவலோகத்தின் கந்தர்வகன்னிகளைப் போன்ற பேரழகி. மதனமஞ்சரியின் அழகைப் பார்த்து அவ்வூரின் அநேக இளைஞர்கள் ஏக்கப் பெருமூச்சு விட்டார்கள். அவளது கடைக் கண் பார்வையாவது தன் மேல் படாதா என்று தவமிருந்தார்கள்.

ஆனால் மதனமஞ்சரி அவர்கள் யாரையும் ஏறிட்டுப் பார்க்கவும் தயாராயில்லை. ஏனெனில் அவள் மனத்தில் ஏற்கெனவே ஒருவன் குடியேறி இருந்தான். அவனொரு பிராமண வாலிபன். ஓடிப் பிடித்து விளையாடிய பால்ய வயதிலேயே அவள் இதயத்தில் இடம் பிடித்து விட்ட அந்த வாலிபனின் பெயர் வித்யாசாகரன். இருவரும் ஒருவரை ஒருவர் மனமாற நேசித்தார்கள். ஆனாலும் வாழ்க்கையில் ஒன்று சேருவோமா என்பது அவர்களுக்குக் கேள்விக்குறியாகவே இருந்தது.

மதனமஞ்சரி பெரும் செல்வந்தரின் மகள். வித்யாசாகரனோ ஓர் ஏழைப் பிராமணன். இவர்களின் காதலை மஞ்சரியின் தந்தை எப்படி ஏற்றுக்கொள்வார்?

காதலன் வித்யாசாகரன் ஒருநாள், தங்களது வழக்கமான இடத்தில் மதனமஞ்சரியைச் சந்தித்தபோது, 'மதனா! நான் பக்கத்து நாட்டுக்குச் சென்று வரலாம் என்று நினைக்கிறேன். அங்கிருக்கும் எனது நண்பன் பொருள் சம்பாதிப்பதற்கு அங்கே பல வழிகள் இருப்பதாகச் சொல்லி என்னை அழைத்துள்ளான். நான் போய் கொஞ்சம் பணம் சேர்த்துக் கொண்டு உனது தந்தையின் அந்தஸ்துக்குத் தக்கவாறு செல்வந்தவனாக வந்து உன்னைப் பெண் கேட்டு திருமணம் செய்து கொள்கிறேன். அதுவரை பயப்படாமல் இரு. விரைவிலேயே வந்துவிடுகிறேன்!' என்று சொல்லிவிட்டுப் புறப்பட்டுப் போனான்.

போனவன் போனவன்தான். நாட்கள் விரைந்தன. வாரம், மாதம், வருடங்கள் கடந்தன. இரண்டு வருடங்கள் கடந்த பிறகும் வித்யாசாகரன் திரும்பவில்லை.

மதனமஞ்சரியின் தந்தை குபேரதத்தன் தனது மகளுக்கு மாப்பிள்ளைப் பார்க்கத் தொடங்கினார். பக்கத்து நாட்டில் இவர்களைப் போலவே வியாபாரம் செய்து வந்த வணிகக் குடும்பத்தின் பிள்ளையான வர்த்தமானன் என்பவனைத் தனது மகளுக்கு மணாளனாகத் தேர்ந்தெடுத்து திருமணம் செய்து வைத்தார்.

மதனமஞ்சரிக்கு மனமுடைந்து போனாள். மனதுக்குப் பிடித்தவன் காணாமல் போய்விட்டான். இவளுக்குத் தாலி கட்டியவனோ மனதுக்குப் பிடிக்காதவன் ஆகிப் போனான். ஆமாம்! கணவன் வர்த்தமானனை அவளுக்குக் கொஞ்சமும் பிடிக்கவில்லை. தலைவிதியே என்று உணர்ச்சியற்ற ஒரு மரப்பொம்மை போல் இல்லறம் நடத்தினாள்.

ஆனால் வர்த்தமானனோ மதனமஞ்சரி மீது தனது உயிரையே வைத்திருந்தான். பெரும் பேரழகியான ஒருத்தி தனக்கு மனைவியாகக் கிட்டியதில் மிகுந்த சந்தோஷம் கொண்ட வர்த்தமானன், மாமனார் வீட்டோடே தங்கி குபேரதத்தனின் வியாபாரத்தைக் கவனித்துக்கொண்டு மதனமஞ்சரியுடன் உல்லாச மாகக் குடும்பம் நடத்தினான்.

ஒருமுறை குபேரதத்தனுக்கு உடல்நிலை சரியில்லாமல் போனதால் அவருக்குப் பதிலாக வர்த்தமானன் வியாபார விஷயமாகப் பக்கத்து நாட்டுக்குப் புறப்பட்டுப் போனான்.

இதற்காகவே காத்திருந்த மதனமஞ்சரி அப்போது ஒரு முடிவுக்கு வந்திருந்தாள். வர்த்தமானனுடன் போலியாகக் குடும்பம் நடத்திக் காலம் கழிப்பது அவளுக்கு நரகவேதனையாக இருந்தது. வாழ்நாள் முழுக்க இந்தத் துன்பத்தைத் தொடர முடியாது என்று தோன்றியது. இதிலிருந்து விடுபட மரணம்தான் ஒரேவழி என்று தீர்மானத்துக்கு வந்தவள், வீட்டுத் தோட்டத்திலிருந்த மரத்தில் தூக்குப் போட்டு தற்கொலை செய்து கொள்ளலாம் என்று நினைத்து கயிற்றுடன் விரைந்தாள்.

அப்போது மதனமஞ்சரியின் தோழி சத்யவதி அவ்விடம் மூச்சிரைக்க ஓடோடி வந்தாள்.

'மதனா! உனக்கு விஷயம் தெரியுமா? உனது காதலர் வித்யாசாகரன் மீண்டும் ஊர் திரும்பி விட்டாரடி!' என்று கூறினாள்.

மதனமஞ்சரிக்கு உலகமே ஒருகணம் ஸ்தம்பித்து விட்டதுபோலத் தோன்றியது. மனத்துக்குள் சந்தோஷம் பீறிட்டது. 'என்ன! என்ன சொன்னாய்? வித்யாசாகரன் வந்துவிட்டாரா? அவரை நீ நேரில் பார்த்தாயா?' படபடப்புடன் கேட்டாள்.

'ஆமாம் மதனா! நானே அவரைப் பார்த்துப் பேசினேன்! பல நாடுகளையும் சுற்றித் திரிந்து தொழில் செய்து ஏராளமாகச் செல்வம் சேர்த்துக்கொண்டு பெரும் செல்வந்தராகத் திரும்பியிருக்கிறார். ஆனால் என்ன? உனக்குத் திருமணம் ஆகிவிட்டதைச் சொன்னதும் மனம் உடைந்து போய்விட்டார். கண்களில் கண்ணீர் திரண்ட அவரது முகத்தை என்னால் காணச் சகிக்காமல் விடைபெற்று வந்துவிட்டேன்!' என்றாள் சத்யவதி.

தோழி கூறியதைக் கேட்டதும் மதனமஞ்சரி முகம் வாடிப் போனாள். அவள் கண்களிலிருந்தும் கண்ணீர் திரண்டு கொட்டியது. விம்மலுடன் சத்யவதியிடம் சொன்னாள்.

'சத்யா! எனக்கு அவரைப் பார்க்கவேண்டும். அவரைச் சந்தித்து மன்னிப்புக் கேட்கவேண்டும். ஒரேயொருமுறை அவரைச் சந்திக்க எனக்கு உதவி செய்வாயா?'

நொடி நேரம் யோசித்த சத்யவதி, 'கலங்காதே மதனா! உங்கள் இருவர் சந்திப்புக்கு நான் ஏற்பாடு செய்கிறேன்!' என்று சொல்லி வித்யாசாகரன் வீட்டுக்குச் சென்றாள். மதனமஞ்சரி அவனை காண விரும்புவதைச் சொல்லி, மதனமஞ்சரி வீட்டைவிட்டு வருவது கடினம் என்பதால், மறுநாள் அந்திப்பொழுது இருட்டும் நேரத்தில்

வித்யாசாகரனை மதனமஞ்சரியின் வீட்டுத் தோட்டத்துக்குப் பின்வாசல் வழியாக வந்து காத்திருக்கச் சொன்னாள்.

அதன்படி மறுநாள் மாலை வித்யாசாகரன் மதனமஞ்சரியின் வீட்டுப் பின்புறத்தில் தோட்டத்து மண்டபத்தில் காத்திருந்தான்.

வீட்டுக்குள்ளிருந்து தோட்டத்துக்கு வந்த மதனமஞ்சரி, மண்டபத்தில் இருந்த வித்யாசாகரனைப் பார்த்ததும் ஓடோடி வந்தாள். 'அன்பரே! என் காதலரே!' என்று கதறி அவனைக் கட்டியணைத்துக் கொண்டாள். ஆவேசத்துடன் முத்தமிட்டாள். ஆசையுடன் அவன் தோளில் சாய்ந்தாள்.

அவ்வளவுதான்! அவளது சுவாசம் நின்று போனது. பல வருடங்களுக்குப் பிறகு திடீரெனக் காதலனைச் சந்தித்த அதிர்ச்சி, ஆனந்தம், உச்சக்கட்டச் சந்தோஷத்தின் காரணமாக அவளது இதயம் நின்று போய்விட்டது. மதனமஞ்சரி மாண்டு போனாள்.

'மஞ்சரி! மஞ்சரி! என்னாயிற்று உனக்கு!' மதனமஞ்சரியை எழுப்பிப் பார்த்த வித்யாசாகரன் அவள் இறந்து போனதைக் கண்டு அதிர்ந்து போனான். அவளைக் கட்டித் தழுவிக் கதறினான். அதீதத் துயரத்தின் காரணமாக அவனது இதயமும் வெடித்து ரத்தம் வெளிப்பட்டு மஞ்சரியைக் கட்டித்தழுவியபடியே மண்ணில் இறந்து வீழ்ந்தான்.

மஞ்சரியின் அறையில் காத்துக் கொண்டிருந்த தோழி சத்யவதி நேரமாகியும் மதனமஞ்சரி வராததால் அவளைத் தேடிக் கொண்டு தோட்டத்துக்கு வந்தவள், இருவரும் இறந்துகிடப்பதைப் பார்த்து அலறினாள். அவளது அலறல் சத்தம் கேட்டு அக்கம் பக்கத்தினர் அனைவரும் ஓடி வந்தனர்.

மதனமஞ்சரியும், வித்யாசாகரனும் இறந்து கிடந்ததைக் கண்டு தோழி சத்யவதியின் மூலம் நடந்ததை அறிந்து ஆச்சரியப் பட்டார்கள். திருமணம் ஆகியும் திருட்டுத்தனமாக மாற்றானைச் சந்தித்திருக்கிறாளே என்று உறவினர்கள் சிலர் திட்டினார்கள். சிலர் உன்னதக் காதல் என்று பரிதாபப்பட்டார்கள். குபேரத்தத்தன் பெற்ற பெண்ணால் குடும்ப மானம் போயிற்றே என்று மனம் குமுறினார்.

அப்போது வியாபார விஷயமாக வெளியூர் சென்றிருந்த வர்த்த மானன் வீடு திரும்பினான். வீட்டுத் தோட்டத்தில் ஏக களேபரமாக மக்கள் கூடியிருப்பதைப் பார்த்து அவனும் அங்கே வந்தான்.

மண்ணில் இறந்து கிடப்பவர்களைப் பார்த்தான். மாற்றானுடன் கை கோர்த்த நிலையில் தனது ஆசைக்குரிய மனைவி மாண்டு

கிடப்பதைக் கண்டான். மனைவி மீதான ஆசை ஒருபுறமும், இன்னொருவன் பக்கத்தில் மனைவி படுத்துக் கிடப்பதைக் கண்ட துயரம் ஒருபுறமும் அவனது இதயத்தைத் தாக்க அதிர்ச்சியில் அவனது உயிரும் அவன் உடலைவிட்டு விலகியது. வர்த்தமானனும் பிணமாக மண்ணில் விழுந்தான்.

ஒரே சமயத்தில் மூவர் இறந்ததைக் கண்டு அந்த ஊரே ஒப்பாரி வைத்து அழுதது,' என்று கதையை முடித்த வேதாளம் விக்கிரமாதித்தனிடம் கேட்டது.

'மன்னவரே! விரகதாப மோகத்தால் மாண்டு போன இந்த மூவரின் மரணத்தில் யாருடைய மரணம் உன்னதமானது?' என்று கேட்டது.

பதில் தெரிந்தும் சொல்லாவிட்டால் தலை சிதறி விடும் என்பதனால் விக்கிரமாதித்தன் பதிலுரைத்தான்.

'இந்த விரகதாப மோக மரணத்தில் வர்த்தமானனின் மரணமே உன்னதமானது. மற்ற இருவரும், வித்யாசாகரனும், மதனமஞ்சரியும் பால்யபருவத்தில் இருந்தே பழகி வளர்ந்து நேசம் வளர்த்தவர்கள். அந்தப் பரஸ்பர நேசத்தின் காரணமாக அவர்கள் உயிர் துறந்தார்கள் என்பது சாதாரணமானதுதான். ஆனால் தனது மனைவியை மாற்றான் அருகில் பார்த்த பிறகும் அவள் மீது கோபமோ, ஆத்திரமோ கொள்ளாமல் அளவு கடந்த பிரியத்தின் காரணமாக உயிர் நீத்த கணவன் வர்த்தமானனின் மரணமே மிக உன்னதமானது!'

மேற்கண்ட சரியான பதிலைக் கேட்டதும் விக்கிரமாதித்தன் தோளில் இருந்து முருங்கை மரத்துக்கே தாவிச் சென்று தொங்கியது வேதாளம்.

அத்தியாயம் 18

பிராமணனும்... பிரம்மஹத்தி தோஷமும்...

விக்கிரமாதித்தன் மீண்டும் முருங்கை மரம் சென்றான். தொங்கிக் கொண்டிருந்த வேதாளத்தைத் தூக்கித் தோளில் போட்டுக் கொண்டான். முனிவன் சுசர்மன் இடம் நோக்கி நடந்தான்.

வேதாளம், அவனது விடாமுயற்சி கண்டு மெல்ல நகைத்தது. 'கேளுமையா விக்கிரமாதித்த மன்னரே! செல்லும் வழி சலிக்காமலிருக்க இன்னொரு கதை சொல்கிறேன், கேளும். கதை முடிவில் பதில் சொல்லும்' என்றபடி மற்றொரு கதையைத் தொடங்கியது.

'அவிமுக்தா க்ஷேத்திரம்' அதாவது 'பாவங்களிலிருந்து விடுபடுதல்' என்று போற்றப்படும் புண்ணிய பூமியாம் காசி நகரத்தில் ஆரண ஸ்வாமி என்கிற பிராமணன் இருந்தான். அவன் தனது மனைவி தேவயானியின் மீது அபரிமிதமானக் காதல் கொண்டிருந்தான். பிரம்மன் தனது ஒட்டுமொத்தத் திறமையும் கொண்டு படைத்ததுபோன்ற அதிரூப சுந்தரி அவன் மனைவி தேவயானி.

ஆரணஸ்வாமி அவ்வூர் அரசனின் அபிமானம் பெற்றவன் என்பதால் அவனுக்குச் செல்வத்துக்குப் பஞ்சமில்லை. ஆனாலும் செல்வத்துக் கெல்லாம் மேலான செல்வமாக, பெரும் புதையலாக அவன் தனது மனைவியையே கருதினான். ரதியும் மன்மதனும் போல

மனைவி தேவயானியும் அவனும் ஒருவர் மீது ஒருவர் மிகுந்த அன்பு கொண்டு, நாளும் காதல் கடலில் திளைத்து மூழ்கி இனிய இல்லறம் நடத்திவந்தனர். தேவலோக மங்கை போன்ற அழகிய மனைவியை அடைந்த காரணத்தால், இப்பூமியில் தானே மிகுந்த பாக்கியவான் என்று ஆரணன் அகம் மகிழ்ந்திருந்தான். ஆனால், விதிவசத்தால் அவனது இந்தச் சந்தோஷம் நீடிக்கவில்லை.

ஒருநாள், வசந்த கால இரவொன்றில் தனது மாளிகையின் உப்பரிகையில் மனைவியுடன் படுத்து உறங்கிக்கொண்டிருந்தான் ஆரணஸ்வாமி. அப்போது வான்வெளியில் ஆகாயமார்க்கமாகச் சென்றுகொண்டிருந்த விஸ்வாவசு என்கிற கந்தர்வன் ஒருவன், உப்பரிகையில் உறங்கிக்கொண்டிருந்த தேவயானியைக் கண்டு திகைத்துப் போனான். அவள் அழகில் மயக்கம் கொண்டு கீழிறங்கி வந்தான்.

ஆழ்ந்த தூக்கத்திலும் தீட்டிய ஓவியம்போல ஒயிலாகப் படுத்திருக்கும் தேவயானியைக் கண்டதும் அவள்மீது மோகம் அதிகரித்து, அவளைத் தூக்கிக்கொண்டு பறந்து போனான்.

காலையில் கண் விழித்தெழுந்த ஆரணஸ்வாமி, பக்கத்தில் மனைவியைக் காணாமல் திகைத்தான். 'எப்போதும் ஒன்றாகத்தானே இறங்கிச் செல்வோம். இன்றென்ன அதிசயம். முன்பாகவே குளிக்கப் போய்விட்டாளோ?'

உப்பரிகையிலிருந்து இறங்கி வந்து குரல் கொடுத்தான். தேவயானியிடமிருந்து பதில் குரல் கேட்கவில்லை. கவலைப் பட்டான். மாளிகை முழுக்கத் தேடினான். தோட்டத்தில் சென்று சுற்றிப் பார்த்தான். தேவயானியை எங்குமே காணோம். ஆரண ஸ்வாமி மனம் கலங்கிப் போனான்.

தேவயானி எங்கே போய்விட்டாள்? என்னவானாள்? நெஞ்சு பதறியது. பக்கத்தில் எங்காவது சென்றிருக்கிறாளா? தெரு முழுக்கச் சென்று மூலை முடுக்கெல்லாம் தேடினான். கண்ணில்பட்ட வர்களிடம் எல்லாம் 'என் மனைவியைப் பார்த்தீர்களா?' என்று வாய் ஓயாமல் கேட்டான். இதயம் துடித்துத் தவித்தது. இரவுப் பொழுதும் வந்துவிட்டது. தேவயானியைக் காணவில்லை. ஆரணஸ்வாமி தூக்கம் மறந்தான்.

மறுநாள், அடுத்தநாள், அதற்கு அடுத்தநாள், தேடலிலேயே நாட்கள் ஓடித்தொலைந்தன. ஆரணன் கவலையில் இளைத்துப் போனான். வேதனையில் புலம்பித் தவித்தான். கண்ணீர் விட்டான்.

ஆரணனின் நண்பர்கள், உறவினர்கள், அக்கம்பக்கத்தார் அனைவரும் வந்து அவனுக்கு ஆறுதல் கூறினார்கள். தேவயானியை மறந்துவிட்டு வேறு திருமணம் செய்துகொண்டு சந்தோஷமாக வாழும்படி அறிவுரை கூறினார்கள். ஆனால் ஆரணஸ்வாமி எதையும் காதில் வாங்கவில்லை.

ஆரணஸ்வாமி ஒரு முடிவுக்கு வந்தான். 'ஏதோ முன் ஜென்மப் பாவம்தான் எனது தேவயானியை என்னிடம் இருந்து பிரித்துவிட்டது. இதோ இப்போதே நான் எல்லாப் புனித க்ஷேத்திரங்களுக்கும் தீர்த்தயாத்திரை செல்லப் போகிறேன். புண்ணியத் தலங்களின் தீர்த்தங்களில் நீராடி எனது பாவத்தைப் போக்கிக்கொள்வேன். அப்படி எனது பாவம் கழியும்போது நிச்சயம் எனது மனைவி மீண்டும் கிடைப்பாள். நான் அவளுடன்தான் மறுபடியும் இங்கு வருவேன்!'

தீர்மானத்துக்கு வந்தவன் அந்த நிமிடமே வீடு, வாசல், சொத்து சுகங்களை அப்படியே விட்டு உடுத்திய உடையுடன் புண்ணிய யாத்திரை தொடங்கினான்.

கொட்டும் பனி, கொளுத்தும் வெயில், இடி, மின்னல், சூறாவளிக் காற்று, பேய் மழையிலும் அவனது யாத்திரை தொடர்ந்தது. ஊர் ஊராக, நாடு நாடாகச் சென்றுகொண்டே இருந்தான்.

ஒரு கோடைக்காலத்தில் தகிக்கும் வெப்பத்தால் நா வறண்டு, உடல் துவண்டு நடக்கவே இயலாமல் தள்ளாட்டத்துடன் ஊர் ஒன்றை அடைந்தான் ஆரணஸ்வாமி. பசி, தாகத்தால் கண்ணை இருட்டியது. யாராவது உணவிடமாட்டார்களா என்கிற எதிர்பார்ப்புடன் அவன் நடந்தபோது, அக்கிரஹாரத்தின் வீடு ஒன்றில் அன்னதானம் நடப்பது தெரியவந்தது. அங்கே கணநாதர் என்கிற அந்தணர் புண்ணியகர்மா ஒன்றைச் செய்து அதன் காரணமாக அன்னதானம் நடத்திக்கொண்டிருந்தார். அவ்விடத்தில் பலரும் சாப்பிட்டுக் கொண்டிருந்தார்கள்.

ஆரணஸ்வாமி அந்த வீட்டின் வாசலை நெருங்கி கூட்டம் குறைவதற்காகக் காத்திருந்தான். நிற்கக்கூட இயலாமல் ஓரமாகச் சென்று அமர்ந்தான். இதைக் கண்ட கணநாதரின் மனைவி ஆரணன் மீது பரிதாபம் கொண்டாள்.

'ஐயோ பாவம் பார்த்தாலே உயர்ந்த குடும்பத்தைச் சேர்ந்த கிரகஸ்தன் என்பது தெரிகிறது. பசிக்கொடுமையால் முகம் வாடிக் களைத்துப் போயிருக்கிறான். எங்கோ வெகுதூரத்திலிருந்து

வருகிறான் போலிருக்கிறது. பாவம்! ஏதோ காலச் சூழல்தான் அவனை இப்படி உணவுக்காகக் கையேந்தும் நிலைக்குக் கொண்டு தள்ளியிருக்கிறது என்று நினைத்து வருத்தப்பட்டாள். பின் ஒரு பாத்திரத்தை எடுத்து அது நிறைய புளியோதரை அன்னத்தையும் இன்னும் பலகாரங்களையும் நிரப்பி, ஆரணஸ்வாமியிடம் சென்று, 'ஐயா! இந்தாருங்கள் இதைச் சாப்பிட்டுப் பசியாறுங்கள்!' என்று சொல்லிக் கொடுத்தாள்.

'மிக்க நன்றி தாயே!' என்று ஆரணன் அவளிடம் இருந்து அன்னத்தைப் பெற்றுக்கொண்டான். அங்கிருந்து புறப்பட்டு அருகிலிருந்த ஆற்றங்கரைக்குச் சென்று, அன்னப் பாத்திரத்தை அங்கிருந்த ஆலமரத்தின் அடியில் வைத்துவிட்டு ஆற்றில் இறங்கி முகம் கை கால் கழுவி வருவதற்காகச் சென்றான்.

அப்போது அந்த ஆலமரத்தின் மீது ஒரு கழுகு வந்து அமர்ந்தது. அதன் அலகில் பற்றியிருந்த நாகப்பாம்பைக் கால் நகங்களால் பற்றிக் கிளையின் மீது வைத்துக் கொத்தித் தின்னத் தொடங்கியது. வலி தாளாமல் அந்த நாகம் கடும் விஷத்தைக் கக்கியது. அந்த விஷம் ஆலமரத்தின் அடியில் ஆரணன் வைத்துவிட்டுப் போன சோற்றுப் பாத்திரத்தில் விழுந்து சாதத்துடன் பரவியது.

ஆற்றிலிருந்து திரும்பிய ஆரணன் பசி வேகத்தில் அப்பாத்திரத்தில் இருந்த சாப்பாட்டைச் சிறிதும் மிச்சமில்லாமல் சாப்பிட்டு முடித்தான். அங்கேயே படுத்து உறங்க முயன்றான். முடியவில்லை. வயிற்றில் ஏதோ இம்சித்தது. படிப்படியாக அடுத்த சில நிமிடங்களில் விஷத்தின் வேகம் அவன் உடலில் பரவியது. உடல் நெருப்பாகத் தகித்தது.

ஆரணஸ்வாமி வேதனையுடன் தட்டுத் தடுமாறி அன்னமிட்ட வீட்டுக்கே திரும்பி வந்து கணநாதரின் மனைவியிடம், 'தாயே! நீங்களிட்ட உணவு எனக்கு விஷமாகி விட்டது. என் உடல் முழுவதும் தகிக்கிறது. வேதனை தாளமுடியவில்லை. தயவுசெய்து உடனே ஒரு மருத்துவரையோ, விஷம் இரக்கும் மந்திர வாதியையோ அழைத்து வந்து என்னைக் காப்பாற்றுங்கள். இல்லாவிட்டால் உங்களைப் பிரம்மஹத்தி தோஷம் பீடிக்கும்!' என்று சொல்லித் தரையில் விழுந்தான்.

இதைக் கேட்டதும் கணநாதரின் மனைவி பதறிப் போனாள். இரக்கம் கொண்டு தான் செய்த காரியம் எதனால் இப்படி ஆனது என்று அறியாமல் திகைத்துப் போனாள். அவள் தனது கணவரை அழைத்து

அடுத்து என்ன செய்வது என்று கேட்கும் முன்பே ஆரணஸ்வாமி உயிர் பிரிந்து பிணமானான்.

இதையெல்லாம் கண்டதும் அந்தணன் கணநாதன் தனது மனைவியின் மேல் மிகுந்த கோபம் கொண்டான். இவ்வளவுக்கும் நீதான் காரணம். இனி இந்த வீட்டில் உனக்கு இடம் கிடையாது. வெளியே போ' என்று சொல்லி மனைவியை வீட்டைவிட்டு விரட்டி விட்டான்.

பாவம்! நிரபராதியும், கருணை உள்ளம் கொண்டவளுமான அந்தப் பெண்மணி ஒரு பிராமணனின் உயிர் போக ஏதோ ஒரு வகையில் தான் காரணமாகி விட்டோமோ என்று குற்ற உணர்வு கொண்டு, தனது பாபத்தைத் தொலைக்கப் புண்ணியத் தலங்களையும் புண்ணியத் தீர்த்தங்களையும் நாடிப் புறப்பட்டாள்.'

என்று சொல்லி கதை முடித்த வேதாளம், 'விக்கிரம வீரரே! இந்தப் பிரம்மஹத்தி தோஷமும், ஆரணஸ்வாமி உயிர் நீத்ததற்கான பழி பாவமும் இவர்களில் யாரைச் சேரும் என்று சொல்லுங்கள். பதில் தெரிந்தும் கூறாமலிருந்தால்...' என்று நிறுத்தியது.

மௌனம் கலைத்து தான் பேசினால் வேதாளம் ஓடிவிடும் என்று தெரிந்தும் வேறு வழியின்றித் தலை சுக்கு நூறாகச் சிதறாமல் இருப்பதற்காக விக்கிரமன் பதில் கூறினான்:

இந்நிகழ்வில் யாருமே குற்றவாளியல்ல! பசிக்கும்போது தனக்குத் தேவையான உணவுக்காகப் பாம்பை வேட்டையாடி எடுத்துவந்த அந்தக் கழுகின் மீது துளியும் குற்றமில்லை. தனது பகைவனான கழுகின் பிடியில் சிக்கி வேதனை தாளாமல் விஷத்தைக் கக்கிய நாகப்பாம்பின் மீதும் குற்றமில்லை. அதுபோலவே தமது கடமையில் சிறிதும் தவறாத அந்த அந்தணக் குடும்பத் தம்பதிகளும் தருமத்தில் வழுவாத வாழ்க்கை நடத்தியவர்கள் என்பதால் அவர்கள் மீதும் குறையோ தவறோ சொல்ல என்ன இருக்கிறது? ஆகவே ஆராய்ந்து யோசிக்காமல் இவர்களில் யாராவது ஒருவரைக் குற்றவாளி என்று யார் பழி சொல்லுகிறார்களோ அவர்களையே பிரம்மஹத்தி தோஷம் பீடிக்கும்!'

இந்தச் சரியான பதிலைக் கேட்டதும் வேதாளம் வழக்கம்போல் கட்டவிழ்த்துக் கொண்டு மரத்தை நோக்கிப் பறந்தது. விக்கிரமன் அதைப் பின் தொடர்ந்தான்.

அத்தியாயம் 19

சிங்கத்தை உருவாக்கிய சகோதரர்கள்!

விக்கிரமாதித்தன் மீண்டும் முருங்கை மரம் ஏறி வேதாளத்தைப் பிடித்துக் கட்டி தனது தோள்மீது தூக்கிக் கொண்டு நடந்தான். மயானப் பிரதேசத்தைவிட்டு வெளியே வந்ததுமே, வேதாளம், மீண்டும் கதை சொல்லத் தொடங்கியது.

'பொறுமையிலும் வீரத்திலும் சிறந்த மன்னவனே, போகும் வழிப்பயணம் அலுக்காது இருக்கச் சுவாரஸ்யமான கதையொன்று சொல்கிறேன் கேள்!'

விக்கிரமாதித்தன் கதையில் கவனம் செலுத்தத் தொடங்கினான்.

விஷ்ணுஸ்தலம் என்னும் ஊர் மகத தேசத்தில் இருக்கிறது. அவ்வூரில் பிராமணச் சகோதரர்கள் நால்வர் வசித்து வந்தார்கள்.

பிராமணச் சகோதரர்கள் இளமைப் பருவத்தை அடைந்தபோது அவர்களின் பெற்றோர் ஒருவர் பின் ஒருவராக இறந்து போனார்கள். சொத்து சுகம் ஏதுமில்லை. இவர்களை ஆதரிக்கவோ, உதவி செய்யவோ யாருமேயில்லை. உறவினர்களும் ஒதுக்கித் தள்ளினார்கள். நால்வரும் ஊருக்குள் சின்னச் சின்னப் புரோகித வேலைகள் பார்த்துக் காலம் கழித்தார்கள். ஆனால் அவர்களுக்கு எல்லா நாட்களிலும் வேலை இருக்கவில்லை. பாதி நாள் பட்டினியாகவே இருக்க நேர்ந்தது.

ஒருநாள் வறுமையின் வேதனை தாளாமல் சகோதரர்களில் மூத்தவன் மனம் வெறுத்துப்போய் தற்கொலை செய்துகொள்வ தென்று முடிவெடுத்தான். ஊரின் இடுகாட்டுக்குச் சென்று அங்கிருந்த மரத்தின் கிளையொன்றில் கயிறு கட்டித் தூக்கில் தொங்கினான். கயிறு கழுத்தில் இறுகி அழுத்தியது. வலி தாங்காமல் உடல் துள்ளியது. அதன் வேகத்தில் மரக்கிளை முறிந்து கீழே விழுந்தான்.

அப்போது மூத்த சகோதரனைக் காணாமல் அவனைத் தேடிக் கொண்டு வந்த மற்ற மூன்று சகோதரர்களும் கீழே விழுந்து கிடந்த அண்ணனைக் கண்டார்கள். நடந்ததைப் புரிந்துகொண்டு கண் கலங்கினார்கள்.

'அண்ணா! ஏன் இந்த விபரீத முடிவுக்கு வந்தாய்? மிக்க அறிவாளியாகிய நீ இந்த ஏழ்மையையும் வறுமையையும் கண்டு அஞ்சலாமா? இது எப்போதும் நீடிக்குமென்றா அஞ்சுகிறாய்? இல்லை... இல்லைவேயில்லை. இரவில் பயத்தை விதைக்கும் இருளானது விடியலில் காணாமல் போய்விடும். அதுபோலவே நமது ஏழ்மையும் கஷ்டமும் நிச்சயம் விரைவில் நம்மைவிட்டு நீங்கி விடும். அதற்கான வழி என்னவென்றுதான் நாம் சிந்திக்க வேண்டும்!' என்றான் மூத்த சகோதரன்.

இதைக் கேட்ட மற்ற சகோதரன், 'நாம் நமது வறுமையில் இருந்து விடபட வேண்டுமானால் நாம் ஒவ்வொருவரும் ஏதாவது வித்தையையோ, பெரும் சக்தியையோ பெறவேண்டும். அப்படி நாம் நம்மை உயர்த்திக் கொண்டால் அளவில்லா செல்வாக்கையும், செல்வத்தையும் பெற்றுவிடலாம்!' என்றான்.

கடைசி சகோதரன், 'ஆம்! இதுதான் சரியான வழி! நாம் ஒவ்வொருவரும் வேறு வேறு திசையில் பிரிந்து செல்வோம். உலகம் முழுக்கச் சுற்றி மாய மந்திர வித்தைகள் கற்றுத் திரும்புவோம். இன்னும் ஆறு மாதக் காலம் கழித்து இதே பௌர்ணமி தினத்தன்று இதே இடத்தில் சந்திப்போம்! என்ன சொல்கிறீர்கள்?' என்று கேட்டான்.

அனைவரும் ஒப்புக்கொண்டு நான்கு திசைகளிலும் திசைக்கொருவ ராகப் பிரிந்து சென்றார்கள். நாட்கள் அசுரவேகத்தில் விரைந்தன. ஆறுமாத காலம் சென்றதும் நான்கு சகோதரர்களும் திட்டமிட்ட இடத்திலேயே ஒன்று கூடினார்கள். யார் யார் என்னென்ன வித்தைகள் கற்றுக்கொண்டு வந்துள்ளார்கள் என்று பரஸ்பரம் பகிர்ந்துகொண்டார்கள்.

முதல்வனான அண்ணன் கூறினான்: 'என்னிடத்தில் எந்தவொரு பிராணியின் சிறு எலும்புத் துண்டு கிடைத்தாலும் போதும். அதன் மூலம் மற்ற எலும்புகளை உருவாக்கி அந்தப் பிராணியின் மாமிசக் கூடை என்னால் உருவாக்கிவிடமுடியும். அப்படியொரு வித்தையை நான் கற்றுக்கொண்டு வந்துள்ளேன்!'

அதைக் கேட்டதும் அடுத்தவன், 'ஏதாவது ஒரு பிராணியின் மாமிசக்கூடு கிடைத்தால் நான் அப்பிராணிக்குச் சதை, நரம்புகள், மயிர், தோல் போன்றவற்றை உருவாக்கி விடுவேன். அம்மாதிரி வித்தையைத்தான் நான் கற்றுள்ளேன்!' என்று கூறினான்.

உடனே மூன்றாவது சகோதரன், 'நீங்கள் அம்மாதிரி மாமிசக் கூடு, தோல், சதை, நரம்புகள் போன்றவற்றை உருவாக்க முடியுமானால், என்னால் அப்பிராணிக்கு ரத்த ஓட்டம், மற்ற உடல்பாகங்களையும் கூட உருவாக்கிவிடமுடியும். இவ்வித்தையில் நான் கைதேர்ந் திருக்கிறேன்!' என்றான்.

கடைசி சகோதரன், 'அண்ணன்மார்களே, இவ்விதமாக ஒரு பிராணியின் எலும்புக் கூடு, மாமிசம், நரம்புகள், இரத்தஓட்டம் எல்லாம் அமைந்து விட்டால் நிச்சயம் அப்பிராணிக்கு என்னால் உயிர் ஊட்டமுடியும். அந்த அற்புத வித்தையை நான் கற்று வந்திருக்கிறேன்!' என்று சொல்லி அனைவரையும் வியக்க வைத்தான்.

இப்படியாக நால்வரும் அவரவர் கற்ற வித்தையைக் கூறி முடித்ததும் அனைவரும் அருகிலிருந்த காட்டிற்குச் சென்றார்கள். தாங்கள் கற்ற வித்தையைப் பரிட்சித்துப் பார்த்து விடலாம் என்ற முடிவுடன், ஏதேனும் பிராணியின் எலும்பு கிடைக்குமா என்று தேடினார்கள்.

சில நிமிடங்களிலேயே அங்கே ஒரு பிராணியின் எலும்புத் துண்டு ஒன்று அவர்களுக்குக் கிடைத்தது. ஆனால் அந்த எலும்பு சிங்கத்தினுடையது என்று அவர்களுக்குத் தெரியாது.

முதல் சகோதரன் அந்த எலும்புத் துண்டை வைத்து தனது வித்தையின் மூலம் அந்த மிருகத்துக்கு மாமிசப் பிண்டத்தை உருவாக்கினான். அடுத்தவன் அதற்குத் தோல், நரம்புகள், சதை அனைத்தையும் உருவாகினான். மூன்றாமவன் பிற அவயங்கள், நரம்புகள், அதற்கு இரத்த ஓட்டம் என அனைத்தையும் உருவாக்கி முடித்தான். நான்காமவன் அந்த மிருகத்துக்கு உயிர் கொடுத்தான்.

அவ்வளவுதான்! அடுத்தநொடி பிடரிமயிர் சிலிர்த்து, கோரப்பற்கள், நகங்களுடன் கர்ஜனை செய்தபடி ஒரு கம்பீரமான,

ஆஜானுபாகுவான சிங்கம் ஒன்று அங்கே உயிர் பெற்றெழுந்தது. எழுந்து நின்றதுமே கண்ணெதிரே நின்ற நால்வரையும் பார்த்தது. உடனே, அது முதல் காரியமாகத் தனக்கு உயிர் கொடுத்த அந்த நால்வரையும் கொன்று உணவாக்கிக்கொண்டது. வயிறு நிரம்பிய திருப்தியுடன் காட்டுக்குள் சென்று மறைந்தது.

விதி வலியது என்பார்கள். யாரால் அதை மாற்றமுடியும்? சகோதரர்கள் நால்வரும் வித்தை கற்றுத்தான் என்ன? திறமை சாலிகளாக இருந்துதான் என்ன? எதைச் செய்யலாம், எதைச் செய்யக் கூடாது என்கிற விவேகம் இல்லாமல் தங்கள் திறமைகளை வெளிப் படுத்தும் அகம்பாவத்துடன் கொஞ்சம்கூட யோசனையின்றிச் செயல்பட்டு மரணத்தை வரவழைத்துக் கொண்டார்கள்,' என்று சொல்லி கதையை முடித்தது வேதாளம்.

பின் விக்கிரமாதித்தனிடம், 'சலிப்படையாத வேந்தனே! இந்தக் கதையில் நால்வரையும் கொன்ற சிங்கத்தை உருவாக்கிய பழியானது யாரைச் சேரும்? பதிலைச் சொல்!' என்று கேட்டது.

வேதாளம் மீண்டும் மரத்துக்குத் தாவிச் செல்லத் தயாராகி விட்டது என்று புரிந்து கொண்ட விக்கிரமாதித்தன், மறுபடியும் அதை துரத்திச் சென்று தூக்கி வர மனதளவில் மீண்டும் தயாரானவனாக, வேதாளத்திடம் கூறினான்.

'சிங்கத்துக்கு உயிர் கொடுத்தவனையே அந்தப் பழி சேரும். ஏனெனில் மற்றவர்கள் மாமிசப் பிண்டம், தோல், மயிர், நரம்புகள் என்று அவரவர் வித்தையினால் அந்த மிருகத்தை உருவாக்கும் போது அவர்கள் தாம் எந்தப் பிராணியைச் சிருஷ்டிக்கிறோம் என்பது தெரியாமலே அதைச் செய்தனர். ஆனால் அந்தப் பிராணி முழு உருவமாக ஒரு சிங்கமாக உருவாகி நிற்கும்போது, அதைக் கண்ணால் பார்த்தும் அண்ணன்களுக்குத் தனது திறமையை நிரூபிப்பதற்காக உயிர் ஊட்டினானே அவனையே பழி, பாவம், பிரம்மஹத்தி தோஷம் பிடிக்கும்!'

விக்கிரமாதித்தனின் இந்தச் சரியான பதிலால் வேதாளம் மறுபடியும் அவனது தோளில் இருந்து நீங்கி முருங்கை மரம் அடைந்தது. விக்கிரமாதித்தன் திரும்பி முருங்கை மரம் நோக்கி விரைந்தான்.

அத்தியாயம் 20

ரத்னபிரபையின் கதை

மீண்டும் வேதாளம் பறந்து சென்ற திசை நோக்கி விரைந்த விக்கிரமாதித்தன் சலிப்பின்றி மரத்தின் மீது ஏறினான். வேதாளம் புகுந்திருந்த அந்த சடலத்தை மறுபடியும் மரத்திலிருந்து இறக்கித் தூக்கித் தோளில் போட்டுக் கொண்டு, பயணத்தைத் தொடங்கினான் விக்கிரமாதித்தன்.

சிறிது தூரம் நடந்தவுடனேயே வேதாளம், 'வீர ராஜனே உனக்கொரு கதை சொல்கிறேன் கேள்!' என்று அடுத்த கதையை ஆரம்பித்தது.

'சந்திரபாஹூா நதிக்கரையில் இருந்த கலிங்க தேசத்தை ருக்மதாங்கன் என்கிற அரசன் ஆண்டு வந்தான். அவன் மிகுந்த நற்குணங்கள் நிறைந்தவன். மற்ற மன்னர்கள் போல நாடு பிடிக்கும் ஆசை இல்லாதவன். தனது குடிமக்களை அன்போடும் பண்போடும் அரவணைத்து ஆண்டு வந்தான். அவனது தேசத்தில் தங்கபாலன் என்கிற பெரிய வியாபாரி ஒருவன் இருந்தான். அவனுக்கு ஒரே மகள். பெயர் ரத்னபிரபை. தேவமகளிர் போன்ற பேரழகு கொண்டவள். அவளது அழகில் மயங்காதவர்களே கிடையாது எனலாம். ண்ரத்னபிரபை திருமண வயது அடைந்ததுமே அவளை மன்னனுக்கு மணம் முடித்துக் கொடுக்க வேண்டும் என வியாபாரி தங்கபாலன் எண்ணம் கொண்டான். அதுபோலவே ஒருநாள் அவன் ருக்மதாங்கன் அரண்மனைக்குச் சென்று மன்னனைச் சந்தித்துப் பேசினான்.

'அரசே! எனக்கு ஒரு மகள் இருக்கிறாள். தேவலோகத்துப் பெண்களுக்கு நிகரான அழகு கொண்டவள். அறிவிலும் ஆற்றலிலும் சிறந்தவள். உலகின் சிறந்தவை அனைத்தும் முதலில் அரசனின் பார்வைக்கே வரவேண்டுமென்பதால், பேரழகியான எனது மகளைப்பற்றி முதலில் தங்களிடம் தெரிவித்து தங்கள் கருத்தைத் தெரிந்துபோக வந்துள்ளேன்' என்றவன், தொடர்ந்து சொன்னான். 'அவளைத் தங்களுக்கு மணம் செய்துகொடுக்க வேண்டுமென்பது எனது ஆசை. மற்றபடி அவளை ஏற்றுக் கொள்வதோ ஏற்றுக் கொள்ளாததோ தங்கள் விருப்பம். தாங்கள் பதில் அறிந்த பிறகே நான் மற்றதை உத்தேசிக்கவேண்டும்' என்று கூறினான்.

மன்னன் வியாபாரியின் விருப்பத்தைப் புறந்தள்ள விரும்பாமல், தனது முக்கிய மந்திரி பிரதானிகளை அழைத்து அந்தப் பெண்ணைச் சென்று பார்த்து வரச் சொன்னான். மன்னனின் மனைவியாவதற்கு உரிய சாமுத்ரிகா லட்சணமும், மங்கலக் குறிகளும் அப்பெண்ணிடம் தென்படுகிறதா என்று கண்டு வருமாறு அனுப்பி வைத்தான்.

மன்னன் கட்டளைப்படியே மந்திரி பிரதானிகள் வியாபாரியின் வீட்டுக்குச் சென்றார்கள். ரத்னபிரபையைக் கண்டார்கள். அவளது பேரழகில் மலைத்துப் போனார்கள். இத்தனை பேரழகு கொண்ட ரத்னபிரபையை மன்னன் மணந்து கொண்டால் நிச்சயம் கெடுதல்தான் வரும் என்று எண்ணினார்கள். மன்னன் நிச்சயம் இப்பெண்ணின் அழகில் மயங்கி நாட்டைக்கூடக் கவனிக்காமல் அந்தப்புரமே கதியாகக் கிடந்து விடுவான் என்று கருதினார்கள். எனவே இப்பெண்ணிடம் மன்னனை மணந்துகொள்ளக்கூடிய மங்கலக்குறிகள் தென்படவில்லை என்று மன்னனிடம் பொய் சொல்லி விட்டார்கள்.

எனவே, மன்னன் வியாபாரியிடம் அவனது மகளை ஏற்றுக்கொள்ள மறுத்துவிட்டான். பின்னர், வியாபாரி தனது மகள் ரத்னபிரபையை மன்னனின் படைத்தளபதியான வீரவில்வலன் என்பவனுக்கு மணம் செய்து கொடுத்தான். ரத்னபிரபை தனது கணவனுடன் புகுந்த வீடு சென்று சந்தோஷமாகக் குடும்பம் நடத்தினாள். ஆனாலும் மன்னன் தன்னிடத்தில் மங்கலக் குறிகள் இல்லை என்று புறக்கணித்தது அவளது மனதில் ஒரு குறையாகவே உறுத்திக் கொண்டிருந்தது.

நாட்கள் கடந்தன. ஒருநாள் மன்னன் ருக்மதாங்கன் நகர்வலம் புறப்பட்டான். நாட்டு மக்களின் நலம் அறிவதற்காக வீதி வீதியாக வலம் வந்தான். மன்னன் வருகையைச் சேவகர்கள் முரசறைந்துத்

தெரிவித்தபடி முன்னால் சென்றார்கள். மன்னனின் நகர்வலம் ரத்னபிரபை வசித்த தெரு வழியே வந்தபோது, ரத்னபிரபை தன்னை நன்கு அலங்கரித்துக் கொண்டு தனது மாளிகையின் மேன் மாடத்துக்கு வந்து நின்றாள்.

அவள் எதிர்பார்த்தபடியே அவளது மாளிகையின் அருகே வந்த போது மன்னன் ருக்மதாங்கன் மேன்மாடத்தில் நின்றிருந்த ரத்ன பிரபையைக் கண்டான். திகைத்தான். அவளது அழகில் தாக்குண்டவ னாகப் பிரமித்துப் போனான். இதைக் கண்ட ரத்னபிரபை திருப்தி கொண்டாள். அத்துடன் அதை மறந்து போனாள்.

மன்னன் அரண்மனை அடைந்ததும் மாளிகையின் மேன்மாடத்தில் தான் கண்ட அந்தப் பெண் யார் என்று விசாரித்தான். அவள் முன்பு தன்னால் நிராகரிக்கப்பட்ட வியாபாரியின் மகள் என்று அறிந்ததும் அவன் மிகுந்த கோபம் கொண்டான். அவளை அடையவிடாமல் சதி செய்த அந்த மந்திரி பிரதானிகளைத் தண்டித்து நாடு கடத்தினான்.

ஆனால் என்ன செய்துதான் என்ன? கைவிட்டுப் போன அழகியை மீண்டும் அடைய முடியுமா என்ன? இப்போது அவள் இன்னொருவரின் மனைவி. மன்னன் ருக்மதாங்கனால் ரத்ன பிரபையை மறக்க முடியவில்லை. அவளது பேரழகு அவனை இம்சித்தது. கனவிலும் நனவிலும் அவள் நினைவாகவே தவித்தான். அந்த ஏக்கத்திலேயே இளைத்துப் போனான். உடல் நலம் கெட்டான்.

மன்னனைச் சுற்றியிருந்தவர்கள் அவனது உடல்நிலையைக் கண்டு கவலை கொண்டார்கள். மன்னனை விசாரித்துப் பார்த்தார்கள். எதுவானாலும் எங்களிடம் சொல்லுங்கள்; தங்கள் குறையை உடனடியாகத் தீர்த்து வைக்கிறோம் என்று கெஞ்சினார்கள். மன்னனால் அவர்களுக்குப் பதில் சொல்ல முடியவில்லை. தனது மனத்தைத் துளைத்தெடுக்கும் மோகம் குறித்து மன்னனால் எப்படி வெளியே சொல்லமுடியும்? அதுவும் அடுத்தவன் மனைவியின் மேல் ஆசை என்றால் எவ்வளவு வெட்கக்கேடு!

ஆனாலும் அவனது அந்தரங்க நண்பர்கள் மீண்டும் மீண்டும் கேட்டு அவனை அன்பால் நெருக்க, ஒரு கட்டத்தில் தாள முடியாமல் தனது வேதனையை ருக்மதாங்கன் அவர்களிடம் பகிர்ந்துகொண்டான்.

இதைக் கேட்டதும் நண்பர்கள், மன்னனுக்கு ஆறுதல் கூறினார்கள். 'அடடா! இதுதானா உன் பிரச்னை? நீ ஆணையிடு போதும்! உனது ஆணையை யாரால் மீற முடியும்? அதுவும் படைத்தளபதி

வீரவில்வலன் உன் மேல் பக்தியும் விசுவாசமும் கொண்டவன். அவனிடம் சொல்லி ரத்னபிரபையை சுலபமாக நீ இங்கே அழைத்துக் கொள்ளலாம்!' என்று வழி கூறினார்கள்.

ஆனால் ஒழுக்கசீலனும் நீதி தவறாதவனுமான ருக்மதாங்கன் அதை மறுத்துவிட்டான்.

இந்தத் தகவலானது ஒருகட்டத்தில் அரசல்புரசலாகப் படைத்தளபதி வீரவில்வனுக்குத் தெரியவந்தது. அவன் மனம் வேதனைப்பட்டது. மன்னன் மேல் ராஜபக்தியும், விசுவாசமும் கொண்ட வீரவில்வலன் மன்னனை அணுகி மண்டியிட்டுக் கூறினான்.

'எங்கள் அன்பு மன்னவா! ஒரு நல்ல படைத்தலைவனாக தங்கள் விருப்பத்தை நிறைவேற்றுவது எனது முதல் கடமையாகும். அதுமட்டுமல்ல, இந்நாட்டுக் குடிமக்கள் அனைவரும் நாடாளும் மன்னரின் அடிமைகள்தான். எனவே ரத்னபிரபையைத் தாங்கள் ஓர் அடிமையாகத்தான் பார்க்கவேண்டும். அவளைத் தங்கள் அரண்மனைக்கு அழைத்துக்கொள்ளவேண்டும். பிரபு நான் மனதாரச் சொல்கிறேன். இதில் எனக்கு எந்தவித வருத்தமோ ஆதங்கமோ கிடையாது. தங்கள் விருப்பம் நிறைவேறி பூரண உடல்நலம் பெற்றால் நான் மனதார மகிழ்வேன்! ஒருவேளை அவள் என் மனைவி என்பதாக தாங்கள் குற்றவுணர்வு கொண்டால் நான் அவளைக் கோயிலுக்குத் தானம் செய்து விடுகிறேன். அதன்பிறகு தாங்கள் அவளை ஏற்றுக்கொள்ள எந்தத் தடையும் இருக்காது,' என்று யோசனையும் கூறினான்.

தளபதி வீரவில்வலன் இப்படிச் சொல்லச் சொல்ல மன்னன் ருக்மதாங்கன் மிகுந்த கோபம் கொண்டான்.

'படைத்தளபதி நீங்கள் என்மீது கொண்டிருக்கும் அன்பிற்கும் விசுவாசத்திற்கும் மிக்க மகிழ்ச்சி. ஆனால் நீங்கள் கூறியது ஏழேழு பிறவியிலும் என்னை நரகத்தில் தள்ளி விடக்கூடிய ஆலோசனை யாகும். மன்னனாகிய நானே நீதிநெறியைக் காப்பாற்றாது போனால் குடிமக்கள் எவ்வாறு அதைப் பின்பற்றுவார்கள். மன்னன் நீதி பிறழ்ந்தால் தடுத்து புத்தி சொல்லி நேர்வழி நடத்தவேண்டிய தளபதியே இப்படியோர் யோசனை அளிப்பது தவறல்லவா? நீ இவ்வாறு சொல்வது உன் பத்தினி மனைவியை அவமதிப்பதாகும். ஒரு உத்தமப் பெண்ணின் கற்பென்பது அத்தனை துச்சமாகிவிட்டதா உனக்கு? இனியொருமுறை இவ்விதம் பேசாதே,' என்று சொல்லி அவனை விரட்டி விட்டான்.

நாட்கள் செல்லச் செல்ல ரத்னபிரபையின் மீதான வெளிப்படுத்த முடியாத மோகமும், பகிர்ந்துகொள்ள முடியாத காமமும் மன்னனை அணுவணுவாகக் கொன்று கடைசியில் அவனது உயிரையே பறித்துக்கொண்டது. மன்னன் இறந்தபிறகு, குற்றவுணர்வின் காரணமாகப் படைத்தலைவன் வீரவில்வனும் வாளால் தனது கழுத்தை அறுத்துக்கொண்டு உயிர்நீத்தான்.

விக்கிரமாதித்த மன்னனே இப்போது சொல். இந்த இருவருள் யார் சிறந்தவர்? மன்னனா? படைத்தலைவனா?' கேட்டது வேதாளம்.

விக்கிரமாதித்தன் தயங்காமல் பதில் கூறினான். 'வேதாளமே நிச்சயமாக அந்த மன்னனே உயர்ந்தவன்!'

'நீர் சொல்வது விசித்திரமாக இருக்கிறது விக்கிரமரே. தனது மனைவியின் பெருமையை நன்கு அறிந்தவன் வீரவில்வலன். இருந்தும் மன்னனுக்காக அவளைத் தானமளிக்க முன் வந்தான். மன்னன் இறந்ததும் மனம் வேதனைப்பட்டு தானும் உயிரை மாய்த்துக்கொண்டான். இப்படி இருக்க, யாரோ சொன்னதை நம்பி ரத்னபிரபையைப் பற்றிச் சரிவரத் தெரிந்துகொள்ளாமல் அவளை ஏற்க மறுத்த மன்னன் எப்படி உயர்ந்தவனாவான்?' என்றது வேதாளம்.

'வேதாளமே வாதத்துக்காக நீ சொல்வது சரிதான் என்றாலும், மன்னனுக்கு விசுவாசமாக இருப்பதும், அவனுக்காக உயிர் துறப்பதும் சேவகர்களின் கடமைதானே? இதில் வியப்படையவோ சிலாகிக்கவோ என்ன இருக்கிறது? ஆனால் ஒரு மன்னன் என்பவன் தனது விருப்பத்தை நிறைவேற்றிக்கொள்ள எந்த எல்லைக்கும் செல்லக்கூடிய ஆணவமும் அதிகாரமும் கொண்டவன். அதுவும் மோகமும் காமமும் கொண்ட மன்னர்கள் எந்த அறநெறியையும் கொள்ளமாட்டார்கள் என்பதற்குப் புராணத்திலும் சரித்திரத்திலும் எத்தனையோ உதாரணங்கள் உண்டு. அவ்வாறிருக்க மன்னன் ருக்மாங்கதனோ மனம் வெதும்பி உடல் நலிந்து வேதனைப்பட்டாலும் எள்ளளவும் அறநெறியிலிருந்து தவற விரும்பவில்லை. ஒழுக்கத்தின் பாதையில் திடமனத்துடன் நடந்த அம்மன்னன்தான் இருவரில் மிகச் சிறந்தவன்!'

விக்கிரமாதித்தன் பதில் சரியென்பதால் வேதாளம் அவனிடம் இருந்து நீங்கி மீண்டும் முருங்கை மரத்துக்கே விரைந்தது.

அத்தியாயம் 21

இளவரசன் இட்ட பிண்டம்!

வேதாளம் பறந்து செல்லவும், விக்கிரமாதித்தன் மீண்டும் சென்று அதைத் தூக்கி வருவதுமான நிகழ்வுகள் வழக்கம்போலவே நடந்தன. முனிவன் சுசர்மன் இருக்கும் வன துர்க்கையம்மன் கோயில் நோக்கி விக்கிரமாதித்தன் நடந்தான். சிறிது தூரம் போனதுமே வேதாளம் கதை சொல்ல ஆரம்பித்தது.

'மகாராஜனே விசித்திரக் கதை ஒன்றை உனக்குச் சொல்கிறேன் கேள். கணபத்திரம் என்னும் நகரத்தில் வேதகோபாலன் என்கிற பெரும் செல்வந்தனான வியாபாரி வாழ்ந்து வந்தான். அவனது மனைவி சௌபாக்கியவதி. இவர்களுக்கு ஒரே மகள் வேதவல்லி. இச்சிறிய குடும்பத்தினர் ஒருவர் மீது ஒருவர் அன்புடனும் அக்கறையுடனும் செல்வச் செழிப்புடன் சுகபோகமாக வாழ்ந்து வந்தனர்.

இத்தருணத்தில் வேதவல்லி பருவவயதை எட்டியபோது ஒருநாள் வியாபாரி வேதகோபாலன் திடீரென்று மாரடைப்பால் இறந்து போனான். அதுநாள்வரை வியாபாரியின் மீது பொறாமை கொண்டிருந்த அவனது உறவினர்களும், பங்குதாரர்களும் இதுதான் சந்தர்ப்பமென்று வேதகோபாலனின் சொத்தை அபகரித்துக் கொண்டு, அவனது மனைவியையும், மகளையும் கொல்லத் திட்டமிட்டனர்.

இதை அறிந்த சௌபாக்கியவதி அந்தக் கொடியவர்களிடமிருந்து தப்பிப்பதற்காக தனது பருவப் பெண்ணான வேதவல்லியை இரவோடு இரவாக அழைத்துக்கொண்டு தனது வீட்டிலிருந்து வெளியேறினாள்.

விடியும் முன்பாகவே அவ்வூரைவிட்டு வெளியேறி விடவேண்டும் என்று இருவரும் வேகவேகமாக நடந்து, இருளில் தட்டுத் தடுமாறி பயணம் செய்து நகரத்தின் எல்லைப்புறத்தை அடைந்தார்கள். எல்லையின் காட்டுப் பகுதியை அவர்கள் கடந்தபோது, சௌபாக்கியவதி எதன் மீதோ மோதிக்கொண்டாள்.

அப்போது, 'ஐயோ! கடவுளே!' என்று வேதனையுடன் ஒரு தீனக்குரல் ஒலித்தது. சௌபாக்கியவதியும், வேதவல்லியும் பதறிப் போனார்கள். 'யார்? யார் அது?' என்றார்கள்.

சுற்றிலும் கும்மிருட்டில் இருளுக்குக் கண்கள் பழகியதும், அக்காட்டுப்பகுதியில், அவர்கள் கண்ட காட்சி அவர்களைத் தூக்கிவாரிப் போடச் செய்தது. அங்கே காட்டுக் கோயிலின் பலி பீடத்தின் அருகே, ஒருவனைக் கழுவில் ஏற்றியிருந்தார்கள். அவன் ரத்தம் வடிய வலி வேதனையுடன் துடிதுடித்துக்கொண்டிருந்தான்.

சௌபாக்கியவதி பரிதாபத்துடன், 'ஐயா நீங்கள் யார்? எதனால் உங்களுக்கு இந்த நிலைமை?' என்று கேட்டாள்.

'தாயே! நான் ஒரு திருடன். இந்நாட்டு அரசன் எனக்குத் தண்டனை விதித்ததன் காரணமாக என்னைக் கழுவிலேற்றி விட்டார்கள். நான் செய்த பாவத்தின் காரணமாக எனது ஜீவன் இன்னும் இந்த உடலைவிட்டுப் பிரியவில்லை,' என்று கூறியவன், 'அது போகட்டும் நீங்கள் யார்? இந்த நள்ளிரவில் நட்ட நடுக் காட்டில் இளம்பெண்ணையும் அழைத்துக்கொண்டு பயணம் செல்கிறீர்களே! அப்படி என்ன அவசரம்? எங்கே செல்கிறீர்கள்?' என்று விசாரித்தான்.

சௌபாக்கியவதி, தங்களின் துயரநிலையை அவனிடம் விவரித்துக் கூறினாள்.

பொழுது விடியத் தொடங்கியது.

சகல செல்வங்களையும் இழந்து, இனி என்ன செய்யப்போகிறோம் என்று தெரியாமல் உயிருக்கு அஞ்சி ஓடிக் கொண்டிருக்கும் அந்த அபலைப் பெண்களின் கதையைக் கேட்டு வருந்திய அந்தத் திருடன், சௌபாக்கியவதியிடம் கோரிக்கை ஒன்றை வைத்தான். மிக விசித்திரமான விபரீதமான கோரிக்கை அது!

'தாயே! இன்னும் சில நொடிகளில் நான் இறந்துவிடுவேன். எனக்குத் திருமணம் ஆகவில்லை. மனைவி மகன் என்று யாருமில்லை. எனவே நான் இறந்து போனால் சாஸ்திரப்படி கர்மகாரியங்களைச் செய்ய ஒருவருமில்லை. எனவே எனது ஆத்மா ஸ்வர்க்கப் பிராப்தி அடையாமல் நிம்மதியின்றி அலையத்தான் செய்யும். தாயே! இந்தப் பாவப்பட்ட ஜீவனுக்கு ஓர் உபகாரம் செய்யுங்கள். நான் கொள்ளையடித்து வைத்த பொன் பொருளையெல்லாம் இங்குதான் வைத்திருக்கிறேன். அவற்றை நான் முழுவதும் உங்களுக்குத் தருகிறேன். அதற்குப் பிரதி உபகாரமாக தங்களின் கன்னி கழியாத மகளை எனக்கு மனைவியாக்குவதாக வாக்குத் தாருங்கள்!' என்றான்.

திடுக்கிட்டுப் போன சௌபாக்கியவதி விரக்தியான புன்னகையுடன், 'உயிர் போகும் நிலையில் உனக்குச் சித்தம் கலங்கி விட்டதா என்ன? என்ன கேட்கிறோம் என்று உணர்ந்துதான் கேட்கிறாயா?' என்று வினவினாள்.

'தாயே! தங்கள் மகளை எனக்கு மனைவியாக்குவதாகத் தாரை வார்த்தால் போதும். பிறகு அவள் யாரை வேண்டுமானாலும் திருமணம் செய்துகொள்ளட்டும். இந்த என் சம்மதத்தின் மூலமாக அவள் யார் மூலமாகக் குழந்தை பெற்றாலும் அக்குழந்தை எனது மகனே! அவன் எனக்குக் கர்ம காரியங்கள் செய்து கரையேற்றட்டும்! அதனால் என் ஆன்மா சாந்தியடையும். நான் ஸ்வர்க்கப் பிராப்தி பெறுவேன்!' என்று வேண்டினான்.

அவன் கழுமரம் ஏற்றப்பட்டிருந்த இடத்துக்கு அருகாமையில் இருந்த பெரிய ஆலமரத்தினடியில் தோண்டிப் பார்க்கச் சொன்னான். அவன் சொன்னதுபோலவே ஏராளமான பொற்காசுகளும் நகைகளும், வைர வைடூரியங்களும் கொண்ட ஒரு மூட்டை அங்கிருந்து கிடைத்தது.

சௌபாக்கியவதி மகள் வேதவல்லியைப் பற்றிச் சிந்தித்தாள். கையில் செப்புக்காசு இல்லாமல் தனியொரு பெண்ணாக பருவ மகளுடன் வாழ்க்கை நடத்துவது சிரமம் என்பதால், அவள் அந்தப் பொன் மூட்டையை எடுத்துக்கொண்டாள். அருகாமையிலிருந்த நீரோடைக்குச் சென்று நீர் கொணர்ந்து, திருடன் கைகளில் இட்டு, தனது மகள் வேதவல்லியை அவனுக்கு மனைவியாக்குவதாகக் கூறித் தாரை வார்த்தாள்.

திருடனும் வேதவல்லிக்கு புத்திரனைப் பெற்றுக்கொள்ள அனுமதி தந்துவிட்டு உயிர் நீத்தான். சௌபாக்கியவதி திருடன் கேட்டுக் கொண்டபடி அவன் உடலை எடுத்து முறைப்படி தகனம் செய்து,

அவனது அஸ்தியை நதியில் கரைத்து வாக்கை நிறைவேற்றினாள். பிறகு அவள் மகளை அழைத்துக்கொண்டு பக்கத்து நாடான சம்பாவதி தேசத்தை அடைந்தாள்.

அந்தச் சம்பாவதி தேசத்தை சந்திரஹாசன் என்கிற மன்னன் ஆண்டு வந்தான். அவனுக்குச் சகல செல்வங்கள் இருந்தும் புத்திர பாக்கியம் மட்டும் இல்லாமல் இருந்தது. அதற்காக அவன் நித்தமும் இறைவனை வேண்டிக்கொண்டு, நாளொரு பூஜையும், யாகமும் தானமும் தர்மமும் செய்து பிரார்த்தித்து வந்தான்.

சௌபாக்கியதி அந்நாட்டில் ஒரு வியாபாரியின் வீட்டை வாங்கிக் கொண்டு மகளுடன் குடியேறினாள். திருடன் அளித்திருந்த செல்வத்தின் மூலம் வறுமையின்றி சிக்கனமாகச் சிறப்பாக வாழ்க்கையை நடத்தி வந்தாள். மகள் வேதவல்லிக்கு விரும்பியவன வெல்லாம் செய்துதந்து அவளை அன்புடன் பார்த்துக்கொண்டாள்.

வேதவல்லி தனது வேலைக்காரத் தோழியுடன் தினமும் கோயிலுக்குச் சென்று வருவதை வழக்கமாக்கிக் கொண்டாள். அவ்வாறு அவள் சென்று வருகையில் வழியில் ஓர் அழகான பிராமண இளைஞனைக் கண்டாள். தினமும் பார்க்கும் அவனிடம் தனது மனதைப் பறி கொடுத்தாள். அவன் மீது மையல் கொண்டாள். நாட்கள் செல்லச் செல்ல அவளை விரகதாபம் வாட்டியது.

இதைக் கண்ட வேதவல்லியின் தோழி, சௌபாக்கியவதியிடம் வேதவல்லியின் ஆசையைப்பற்றி தெரிவித்தாள். சௌபாக்கிய வதியும் வேதவல்லியின் தாம்பத்திய வாழ்க்கை குறித்து யோசித்துக் கொண்டுதான் இருந்தாள். ஏனெனில் திருடனுக்கு அவள் அளித்த வாக்குப்படி வேதவல்லி என்றேனும் யாருடனாவது இருந்து ஒரு மகனைப் பெற்றெடுக்கத்தான் வேண்டும் அல்லவா? எனவே அவள் மகளின் விருப்பத்தை நிறைவேற்றத் தீர்மானித்தாள்.

அந்தப் பிராமண இளைஞனிடம் சென்று பேசும்படி தனது அந்தரங்க வேலைக்காரியை அனுப்பி வைத்தாள்.

தேவஸ்வாமி என்கிற அந்தப் பிராமண இளைஞனோ அச்சமயத்தில் மதிவதனி என்கிற பரத்தையின் மேல் மோகம் கொண்டிருந்தான். ஒரே ஒருமுறையாவது அவளைச் சுகித்துவிட வேண்டும் என்கிற வேட்கையில் தவித்தான். ஆனால் அந்த மதிவதனியுடன் ஓர் இரவைக் கழிக்கவேண்டுமானால் அவளுக்கு ஆயிரம் பொன் அளிக்கவேண்டும். அதற்கு வழியில்லாமல்தான் தேவஸ்வாமி தத்தளித்துக்கொண்டிருந்தான்.

இச்சூழலில் சௌபாக்கியவதி அனுப்பிய வேலைக்காரி தேவஸ்வாமியிடம் வந்து வேதவல்லியின் விருப்பத்தைத் தெரிவித்தாள். தேவஸ்வாமி யோசித்தான். அவன் அந்த வேலைக் காரியிடம், பரத்தை மதிவதனியின் மேல் தான் கொண்ட மோகத்தைத் தெரிவித்து, அதற்குத் தேவைப்படும் ஆயிரம் பொன்னை தனக்குத் தந்தால் வேதவல்லியுடன் அவள் விருப்பத்துக்கேற்ப ஒரு நாளைக் கழிப்பேன் என்று நிபந்தனை விதித்தான்.

சௌபாக்கியவதியும் ஒப்புக்கொண்டு அவனுக்கு ஆயிரம் பொன்னை அளித்தாள். அதைப் பெற்றுக் கொண்ட அந்தப் பிராமண இளைஞன் வேதவல்லியுடன் ஓரிரவைக் கழித்துவிட்டு விடியும் முன்பாகவே வெளியேறிப் போய்விட்டான்.

நாட்கள் கடந்தன. பிராமண இளைஞனுடன் இணைந்த காரணத்தால் வேதவல்லி கருவுற்று ஓர் அழகான ஆண் குழந்தையைப் பெற்றெடுத்தாள்.

அன்றிரவு சிவபெருமான் அவர்கள் கனவில் தோன்றினார். 'உங்களின் இந்தக் குழந்தையை எடுத்துச் சென்று, இவ்வூர் அரசன் சந்திரஹாசன் அரண்மனை வாசலில்விட்டு விடுங்கள். குழந்தையுடன் கூடவே ஆயிரம் பொன்னையும் வைத்துவிட்டு வந்துவிடுங்கள்!' என்று சொல்லி மறைந்தார்.

சௌபாக்கியவதியும் வேதவல்லியும் அவ்வாறே செய்து திரும்பினர்.

இதே நேரத்தில் சிவபெருமான் மன்னன் சந்திரஹாசன் கனவில் தோன்றி, 'மன்னா இன்றோடு உனது பிள்ளையில்லாக் குறை தீர்ந்தது. உனது அரண்மனை வாசலில் ஒரு குழந்தை கிடக்கிறது. நீ சென்று அக்குழந்தையை எடுத்து உனது மகனாகவே எண்ணி வளர்த்து வா! ' என்று அருளிச் சென்றார்.

மன்னன் சந்திரஹாசன் மனம் மகிழ்ந்து போனான். அக்குழந்தையை எடுத்து தனது மகனாகவே சுவீகரித்துக் கொண்டு, அக்குழந்தைக்கு ராஜவர்மன் என்று பெயரிட்டான். அந்நாட்டு இளவரசனாகப் பட்டம் சூட்டி வளர்த்து வந்தான்.

ராஜவர்மன் கல்வி கேள்விகளில் சிறந்து விளங்கினான். சகல கலைகளையும் கற்றுத் தேர்ந்து குணத்திலும் ஒழுக்கத்திலும் பெரியோர் மெச்சும்படியாகத் திகழ்ந்தான். பெரும் வீரனாகப் புகழ்பெற்றான்.

தனது மகன் ராஜவர்மன் நாட்டை ஆளும் திறன் பெற்றுவிட்டான் என்பதால் சந்திரஹாசன் மகனுக்கு மன்னனாக முடிசூட்டிவிட்டு வனவாசம் மேற்கொண்டான்.

ராஜவர்மன் ஆட்சியில் நாடு மேலும் செழித்து வளமை பெற்றது. மக்கள் எந்தக் குறையுமின்றி நலமாக வாழ்ந்தனர். அண்டை நாட்டு அரசர்கள் அடிபணிந்தார்கள். பகைவர்கள் ராஜவர்மன் வீரத்துக்கு அஞ்சி ஓடிப் போனார்கள். காலம் விரைந்தோடியது.

வனவாசம் மேற்கொண்ட மன்னன் சந்திரஹாசன் கடும் தவத்தில் இருந்து உயிர் நீத்தான். தந்தையின் மரணத்தினால் மனம் கலங்கிய ராஜவர்மன், பின் தன்னைத் தேற்றிக் கொண்டு, தந்தைக்குச் செய்யவேண்டிய இறுதிக் கர்மங்களைச் செய்தான்.

பின்னர் மன்னனின் அஸ்தியை எடுத்துக் கொண்டு காசி சென்றவன், புண்ணிய நதியாகிய கங்கையில் ஸ்நானம் செய்து தந்தையின் அஸ்தியை நீரில் கரைத்தான். அடுத்து கயாவுக்குச் சென்று பலவகையான தான தர்மங்கள் செய்து சிரார்த்தம் செய்து முடித்தான்.

பிறகு இறுதியாக ஹோமகுண்டம் வளர்த்து அக்னியில் தனது தந்தைக்குப் பிண்டம் இட்டான். அப்பொழுது அந்த அக்னிக் குண்டத்திலிருந்து, ராஜவர்மனின் கையிலிருந்த பிண்டத்தைப் பெறுவதற்காக மூன்று கைகள் தோன்றின.

ராஜவர்மன் திகைத்துப் போனான்.

அதிர்ச்சியுடன், ‘அடடா! என்ன இது? இப்போது நான் எந்தக் கையில் பிண்டம் இடுவது?’ என்று அங்கிருந்த அந்தணர்களைக் கேட்டான்.

அந்த அந்தணர்களும் திகைத்துத் திடுக்கிட்டுப் போயிருந்தனர்.

‘அரசே! இது என்னவென்று எங்களுக்கும் விளங்கவில்லை. இம்மூன்று கைகளுள் ஒரு கையில் கன்னக்கோல் இருக்கிறது. எனவே அக்கைக்கு உரியவன் ஒரு திருடனாக இருக்கவேண்டும். மற்றொரு கையில் யாககுண்டத்தில் நெய் ஊற்றப் பயன்படும் மரக்கரண்டி இருக்கிறது. எனவே அக்கைக்கு உரியவன் ஒரு பிராமணன் என்று தெரிகிறது. மூன்றாவது கையிலோ மன்னர்களுக்கே உரித்தான முத்திரை மோதிரம் காணப்படுகிறது. எனவே அது ஓர் அரசனுடைய கையாக இருக்கலாம். இந்த மூன்று நபர்களும் யார் என்பதோ, இக்கைகள் ஒரே சமயத்தில் இந்த யாக குண்டத்திலிருந்து ஏன் தோன்றுகிறது என்றோ எங்களுக்கு ஒன்றும்

விளங்கவில்லை. ஆகவே யார் கையில் பிண்டத்தை இடுவது என்பது எங்களுக்குத் தெரியவில்லை. ஒரே புதிராக இருக்கிறது!'

அந்தணர்கள் இப்படிக் கூறியதால் மன்னன் ராஜவர்மனுக்கும் ஒரு முடிவுக்கு வரமுடியவில்லை.'

இப்படியாகக் கதையை முடித்த வேதாளம் விக்கிரமாதித்தனிடம் கேட்டது.

'அகிலம் போற்றும் மன்னனே, நீ சொல். மன்னன் ராஜவர்மன் யார் கையில் பிண்டம் இடவேண்டும்?'

நொடி நேரமும் தாமதிக்காமல் விக்கிரமாதித்தன் உடனடியாகப் பதில் கூறினான்.

'மன்னன் ராஜவர்மன் பிண்டத்தைத் திருடன் கையில்தான் இடவேண்டும். சௌபாக்கியவதி, தாரை வார்த்தபடி, வேத வல்லிக்குப் பிறக்கும் மகன் திருடனின் மகனே! பிராமண இளைஞனுக்குத்தான் அக்குழந்தை பிறந்தது என்றாலும் அவன் வேதவல்லியிடம் பணம் பெற்றுக் கொண்டே வேதவல்லியைக் கூடினான். அதனால் குழந்தையின் மேல் அவனுக்கு எந்தப் பாத்தியதையும் இல்லை. அதுபோலவே மன்னன் சந்திரஹாசனும் குழந்தையைத் தனது மகனாகவே கருதி உபநயனம் செய்வித்து வளர்த்து வந்தாலும், குழந்தையுடன் வைக்கப்பட்ட ஆயிரம் பொன்னையும் அவர் எடுத்துக் கொண்டார். அதனால் அவர் கூலி பெற்றுக்கொண்டு குழந்தையை வளர்த்ததாகவே கொள்ளப்படும். அதனால் குழந்தையின் மேல் அரசருக்கும் உரிமையில்லை. எனவே ராஜவர்மன் திருடனின் மகனே! வேதவல்லி திருடனின் மனைவியே! திருடனின் அனுமதியுடன்தான் அவளுக்கு இக்குழந்தை பிறந்தது. அக்குழந்தையை வளர்ப்பதற்கு உதவியதும் திருடனின் பணம்தான். ஆகவே ராஜவர்மன் பிண்டத்தைத் திருடன் கையிலேதான் இடவேண்டும்!'

விக்கிரமாதித்தன் உறுதியாகச் சொல்லி முடித்தான்.

அவனது சரியான பதிலால் வேதாளம் விக்கிரமாதித்தன் தோளிலிருந்து விடுபட்டு மீண்டும் சென்று முருங்கை மரமேறியது.

அத்தியாயம் 22

உறவுமுறை தெரியாத கதை!

அந்த நள்ளிரவின் இருள் மயானத்தில் நாலாபுறமும் சிதைகள் எரிந்து பிணவாடை வீசியது. நரிகள் ஊளையிட்டன. ஆந்தைகள் கொட்டக் கொட்ட கண் விழித்து நோட்டமிட்டன.

விக்கிரமாதித்தன் மனம் சலிக்காமல் மீண்டும் முருங்கை மரத்திலேறி வேதாளத்தை விடுவித்து, தோளில் ஏற்றிக்கொண்டு, முனிவன் சுசர்மன் தனக்காகக் காத்திருக்கும் இடம் நோக்கிப் புறப்பட்டான்.

காத தூரம் கடந்ததுமே வேதாளம் பேசியது.

‘விக்கிரமாதித்த மன்னனே! உனது பொறுமையும் விடாமுயற்சியும் என்னை மிகவும் வியப்பில் ஆழ்த்துகிறது. இம்முழு பூவுலகையும் ஆளக்கூடிய குணநலன்கள் கொண்ட தீரன் நீ என்பதை நான் ஒப்புக்கொள்ளத்தான் வேண்டும். இதுவரையிலும் உன்னைச் சோதித்தது போதும் என்றுதான் எனக்குத் தோன்றுகிறது. இதோ இப்போது உனக்கு நான் சொல்லப்போவதுதான் கடைசிக் கதை. இக்கதை குறித்து நான் கேட்கப் போகும் கேள்வியும் கடினமாகத்தான் இருக்கும். எனவே நன்கு யோசித்து பதில் சொல். நீ கூறப்போகும் விடையை அறிந்துகொள்ள நானும் ஆவலாகத்தான் உள்ளேன். இப்போது கதையைச் சொல்கிறேன். கவனமாகக் கேள்!’ என்று சொல்லிவிட்டுக் கதை சொல்லத் தொடங்கியது.

‘செண்பகப்பட்டினம் என்கிற சிறு ராஜ்ஜியத்தை சிவபாலன் என்னும் அரசன் சிறப்பாக ஆண்டு வந்தான். அவனது மனைவி லீலாவதி. இவர்களுக்கு ரூபவதி என்கிற பருவமடைந்த மகள் ஒருத்தி இருந்தாள்.

மன்னன் சிவபாலன் நீதி நேர்மையுடன் மக்கள் மனம் கோணாமல் ஆட்சி நடத்தி வந்த போதிலும், அவனது உறவினர்களும் அண்டை தேசத்து மன்னர்களும் சிவபாலனின் மீது மிகுந்த பொறாமை கொண்டிருந்தனர். அவனை வீழ்த்தி ராஜ்ஜியத்தைப் பறித்துக் கொள்வதற்காக நேரம் பார்த்துக் காத்திருந்தனர்.

ஒருமுறை பக்கத்து நாட்டு அரசன் ஒருவன் செண்பகப்பட்டினம் மீது படையெடுத்து வந்து நாட்டை முற்றுகையிட்டான். இதுதான் தகுந்த சமயமென்று எண்ணிய சிவபாலனின் உறவினர்கள் எல்லோரும் பகை மன்னனுடன் சேர்ந்துகொண்டு சூழ்ச்சி செய்தனர். அரண்மனையின் சுரங்க வழிகளையெல்லாம் காட்டிக்கொடுத்து சிவபாலனை வீழ்த்துவதற்கு உதவி புரிந்தனர்.

சிவபாலனின் ராஜ்ஜியத்துக்குள் புகுந்த எதிரிநாட்டு அரசனின் படை எல்லோரையும் வெட்டி வீழ்த்திவிட்டு அரண்மனையை நோக்கி முன்னேறியது.

உறவினர்களின் துரோகத்தால் சிவபாலன் துவண்டு போனான். இதற்குமேல் இங்கிருந்தால் எதிரி மன்னன் கையில் சிக்கிக்கொள்ள நேரும் என்பதால் இரவோடு இரவாக, ஏராளமான தங்க வைர வைடூரிய நகைகள், விலையுயர்ந்த பொருள்களை எல்லாம் எடுத்துக்கொண்டு, மனைவி மகளுடன் நாட்டைவிட்டு வெளியேறினான். அவனுடைய நண்பன் பராங்குசன் என்பவன் ஆண்டு வந்த கௌமார தேசத்துக்குச் சென்று அடைக்கலம் புகலாம் என்று திட்டமிட்டான்.

இரவோடு இரவாக அரண்மனையிலிருந்து புறப்பட்டு யார் கண்ணிலும் படாமல் மூவரும் ராஜ்ஜியத்தின் எல்லைக்கு வந்துசேர்ந்தார்கள். எல்லைப்புறம் அடுத்து அடர்ந்திருந்த கானகத்துக்குள் புகுந்தனர். இரவில் தொடர்ந்து பயணித்தால் வன விலங்குகளால் அபாயம் ஏற்படும் என்பதால் சிறிது தூரத்தில் தட்டுப்பட்ட மலைக் குகை ஒன்றில் தங்கி ஓய்வெடுத்தனர்.

விடியற்காலையில் சூரியன் கீழ்வானில் தென்பட்டு புள்ளினங்கள் குரல் எழுப்பிப் பறந்ததும் மூவரும் அங்கிருந்து புறப்பட்டனர். கௌமாரதேசத்தை அடைவதற்காகத் தென் திசை நோக்கிப்

பயணித்தனர். மதியப் பொழுது நெருங்கியதுமே மகள் ரூபவதி பசியில் துடித்துப் போனாள். அப்போது சற்றுத் தூரத்தில் ஓர் அல்லிக்குளம் தென்பட்டது. மன்னன் சிவபாலன் மனைவி லீலாவதியையும் மகள் ரூபவதியையும் அங்கிருந்த ஆலமரத்தடியில் அமர்த்திவிட்டு, எல்லோரும் சாப்பிடுவதற்குக் காய், கனி கிழங்கு வகைகளைத் தேடிக் கொண்டு வருவதாகச் சொல்லிவிட்டுக் கிளம்பினான்.

அவன் சற்றுதூரம் சென்றதுமே தூரத்தில் ஒரு பெரும் பாறையின் மீது மனிதர்கள் சிலர் அமர்ந்திருப்பதைக் கண்டான். அவர்களிடம் கேட்டால் உண்பதற்கு ஏதாவது கிடைக்கும் என்கிற நம்பிக்கையில் அவர்களை நோக்கிச் சென்றான். கொஞ்சதூரம் சென்றதுமே சிவபாலன் அம்மனிதர்களைக் கண்டு அதிர்ச்சியடைந்தான். அவர்கள் கண்டாரா என்கிற வனவாசி மனிதர்கள். கானகத்தின் வழியே வரும் மனிதர்களைக் கொன்று அவர்களிடம் உள்ள பொருள்களைக் கொள்ளையடித்துச் செல்வதே அவர்களின் தொழில்.

மன்னன் சிவபாலன் அவர்கள் கண்ணில்படாமல் வந்த வழியே திரும்ப எத்தனித்தான். அவன் அப்படித் திரும்பியபோது சலசலவென சத்தம் கேட்டுத் திரும்பிய வனவாசிக் கொள்ளையர்கள் மன்னனைப் பார்த்துவிட்டனர். அவன் அணிந்திருந்த ஆடை ஆபரணங்களைக் கண்டு அரசன் என்று புரிந்து கொண்டு அவனைத் துரத்த முற்பட்டனர்.

சிவபாலன் ஓட்டமெடுத்தான். மனைவி மகளை விட்டுவந்த இடத்துக்குச் சென்று அவர்களிடம் அபாயத்தை விளக்கினான். இருவரையும் அங்கேயே அருகிலிருந்த காட்டுப் புதரில் மறைந்துகொள்ளுமாறு கூறிவிட்டு, திசை மாறி வேறுபக்கம் ஓட்டமெடுத்தான்.

மன்னனைத் துரத்திய கொள்ளையர்கள் இரு பெண்களையும் கவனிக்கவில்லை. அவர்கள் மன்னனை நோக்கி அம்பெய்தார்கள். அம்பு பட்டு மன்னன் வீழ்ந்ததும் அவனை நெருங்கி வெட்டிப் போட்டுவிட்டு அவனிடமிருந்த விலையுயர்ந்த பொருள்கள், அணிந்திருந்த நகைகள் அனைத்தையும் கொள்ளையடித்துக் கொண்டு விலகிச் சென்றனர்.

நடந்தவை அனைத்தையும் ராணி லீலாவதியும் மகள் ரூபவதியும் புதர் மறைவிலிருந்து பார்த்துத் துடித்துப் போனார்கள். கொள்ளையர்

கண்களில் பட்டால் தங்களையும் சீரழித்துக் கொன்றுவிடுவார்கள் என்பதால் சிவபாலன் கொலையுண்டதைக் கண்டு அவர்களால் கத்திக் கதறக்கூட முடியவில்லை.

கொள்ளையர்கள் அங்கிருந்து விலகியதும் சிவபாலனின் உடலைத் தழுவிக்கொண்டு இருவரும் கதறித் தீர்த்தார்கள். ஆனால் பருவப் பெண்ணான மகளுடன் அதிகநேரம் அங்கிருந்தால் மீண்டும் கொள்ளையர்கள் வந்துவிடுவார்களோ என்று அஞ்சிய லீலாவதி, வேகமாக மகளுடன் அங்கிருந்து விலகி கால் போன போக்கில் நடந்தாள்.

திக்கு திசை தெரியாமல் இருவரும் நடந்துகொண்டே இருந்தார்கள். உயிர் பயம் விரட்ட துயரத்துடன் நெடுந்தொலைவு நடந்து உடல் சோர்ந்து போனார்கள். ஓர் ஆற்றங்கரைக்கு வந்துசேர்ந்தவர்கள் தாகம் தீர நீர் அருந்தி, அருகில் ஓங்கி வளர்ந்திருந்த ஓர் அரச மரத்தடியில் சென்று அமர்ந்தார்கள். நிர்கதியானத் தங்கள் நிலைமையை நினைத்துக் கதறி அழுதார்கள். களைப்பின் மிகுதியால் தொய்ந்து அப்படியே அரைமயக்க நிலைக்குச் சென்றார்கள்.

இதே சமயத்தில் அந்தக் கானகத்தில் வடதிசையின் எல்லையில் இருந்த பெரிய நாடான விசாலை தேசத்தை ஆண்டு வந்த மன்னன் யசகேது என்பவனும் அந்தக் கானகத்தில் வேட்டையாடுவதற்காகத் தனது மகன் விஜயதத்தனுடன் வந்திருந்தான். மனைவி யசகேதுவின் மனைவி சிறிது காலத்துக்கும் முன்புதான் இறந்து போனாள். எனவே தந்தையைத் துயரத்திலிருந்து மாற்றவே மகன் விஜயதத்தன் அவனை வேட்டைக்கு அழைத்து வந்திருந்தான்.

அவர்கள் இருவர் மட்டுமே குதிரையில் வேட்டையாடி வந்த சமயத்தில் அங்கே மண்ணில் இரு பெண்களின் பாதச் சுவடுகளை யசகேது கண்டான்.

‘மகனே! இதோ பார், இங்கே பெண்களின் இரண்டு பாதச் சுவடுகள் தெரிகின்றன. ஆளில்லாத இந்த அத்துவானக் காட்டுக்குள் வந்துள்ள பெண்கள் யாராயிருக்கும் என்று தெரியவில்லையே. ஏதேனும் வன விலங்குகள் துரத்த அவைகளிடமிருந்து தப்பிப்பதற்காக வழி தெரியாமல் வந்துவிட்டார்களா? அல்லது ஊர்வசி, மேனகா, திலோத்தமா போன்ற அப்ரஸ்கள் பொழுதுபோக்குவதற்காக இப்பூலோகத்துக்கு வந்துள்ளார்களா? ஒன்றும் புரியவில்லையே? சரி வா, இந்தப் பாதச்சுவடுகளைப் பின்பற்றிச் சென்று அவர்கள் யார் என்று அறிந்துகொள்வோம்!’ என்றான்.

தந்தை இப்படிச் சொல்லவும், மகன் விஜயதத்தன் அவனிடம், 'தந்தையே! நாம் ஒன்றை நிச்சயித்துக் கொள்வோம். இவ்விரண்டு பாதச் சுவடுகளில், சிறிய பாதச் சுவடுகளைக் கொண்டவள்தான் இளவயதினளாக இருக்கவேண்டும். எனவே அவளை எனக்கு உரியவளாக நான் ஏற்றுக்கொள்கிறேன். பெரிய காலடிச் சுவடு கொண்டுள்ள பெண்ணை நீங்கள் ஏற்றுக்கொள்ளவேண்டும். சரியா?' என்று கேட்டான். மன்னனும் ஒப்புக்கொண்டான்.

காலடிச் சுவடுகளைப் பின்பற்றிச் சென்ற இருவரும், லீலாவதி, ரூபவதி இருந்த அரசமரத்தடியைச் சென்றடைந்தார்கள். துயரத்துடன் சோகப் பதுமைகளாக அமர்ந்திருந்த அப்பெண்களிடம் தங்களை அறிமுகப்படுத்திக் கொண்டார்கள். பின்னர் அவர்கள் யார், என்னவென்று விசாரித்தார்கள். லீலாவதி நடந்தவற்றைத் தெரிவித்து கண்ணீர் வடித்தாள்.

மன்னன் யசகேது அவர்களுக்கு ஆறுதல் வார்த்தைகள் கூறினான். 'பெண்ணே! விதியின் செயலை யாராலும் மாற்றமுடியாது. கடந்து போனதை நினைத்துக் கவலைப்படுவதை விட்டு, இனி நடக்க வேண்டியவற்றை யோசியுங்கள். நீங்கள் இருவரும் இந்தக் கானகத்தை விட்டு பத்திரமாக வெளியேற நாங்கள் உங்களுக்கு உதவுகிறோம். உங்களுடன் துணையாக வருகிறோம். அங்கிருந்து நீங்கள் விருப்பப்பட்ட இடத்துக்குச் செல்லலாம். அல்லாமல் நாங்கள் உங்களை எங்கள் ராஜ்ஜியத்துக்கே அழைத்துச் செல்லவும் தயாராயிருக்கிறோம். உங்களுக்கு விருப்பமிருந்தால் எங்களுடனேயே எங்கள் அரண்மனைக்கு வந்து தங்கலாம்!' என்றான்.

ராணி லீலாவதி, 'அரசே! உற்றார் உறவினர் என்று இவ்வுலகில் எங்களை ஆதரிப்பார் யாருமில்லை. பருவமகளுடன் நிர்கதியாக அநாதையாக நிற்கிறோமே என்று கவலைப்பட்டுக் கொண்டிருந்தேன். தங்களது ஆதரவுக்கு மிக்க நன்றி!' என்று தனது சம்மதத்தைத் தெரிவித்தாள்.

நால்வரும் யசகேது மன்னனின் அரண்மனைக்குச் சென்றார்கள். சில நாட்கள் சென்றதும் மன்னனும், இளவரசனும் பெண்களிடத்தில் தங்கள் விருப்பத்தைத் தெரிவித்தார்கள். இருவரும் தாங்கள் காட்டில் செய்து கொண்ட தீர்மானத்தின்படி நடப்பதில் ஒரு சிறிய சிக்கல் இருந்தது. வயதில் மூத்தவளான ராணி லீலாவதி சிறிய பாதங்களைக் கொண்டவளாயிருந்தாள். மகள் ரூபவதியோ பெரிய பாதங்கள் உடையவளாயிருந்தாள். ஆனாலும் இருவரும் காட்டில் நிச்சயித்த படியே சிறிய பாதங்களைக் கொண்ட லீலாவதியை மகன் விஜயதத்தனும். பெரிய பாதங்களைக் கொண்ட இளவரசி

ரூபவதியை யசகேது மன்னனும் மணந்துகொண்டு இல்லற வாழ்வில் ஈடுபட்டார்கள். இவ்வாறாகக் காலடிச் சுவடுகளில் ஏற்பட்ட குழப்பத்தின் காரணமாக தாய், இளவரசனின் மனைவியானாள்! மகள், மன்னனுக்கு மனைவியானாள். எனவே மகள் தனது தாயாருக்கே மாமியார் ஆனாள். அதுபோலவே தாயும் தனது சொந்த மகளின் மருமகள் ஆனாள்!

மாதங்கள் கடந்ததும் இரு தரப்பினருக்கும் குழந்தைகள் பிறந்தனர். மன்னன், மகன், தாய், மகள் என எல்லோரும் தத்தம் குழந்தை களுடன் மேலும் சந்தோஷமாக வாழ்க்கையை நடத்தினார்கள்,' என்று கதை சொல்லி முடித்த வேதாளம், விக்கிரமாதித்தனைப் பார்த்துக் கேட்டது, 'அறிவில் சிறந்தோனே, வல்லமை மிக்க விக்கிரமாதித்த மன்னனே, தந்தையும் மகனும் மகளையும் தாயையும் மணந்து பெற்றெடுத்த இந்தக் குழந்தைகள் தங்களுக் குள்ளே எத்தகைய உறவுமுறை சொல்லி அழைத்துக்கொள்வார்கள்? இதற்கான விடை தெரிந்தும் நீ கூறாவிட்டால் உனது தலை வெடித்துச் சுக்குநூறாகிப் போகும்!' என்றது.

வேதாளத்தின் கேள்வி விக்கிரமாதித்தனைத் துளைத்தது. அது வரையிலும் வேதாளம் கூறி வந்த அத்தனைக் கதைகளுக்குமான கேள்விகளுக்கெல்லாம் ஆராய்ந்து பார்த்து விடை கூறியவன், இந்த இறுதிக் கதைக்கான விடை தெரியாமல் திகைத்துப் போனான். எத்தனை யோசித்தும் இக்கதைக்கான விடையை அவனால் புரிந்து கொள்ள முடியவில்லை. எனவே எதுவும் பேசாமல் மௌனமாகத் தனது பயணத்தைத் தொடர்ந்தான்.

இதைக் கண்டு வேதாளம் ஓங்கிச் சிரித்தது. 'மன்னா விக்கிரமாதித்தா நீ, நீடூழி வாழ்க! இந்தப் படுபயங்கரமான மயானத்தில் உன்னைப் பலவாறாக இம்சித்தும் பொறுமையைச் சோதித்தும் சிரமம் கொடுத்தும்கூட, கொஞ்சமும் அயர்ச்சியடையாமல், கொண்ட காரியம் ஒன்றே குறியாகச் சிந்தையைச் செலுத்தி வெற்றிபெறப் பாடுபட்டாய். அஞ்சாநெஞ்சம் கொண்ட உனது செயலைக் கண்டு நான் பெரிதும் மகிழ்ந்தேன். இதுவரையிலும் உன்னிடம் நான் இந்தப் புதிர்க் கதைகளைக் கூறியதற்கு ஒரு காரணம் உள்ளது. இக்கதைகள்தான் சாமானியனான எனது வாழ்க்கையைப் புரட்டிப் போட்ட கதைகள். என்னை வேதாளமாக்கிய கதைகள். எனது வாழ்க்கைக் கதையைக் கூறுகிறேன் கேள்!' என்ற வேதாளம் தனது சுயசரிதையைச் சொல்லத் தொடங்கியது.

அத்தியாயம் 23

வேதாளத்தின் சாபக் கதை

விக்கிரமாதித்தியரே, பூர்வ ஜென்மத்தில் தேவதேவன் என்கிற பெயர் கொண்ட நான், ஒரு சிவன் கோயில் அர்ச்சகராக வாழ்க்கை நடத்தி வந்தேன். நாளெல்லாம் ஈஸ்வரப்பெருமானுக்கு பூஜை நைவேத்தியம் செய்து, வரும் பக்தர்களுக்குத் தீபாராதனை செய்வித்து என் கடமையைச் செய்வித்து காலங்கள் கழித்தேன். ஒருநாள் வழக்கம் போல் சிவபெருமானுக்கான பூஜா புனஸ்காரங்கள் செய்து நைவேத்தியம் செய்வித்து முடித்து திருக்கோயில் கதவைப் பூட்டிக்கொண்டு வீட்டுக்குப் புறப்பட்டேன்.

சிறிதுதூரம் சென்றதும்தான் பிரசாதத்தை எடுக்காமல் விட்டு வந்தது நினைவுக்கு வந்தது. எனவே மறுபடியும் கோயிலுக்குத் திரும்பி கதவைத் திறந்து உள்ளே நுழைந்தபோது கர்ப்பக்கிரகத்தில் பேச்சுச் சப்தம் கேட்டது. ஆர்வம் தாங்காமல் சாவித்துவாரத்தின் வழியே கர்ப்பக்கிரகத்தினுள் பார்த்தபோது, அங்கே ஈஸ்வரப் பெருமான், தனது மனையாளான உமையை மடிமீது வைத்துக்கொண்டு கதை சொல்லிக் கொண்டிருந்தார்.

நான் இதுவரை உம்மிடம் சொன்ன அத்தனைக்கதைகளையும் சிவபெருமான், தன் மனையாளான பார்வதி தேவிக்குச் சொல்லி, அக்கதைகளுக்கான விடைகளையும் தெரிவித்தார். அவர் இறுதியாகச் சொன்ன கதை, ‘உறவு முறை தெரியாக் கதை’ என்றும் அதற்கான விடை யாருக்கும் தெரியாது என்றும் கூறினார்.

அதற்குப் பிறகு நான் சப்தமெழுப்பாமல் மெல்ல வீடு திரும்பி விட்டேன். கோயிலில் நான் கண்ட அந்தத் தெய்வீகக் காட்சியை எனது மனைவியிடம் சொல்லி மனம் பூரித்துப் போனேன். அப்படி நான் அவளிடம் தெரிவித்ததுதான் தவறாகப் போனது.

என் மனைவி பகவான் தனது மனைவியிடம் சொன்ன கதைகளை எனக்கும் சொல்லுங்கள் என்று கேட்டாள். அவள் ஆசைப்படுவதில் தவறு ஒன்றுமில்லை என்று கருதி நானும் அக்கதைகள் அனைத்தையும் அவளுக்குச் சொன்னேன். அதற்கான விடை களையும் தெரிவித்தேன். மேலும், இக்கதைகளை வேறு யாரிடமும் தெரிவிக்கக் கூடாது என்றும் அவளிடம் சொல்லியிருந்தேன்.

ஆனால் பெண்களின் ரகசியம் நிற்குமா என்ன? அவள் மறுநாளே ஒரு பெண்கள் கூட்டத்தையே கூட்டி அவர்களிடம் எல்லாக் கதை களையும் கூறிவிட்டாள். இதனால் கோபம் கொண்ட சிவபெருமான் என் முன்பு தோன்றி, ‘தேவதேவா! நான் எனது பத்தினிக்கு ரகசியமாகச் சொன்ன கதைகளை ஒட்டுக் கேட்டு உன் மனைவியிடம் கூறியதால் நீ வேதாளமாகத் திரிந்து வா!’ என்று சாபமிட்டு விட்டார்.

பின் நான் ஆண்டவனின் திருப்பாதங்களைப் பற்றிக்கொண்டு, அறியாமல் நான் செய்த பிழையைப் பொறுத்துக்கொண்டு என்னை மன்னித்து சாபவிமோசனம் அளிக்குமாறு அழுது துதித்தேன். விமோசனம் கேட்டுக் கெஞ்சினேன்.

மனம் இரங்கிய சிவபெருமான், ‘வேதாளமே, உஜ்ஜயினிப் பட்டினத்தின் மயானமொன்றில் முருங்கை மரத்தில் நீ வேதாளமாகத் தொங்கிக் கொண்டிருப்பாய். ஒரு சமயத்தில் சுசர்மன் என்ற முனிவன் வேதாளமாகிய உன்னை வசப்படுத்திக்கொண்டு அதன் மூலம் அஷ்டமாசித்திகளையும் அடைய முயற்சிப்பான். இதற்காக அவன் பலப்பல சூழ்ச்சிகள் செய்து உஜ்ஜயினி மன்னன் விக்கிரமாதித்தனையே ஏமாற்றி உன்னிடத்தில் அனுப்பி உன்னைப் பிடித்து வரச்செய்வான். இறுதியில் அம்மன்னனையே பலி கொடுக்கவும் முற்படுவான்.

அதுபோல் விக்கிரமாதித்தன் உன்னைக் கொண்டு செல்ல வரும் தருணத்தில், நீ விக்கிரமாதித்தனிடம் நான் சொன்ன கதைகளைக் கூறி விடைகளைக் கேள். எல்லாக் கதைகளுக்கும் விடை சொல்லி வரும் விக்கிரமாதித்தன் இறுதிக் கதையான உறவுமுறைத் தெரியாக் கதைக்கு விடை தெரியாமல் திகைத்து நிற்பான். அப்போது நீ விக்கிரமாதித்தனிடம் அனைத்தையும் சொல்லி முனிவனின்

சூழ்ச்சியைத் தெரிவித்து அவனை அழிப்பதற்கு வழி சொல்லிக் கொடு. அதன் பிறகு நீ விக்கிரமாதித்தனின் அடிமையாக இரண்டாயிரம் வருடங்கள் அவனுடன் இருந்துவிட்டு முடிவில் சாபம் நீங்கிப் பின் என்னை வந்து அடைவாயாக!' என்று எனக்குச் சாபவிமோசனம் தெரிவித்தார்.

ஆகவே மன்னனே, அருளாளன் ஈஸ்வரனின் ஆணைப்படி இன்று முதல் நான் உங்கள் அடிமை. தங்களின் துணைவன். இனி அந்த வஞ்சக முனிவன் சுசர்மனை அழிக்கும் வழியைப் பார்ப்போம்!' என்று சொல்லி முடித்தது.

வேதாளம் சொன்னதைக் கேட்டுத் திகைத்துப் போய், அதிலிருந்து மீண்ட விக்கிரமாதித்தன் வேதாளத்துக்கு நன்றி தெரிவித்தான். பின் அதனிடம் கேட்டான்.

'அந்த முனிவன் சுசர்மன் அத்தனை கெடுமதி கொண்டவனா?'

'ஆம் மன்னவா! அவன் இதுவரையிலும் தொள்ளாயிரத்து தொண்ணூற்றொன்பது மன்னர்களைக் கொன்று தலைகளைக் கைப்பற்றி விட்டான். இறுதியாக ஆயிரமாவது தலைக்காகத்தான் அவன் உங்களைப் பலி கொடுக்க திட்டமிட்டுள்ளான். நாம் அவனிடம் சென்றதும் என்னை ஆவாஹனம் செய்து வசப்படுத்த முயற்சிப்பான். அதற்கு முன்னதாக உம்மை நரபலி கொடுப்பதற்காக, யாககுண்டத்தின் முன் உம்மை சாஷ்டாங்க நமஸ்காரம் செய்யச் சொல்வான். உடனே நீர் அவனையே முதலில் செய்து காட்டும்படி சொல்லுங்கள். அதன்படி அவன் சாஷ்டாங்க நமஸ்காரம் செய்ததும் அவனது தலையைத் துண்டித்து யாககுண்டத்தில் போட்டு விடுங்கள். உடனே காளிதேவி பிரசன்னமாகி உங்களுக்கு வேண்டிய வரம் அருளுவாள். நீங்கள் மிக எச்சரிக்கையாகச் செயல்பட வேண்டிய தருணம் இது. நீங்கள் தந்திரமாக நடந்து கொள்ளவில்லை என்றால் அவன் உம்மை பலி கொடுத்து விடுவான் எச்சரிக்கை!' என்றது வேதாளம்.

'ஆகட்டும் வேதாளமே! நீ சொன்னபடியே செய்து முடிக்கிறேன்!' என்றான் விக்கிரமாதித்தன்.

பின் வேதாளத்தைத் தோளில் சுமந்தபடியே அவன் கானகத்தின் மையப் பகுதியிலிருந்த வன துர்க்கை அம்மன் கோயிலை வந்தடைந்தான். தான் சுமந்து வந்த வேதாளத்தை யாககுண்டத்தின் அருகில் கிடத்தினான். 'முனிவர் பெருமானே, இதோ தங்கள் விருப்பப்படியே நீங்கள் கேட்ட பிணத்தைக் கொண்டு வந்து

விட்டேன். அடுத்து நான் செய்யவேண்டிய காரியம் என்ன?' என்று கேட்டான்.

'மன்னவா! பிணத்தைச் சுமந்துவந்த தீட்டு போக, அதோ அந்த நதிக்குச் சென்று நீராடி விட்டு வா. அடுத்துச் செய்யவேண்டியதைக் கூறுகிறேன்!'

மன்னனும் சுசர்மன் கூறியபடியே அருகிலிருந்த நதிக்குச் சென்று நீராடி விட்டுத் திரும்பினான்.

முனிவன் அவனைப் பார்த்து, 'விக்கிரமாதித்தரே, இப்போது நீங்கள் இந்த யாக குண்டத்தை மும்முறை வலம்வந்து சாஷ்டாங்கமாக விழுந்து வணங்குங்கள்' என்றான்.

அதற்கு விக்கிரமாதித்தன் அவனிடம், 'பெருமானே, நான் ஒரு சத்திரியன். எனக்கு இந்தப் பூஜை, யாகம், சடங்கு, சம்பிரதாயங்கள் போன்றவற்றின் வழிமுறைகள் எதுவும் துளியும் தெரியாது. எனவே நான் தாங்கள் கூறுவதைச் சரிவரப் புரிந்துகொள்ளாமல் ஏதேனும் தவறு செய்துவிட்டால், அதன் காரணமாக தங்களது யாகமே கெட்டுப் போகலாம். எனவே நான் என்ன செய்யவேண்டும் என்பதை முழுவதும் தாங்கள் ஒருமுறை செய்து காட்டி விட்டால் நான் அதன்படியே செய்து விடுவேன்!' என்று தெரிவித்தான்.

விக்கிரமாதித்தனின் பேச்சை உண்மையென்று நம்பிய சுசர்மன், யாககுண்டத்தை மும்முறை வலம்வந்து தரையில் சாஷ்டாங்கமாக விழுந்து வணங்கினான். உடனே விக்கிரமாதித்தன் தனது வாளை உருவி முனிவன் சுசர்மனின் தலையைத் துண்டாகி வெட்டி யாககுண்டத்தில் போட்டான்.

உடனே அங்கு காளிமாதேவி பிரசன்னமாகி தரிசனம் தந்தாள். 'மகனே விக்கிரமாதித்தா, உனது செயலால் நான் மிகவும் மகிழ்ச்சியடைந்தேன். உனக்கு வேண்டிய வரங்களைக் கேள்!' என்றாள்.

'தாயே! தயாபரியே! உனது பக்தனாகிய நான் என்றும் எப்போதும் ஏழைகளிடத்தில் இரக்கமும், எனது ராஜ்ஜியத்தின் மக்களிடத்தில் காருண்யமும், பரிசுத்த மனமும், நேர்மையும், சகல வல்லமையும் கொண்டவனாகத் திகழவேண்டும். நான் நினைத்த தருணத்தில் நீ எனக்குத் தரிசனம் தந்து உன்னைக் காணும் பாக்கியத்தை இந்தச் சிறியோனுக்கு அருளவேண்டும். தவிர, முனிவன் சுசர்மனால் கொல்லப்பட்ட தொள்ளாயிரத்துத் தொண்ணூற்றொன்பது

மன்னர்களும் உனது கருணையால் உயிர் பெற்று எழுந்து அவரவர் ராஜ்ஜியத்தைப் பரிபாலித்து வரவேண்டும். இந்த எனது விருப்பங்களை தயைகூர்ந்து நிறைவேற்றித் தரவேண்டும் தாயே!' என்று வேண்டினான்.

'அப்படியே ஆகட்டும்!' என்று வரமருளி மறைந்தாள் காளிதேவி.

காளி மாதாவின் அருளால் உயிர் பெற்றெழுந்த மன்னர்கள் விக்கிரமாதித்தனுக்கு நன்றி சொல்லி அவரவர் ராஜ்ஜியம் சென்றார்கள்.

பின்னர் வேதாளத்தை அழைத்துக் கொண்டு தனது உஜ்ஜயினி ராஜ்ஜியத்துக்கு வந்துசேர்ந்த விக்கிரமாதித்தன் இந்திரன் தனக்களித்த நவரத்தினச் சிம்மாசனத்தில் அமர்ந்து நாலாதிசையெட்டும் பரவிய புகழுடன் ஆட்சி புரிந்தான்.

உமா சம்பத்

30 வருட காலம் சாவி, குமுதம் உள்பட பத்திரிகைத் துறையில் துணை ஆசிரியராகப் பணியாற்றியவர். நூற்றுக்கும் மேற்பட்ட இவரது சிறுகதைகள் குமுதம், குங்குமம், தினமணிக் கதிர், தாய், பாக்யா போன்ற பல்சுவை இதழ்களில் பிரசுரமாகியுள்ளன. இவரது சித்தமெல்லாம் சிவமயம், ராமாயணம், மகாபாரதம், ஸ்ரீமத் பாகவதம் 1857-சிப்பாய் புரட்சி, உள்ளிட்ட நூல்கள் கிழக்கு பதிப்பகத்தின் வாயிலாக வெளிவந்து வாசகர்கள் மத்தியில் வரவேற்பைப் பெற்றுள்ளன. தற்போது கிழக்கு பதிப்பகத்தின் ஆசிரியர்.

மகாபாரதம்

ராமாயணம்

ஸ்ரீமத் பாகவதம்

சித்தமெல்லாம்
சிவமயம்
உமா சம்பத்

www.ingramcontent.com/pod-product-compliance
Lightning Source LLC
LaVergne TN
LVHW090352051026
849518LV00006B/2114
* 9 7 8 8 1 9 6 7 7 9 0 9 2 *